AF766279

குற்றியலுகரம்

ஸீரோ டிகிரி இலக்கிய விருது 2023

இரண்டாம் பரிசு பெற்ற நாவல்

குற்றியலுகரம்

ஸீரோ டிகிரி இலக்கிய விருது 2023

இரண்டாம் பரிசு பெற்ற நாவல்

நெய்வேலி பாரதிக்குமார்

எழுத்து பிரசுரம்

Title: Kutriyalugaram
Author's Name: Neyveli Bharthikumar

Published by Ezutthu Prachuram

Ezutthu Prachuram
(An imprint of Zero Degree Publishing)
No. 55(7), R Block, 6th Avenue,
Anna Nagar,
Chennai - 600 040

Website: www.zerodegreepublishing.com
E Mail id: zerodegreepublishing@gmail.com
Phone: 89250 61999

Ezutthu Prachuram First Edition: October 2023
ISBN: 978-93-95511-81-0
TITLE NO EP: 458

Cover Design & Layout: Vijayan, Creative Studio

சமர்ப்பணம்

குற்றியலுகரம் நாவல் எழுத பெரும் உந்துதலாகவும் தகவல்களை அளித்தும் உதவிய என்னுடைய நீண்ட கால நண்பர் சென்னை குருராஜன் அவர்களுக்கு...

முன்னுரை

பூஜ்ஜியத்திலிருந்து ராஜ்ஜியத்துக்கு...

உலகம் முழுக்க உழைப்பாளிகள் இரண்டு விதமாக சுரண்டப்படுகிறார்கள். ஒன்று ஒரு மனிதனின் வாழ்வின் பெரும்பகுதி நேரத்தை விழுங்கி, அவனது உடல் சிந்தனை ஆகியவற்றை ஆக்கிரமித்து அபகரிப்பது. இன்னொரு வகை உழைப்பாளிகள் தங்கள் திறன் மீதான அதீத நம்பிக்கையின் வழியே மொத்த வாழ்க்கையையும் உழைப்பில் அழிக்கச் சித்தமாயிருப்பது. இந்த இரு பகுதியினர்தான் உலகின் பெரும் எண்ணிக்கையில் இந்த உலகையும் மனிதர்களையும் வாழ வைத்துக் கொண்டிருப்பவர்கள். ஆனால், அவர்களின் உழைப்பின் வலிமைக்கு நிகரான பலனை அனுபவிக்கிறார்களா என்றால் இல்லை. அவர்கள் தங்களைப்போல உழைப்பை பலி தரும் இன்னொரு உழைப்பாளியை விட மேலானவர்களாகத் தங்களை உயர்த்திக்கொள்ள ஓடிக்கொண்டு இருக்கிறார்கள்.

குறுந்தொழில் எனப்படும் ஒரு மாய உலகம் என்ன மாதிரியான வலைப்பின்னலில் சிக்கி வதைபடுகிறது என்பதைப்பற்றி நண்பர் குருராஜன் வழியாக அறிந்தபோது, திகைப்பாகவும் அதிர்ச்சியூட்டுவதாகவும் இருந்தது. தொடர்ந்து அவர் தந்த ஊக்கம், தொழில்நுட்பத் தகவல்கள் இந்த நாவலை எழுத வேண்டும் என்கிற உத்வேகத்தை அளித்தன. இந்த நாவலில் வரும் கதாபாத்திரங்கள்

யாரையும் தனிப்பட்ட முறையில் குறிப்பிடுபவை அல்ல. பெயர்கள், இடங்கள் ஆகியன கற்பனையானவை. ஊர்கள் மட்டும் மெய்யானவை. நன்றியுணர்வு காரணமாக குருராஜன் பெயரை மட்டும் ஒரு கதாபாத்திரத்துக்குச் சூட்டி இருக்கிறேன். மற்றவை கற்பனைப் பெயர்களே.

குறுந்தொழிலைத் தங்கள் இலக்காக ஏற்றுப் பெரும் நம்பிக்கையோடு இயங்க முன்வரும் எவரையும் அச்சுறுத்தும் நோக்கம் எனக்கில்லை. இந்த நாவல் வழியே அவர்கள் எதிர்பாராத உலகம் ஒன்று இருக்கிறது. எனவே எச்சரிக்கையுடன் உங்களைத் தயார்ப்படுத்திக் கொள்ளுங்கள் என்கிற அக்கறையில் எழுதி இருக்கிறேன்.

அதிகாரபூர்வமாகப் பார்த்தால் இது எனக்கு இரண்டாவது நாவல். இன்னும் என் முதல் நாவல் வெளிவரவில்லை. அது வேறொரு போட்டியில் காத்திருக்கிறது. ஆனால் நூலாக வெளிவருவதற்கான வாய்ப்பை இதுதான் முதலில் பெற்றிருக்கிறது. ஆகவே அந்த வகையில் பார்த்தால் இது எனக்கு முதல் நாவல் என்றும் சொல்லிக்கொள்ளலாம்.

நான் தற்சமயம் அரசுப்பணியில் இருக்கிறேன். என்னுடைய பெரும்பகுதி நேரம் என்னுடைய பணியில் கரைந்துகொண்டிருக்கிறது. ஆகையால் சிறுகதைகள்தான் என்னுடைய களம் என்று என்னை அதில் செலுத்திக் கொண்டிருந்தேன். ஆனால் மனம் திறந்து சொல்ல வேண்டும் என்றால், ஸீரோ டிகிரி நிறுவனம் சார்பில் அறிவிக்கப்படும் இலக்கிய விருதுகள்தான் நாவல் எழுத எனக்குப் பெரும் உந்துதலாக இருந்தன. சென்ற ஆண்டு (2022) ஸீரோ டிகிரி அறிவித்த சிறுகதைப் போட்டியில் என்னுடைய ‘உயிரின் வலி’ தேர்வாகியது.

தேர்வில் நேர்மையாகவும், படைப்பாளிகளைக் கௌரவிப்பதில் தனித்துவமாகவும் விளங்கும் ஸீரோ டிகிரி நிறுவனத்தின் மீதான பெரும் நம்பிக்கை நாவலை விரைவாக எழுத இயக்கியது. எந்தப் பின்புலமும் இல்லாமல் எழுத்தின் மீதான திறமையை அடிப்படையாகக் கொண்டு மட்டுமே நான் இலக்கியப்போட்டிகளில் தொடர்ந்து கலந்துகொண்டு வருகிறேன். பெரும்பாலான அமைப்புகள் திறன் சார்ந்தவர்களைக் கைவிடுவதில்லை என்பதை உறுதியாக நம்புகிறேன். ஸீரோ டிகிரி நிறுவனம் அதற்கு முதன்மையான சிறந்த எடுத்துக்காட்டு.

போட்டியில் பங்குபெற்ற படைப்புகளை எழுதியவர்களின் பெயர்களை எடுத்துவிட்டு, நடுவர்களுக்கு அனுப்பிவைத்து, அதன் பிறகு

அவர்களுக்கு எந்த அழுத்தமும் தராமல் அவர்களின் நேர்மையான தேர்வுகளை அப்படியே ஏற்று படைப்பாளிகளைக் கௌரவிக்கிறார்கள். ஸீரோ டிகிரி நிறுவனத்தின் மதிப்பிற்குரிய திரு ராம்ஜீ அவர்களுக்கும் சகோதரி காயத்ரி அவர்களுக்கும் என் மனமார்ந்த நன்றிகளையும் பாராட்டுதல்களையும் தெரிவித்துக்கொள்கிறேன்.

சென்ற ஆண்டு சிறுகதைப் பரிசு பெற்ற அறிமுகம் ஒன்றை மட்டும் வைத்து, திருமதி காயத்ரி அவர்களிடம் என்னுடைய நான்காவது சிறுகதைத் தொகுப்பை ஸீரோ டிகிரி பதிப்பகம் (எழுத்து) வழியாகப் பதிப்பிக்க இயலுமா என்று கேட்டபொழுது, உங்கள் படைப்புகள் தகுதி உடையதாக இருந்தால் எங்கள் நிறுவனக் குழு பரிசீலித்துப் பதிப்பிக்கும் என்று தெரிவித்தார்கள். அது போலவே சொன்னபடி என்னுடைய நான்காவது சிறுகதைத் தொகுப்பான ‘புத்தரின் பேராசைப் பல்’ நூலை விரைவாக வெளியிட்டார்கள். திருமதி காயத்ரி அவர்களுக்கும் திரு ராம்ஜீ அவர்களுக்கும் வடிவமைப்பாளர்கள், பணியாளர்கள் அனைவருக்கும் என் மனமார்ந்த நன்றிகள்...

பொதுவாக பெருமுதலாளிகளுக்கு பணம்தான் முதலீடு. ஆனால் குறுந்தொழில் முனைவோர் தங்கள் திறன், நம்பிக்கை மற்றும் உழைப்பையே முதலீடாகக் கொண்டு களம் இறங்குகிறார்கள். பூஜ்ஜியத்திலிருந்து ராஜ்ஜியத்தை நோக்கிப் பயணிக்கும் இலட்சியவாதிகள் அவர்கள். ஒரு படைப்பாளியும் அப்படித்தான் திறனும் உழைப்புமே அவனது முதலீடு. எனக்கும் ஸீரோவிலிருந்து (பூஜ்ஜியத்திலிருந்து) நாவல் ராஜ்ஜியம் தொடங்கி இருக்கிறது என்பேன்.

இந்த நாவல் எழுதப் பெரும் உந்துதலாக இருந்த எனதருமை நண்பர் சென்னை குருராஜன் அவர்களுக்கு இந்த நாவலைச் சமர்ப்பிக்கிறேன்.

எழுத்தே என்னை எல்லாவற்றில் இருந்தும் மீட்கிறது. எழுத்தை எனக்குள் உயிராக இருந்து இயக்கும் தமிழுக்கும் கற்பித்த ஆசிரியர்களுக்கும் இலக்கிய முன்னோடிகளுக்கும் என்னுடைய தந்தை திரு சண்முகம், தாயார் திருமதி சாந்தா, அவர்களுக்கும் என்றென்றும் கடமைப்பட்டிருக்கின்றேன்.

துணைவியார் நிலாமகள் என்னும் ஆதிலட்சுமிக்கும், மகள் மருத்துவர் பிருத்வி மதுமிதா, மகன் பொறியாளர் சிபிக்குமார் மற்றும் மாப்பிள்ளை பொறியாளர் அஸ்வின் பிரகாஷ் ஆகியோருக்கும், நான் பணியாற்றும் என்.எல்.சி. நிறுவனத்திற்கும் என் மனம் நிறைந்த நன்றிகள்..

என் படைப்புகளை வாசித்து என்னை வெகுவாகக் கொண்டாடிய மதிப்பிற்குரிய எழுத்தாளர் இரா.முருகன், என்னை எப்பொழுதும் உற்சாகப்படுத்தும் அன்பர்கள் கவிஞர் மு.முருகேஷ், பரமக்குடி பா.உஷாராணி, கவிஞர் தமிழ்மணவாளன், கொலுசு ஆசிரியர் மு.அறவொளி, எழுத்தாளர் வி.ஜி.ஜெயஸ்ரீ, கவிஞர் மூசா, கவிஞர் சுசித்ரா மாரன், தமிழ்ப்பல்லவி ஆசிரியர் பல்லவிகுமார், என்னுடைய இலக்கிய விரும்பிகள் மாப்பிள்ளை பிரிதிவிராஜ், கவிஞர் அமிர்தம் சூர்யா, தேவா சுப்பையா, நெய்வேலி அன்பிற்கினிய திரு பாலச்சந்திரன் மற்றும் திருமதி பிரபாவதி பாலச்சந்திரன் ஆகியோருக்கும் வாசிக்கின்ற உங்களுக்கும் என் மனமார்ந்த நன்றிகளை சமர்ப்பிக்கிறேன்.

மிக்க அன்புடன்
நெய்வேலி பாரதிக்குமார்,
செப்டெம்பர் 1, 2023

1. பசியதிகாரம்

2015ஆம் ஆண்டு ஜூன் மாதம்.

பசியைக் கொல்வது எப்படி என்கிற வித்தையை யார் கற்றுத்தருவார்கள்? வயிற்றைத் தின்றுகொண்டிருந்தது பசி... ஒரு கவளத்துக்காக எல்லாவற்றையும் விற்கத் தயாராகிவிடுகிறது மனது. வெளிப்படுத்தாமல் சமாளிக்கும் சாமர்த்தியமே வாழ்தல் என்றாகிவிட்டது. கொன்றை மரத்தினடியில் கால் நீட்டிப் படுத்திருந்தார் பாபு. சூரியனின் கதிர்கள் பட்டு, தங்கவட்டுகள் போல தளிர் இலைகள் தகதகவென மின்னிக் கொண்டிருந்தன. அதிலிருந்து கழன்ற ஒற்றை இலை காற்றில் தாலாட்டுவது போல இடமும் வலமுமாக ஆடி மெல்ல அவர் மீது விழுந்தது.

அந்த இலைக்கு அது கடைசி தினம். கிளையில் இருந்து விழும் அந்தக் கணம் அதன் வாழ்வு முடிந்து போய்விட்டது என்று அதன் மீது பரிதாபத்துடன் பார்த்தார். ஒரு இலையோடு ஒப்பிடுகையில் தன்னுடைய நிலை இன்னும் மோசம் என்றுதான் தோன்றியது. இருக்கும் வரை பசேலென்று ஒட்டிக்கொண்டு இருக்கலாம். வேண்டாம் என்று தோன்றினால் காற்றோடு ஒரு சிலுப்பு சிலுப்பிவிட்டு நொடியில் விழுந்து சருகாகிவிடலாம். ஆனால் மனித வாழ்க்கை அப்படியாக இருப்பதில்லை நினைத்த போது எல்லாவற்றையும் உதிர்த்துவிட்டு விழுந்துவிட முடியாது.

அலைபேசி அடித்தது. இந்த முறை எடுத்துவிட நினைத்தார். எண்கள் தேய்ந்துபோன பழைய கருவி. அதன் மங்கிய திரையில் ராமாமிர்தம் என்று பெயர் ஒளிர்ந்தது. எடுத்தால் எப்படியும் பழைய கதையைப் பேசுவார். தனக்கும் ஒரு கட்டத்துக்கு மேல் வாதிடத் தெரியாது. ஒரு முறை முதுகை வருடிப்பார்த்தார். தனக்கு மட்டும் ஏன் இத்தனை வளைந்த முதுகு. யாரிடமும் குரல் உயர்த்தத் தெரியாத தன் பக்க நியாயத்தை ஆணித்தரமாகச் சொல்லத் திராணியற்ற ஊமைக்குரல். எத்தனை பலம் குறைந்த மனிதரிடமும் சட்டென குனிந்துபோகின்ற முதுகு நாணியாகவே இருந்து விட்டார். சட்டைப்பையில் இருந்து க்ராஸ் லைன் ஃபோர்ஜிங் பெயர் தாங்கிய முகவரி அட்டை நழுவி விழுந்தது. ஒரு கையால் அதனைத் தாவிப் பிடிக்க முனைந்தார். அது கைக்கு எட்டாமல் தள்ளி விழுந்தது. ப்ரோப்ரைட்டர் பாபு என்கிற பெயரை முதன் முதலில் வாசிக்கும் போது இருந்த சிலிர்ப்பு இப்பொழுது இல்லை. ஒரு போதை வஸ்துவை அருந்தும்போது இருக்கும் மயக்கம் பின்னர் தானாகத் தெளிந்த பின்னர் அதன் மீது வெறுப்பாக உருமாறும் என்று இரவுக்காவலர் மாரிமுத்து அண்ணன் சொல்வார் அதுபோலத்தான் இருந்தது.

சட்டைப்பையில் ஒரு நூறு ரூபாயும் சில பத்து ரூபாய்களும் மட்டுமே இருந்தன. கூடவே ஜெனிட்டாவின் நகைகளை அடகு வைத்த ரசீது இருந்தது. எப்படியும் மீட்டுக்கொண்டு வருவேன் என்கிற நம்பிக்கையில் காலையில் எடுத்து வைத்துக்கொண்டு கிளம்பியவர். மொத்தமாக கேட் செய்யும் ஆர்டர் கிடைக்கும் என்று நம்பி வந்திருந்தார். வழக்கம் போல சக்தி வாய்ந்த யாரோ ஒருவர் ஒப்பந்தக்காரரிடம் பேசி, வேறு யாரோ ஒருவருக்கு அந்த வேலையைத் தந்துவிட்டார்கள். சிவன் பூங்காவில் அடுத்த வேளை உணவுக்கான பணத்தை யோசித்தபடி படுத்திருந்தார்.

ஜி.ஆர். ஃபோர்ஜிங் கம்பெனியை விட்டு நின்று எட்டு லட்ச ரூபாய் கடனை அதிக வட்டிக்கு வாங்கி சொந்த கம்பெனி போதையை ஏற்றி இருக்கக்கூடாது. தெளிந்து யோசிப்பதற்குள் கடன் பனிரெண்டு லட்சமாகிவிட்டது. மணி இரவு எட்டு ஆனதற்கான கடிகார ஒலியும் அதன் பிறகான வேதவாக்கியமும் அருகில் எங்கோ தேவாலயத்திலிருந்து ஒலித்தது.

இயேசு அவர்களை நோக்கி: பிள்ளைகளே, புசிக்கிறதற்கு ஏதாகிலும் உங்களிடத்தில் உண்டா என்றார். அதற்கு அவர்கள்: ஒன்றுமில்லை

என்றார்கள். அப்பொழுது அவர்: நீங்கள் படவுக்கு வலதுபுறமாக வலையைப் போடுங்கள், அப்பொழுது உங்களுக்கு அகப்படும் என்றார். அப்படியே அவர்கள் போட்டு, திரளான மீன்கள் அகப்பட்டதினால், அதை இழுக்கமாட்டாதிருந்தார்கள்.

இனி பூங்காவில் இருக்க முடியாது. பூங்காவை மூடுகின்ற நேரம் வந்துவிட்டது. ஜெனிட்டாவுக்கு மாதவிலக்கு தள்ளிப் போய்விட்டது கர்த்தரே... இப்பொழுது புதிய ஜீவன் எதையும் தந்துவிடாதே சற்று அஜாக்கிரதையாக இருந்துவிட்டேன். இந்தப் பாவியை மன்னித்தருளும் என்று ரகசியமாக வேண்டிக்கொண்டார். எப்பொழுதும் கடவுளைக் கும்பிடும் பழக்கமெல்லாம் பாபுவுக்கு இல்லை. இக்கட்டு வந்துவிட்டால் என்ன செய்வது என்று புரியாமல் சரணடையும் மனப்பாங்குதான் அது.

எர்ணாவூர் கேட் சின்னா கடை கொத்து பரோட்டா என்றால் ஜெனிட்டாவுக்கு ரொம்ப இஷ்டம். கடை பதினொரு மணி வரை இருக்கும். இப்பொழுது கிளம்பினால் பஸ் பிடித்துப் போக சரியாக இருக்கும் என்று பில்லர் நோக்கி நடக்க ஆரம்பித்தார் பாபு.

போன் அடித்தது. மறுபடியும் ராமாமிர்தம்தான். எடுத்து, “உங்க மேல ஒண்ணும் வருத்தமில்லை சார்... மறுபடி என்னால ஏமாற முடியாது. வேணாம் சார் திரும்பவும் கடன் வாங்கி பணம் முதலீடு பண்ண முடியாது. எனக்கு முதலாளி ஆகற ஆசையெல்லாம் இப்ப இல்லை சார். நீங்க யாருக்காக வேலை செய்யறீங்கன்னும் தெரியாது” என்று சொல்லிவிட்டு பதிலை எதிர்பாராமல் வைத்துவிட்டார். எப்படி இத்தனை தைரியம் அவருக்குள் வந்தது என்றே தெரியவில்லை. பாபுவின் அதிகபட்ச சுடுசொல் இதுவாகத்தான் இருக்கும். பசி வயிற்றில் மெல்ல சத்தமிட்டது. மதியமும் சாப்பிடவில்லை. காலையில் ரோட்டுக் கடையில் நாலு இட்லி சாப்பிட்டதுதான்.

கத்தும் வயிற்றைச் சின்னா கடையில் ரெண்டு பரோட்டா சாப்பிட்டு சமாதானப்படுத்திவிடலாம். இன்னும் ரெண்டொரு நாளில் சி.என்.சி. மெஷினை வந்த விலைக்கு விற்றுவிட வேண்டியதுதான்; இல்லை என்றால் வாடகை தராமல் நாலு மாதம் ஆனதற்கு, கடைக்குச் சொந்தக்காரர் மெஷினைப் பிடித்து வைத்துக்கொள்வார் என்று தோன்றியது. எப்படியும் மூன்று லட்சத்துக்குப் போகும். அப்படியும் ஒன்பது லட்சத்துக்கு என்ன செய்வது என்று யோசித்தால் தலை சுற்றியது.

எஞ்சியிருக்கும் ஆட்டோமேடிக் டிரில்லிங் மெஷின், கட்டர், கிரைண்டிங் மெஷின் இதை எல்லாம் சேர்த்தால் மிஞ்சிப்போனால் பத்திலிருந்து இருபதாயிரம் வரலாம் ஸ்கிராப் அயிட்டத்தை விற்று வாடகைப் பாக்கியைத் தந்துவிடவேண்டும். ஈஸ்வரன் நல்ல மனிதர் நம்மை நம்பி இடம் கொடுத்தார். அவரை ஏமாற்றக் கூடாது.

எர்ணாவூர் வந்தபொழுது மணி இரவு பத்தரை ஆகி இருந்தது. பாவம் ஜெனிட்டா பசியோடு இருப்பாள். பரோட்டா சாப்பிடுவதைத் தவிர்த்து ஒரு டீ மட்டும் குடித்துவிட்டு ஜெனிட்டாவுக்கு மட்டும் கொத்து பரோட்டா வாங்கிக்கொண்டு கடை ஓரத்தில் நிறுத்தி இருந்த சைக்கிளில் பர்மா காலனிக்கு வேகமாக மிதித்தார்.

வீட்டுக்குள் நுழைந்த சமயம் ஜெனிட்டாவின் கோப முகத்தை எப்படி எதிர்கொள்வது என்ற பதட்டம் எழும்பியது.

எல்லாம் ஏசுவே எனக்கெல்லாம் ஏசுவே

தொல்லைமிகு இவ்வுலகில் துணை ஏசுவே

என்று சன்னமான குரலில் பாடியபடி உள்ளே நுழைந்தார். அது ஒரு வகையில் மறைமுகமான கேடயம் சமயத்தில் உதவும். வழக்கத்துக்கு மாறாக ஜெனிட்டா முகத்தில் ஒரு செம்பருத்தி பூத்திருந்தது. அதில் ஒரு புன்னகை கூட மகரந்தம் மாதிரி மலர்ந்திருந்தது அவருக்கு ஆச்சர்யமாக இருந்தது.

“அதெப்படி நான் கொத்து பரோட்டா வாங்கிட்டு வந்தது உனக்குத் தெரியும்? அப்படியே சிரிச்ச மாதிரியே இருக்கே?”

“நான் இனிமே கொத்து பரோட்டா எல்லாம் சாப்பிடப் போறதில்லே.”

“அடிப்பாவி... தலையில துண்டைப் போட்டுட்டு சின்னா ஆம்பூர் போயிடுவான்.”

“போய்யா லூசு... சில்லி பரோட்டா கேக்க ஒரு பையன் வரப்போறான். சின்னாவை ஒரு அஞ்சு வருஷம் ஜமாளிக்கச் சொல்லு. அப்புறம் என் பையன் வந்துடுவான் தெனம் கல்லா கட்டலாம்.”

ஒரு கணம் அவர் முகத்தில் தோன்றிய அதிர்ச்சியை மறைக்க முடியவில்லை. “என்னாடி சொல்றே?”

“அய்யே உனக்கு எல்லாத்தையும் புளி போட்டு வெளக்கணும் புட்டுக்கடை தெரசாக்கா கையைப் புடிச்சு கான்க்ரீட்டா சொல்லிடுச்சு நமக்கு ஆம்பளைப் புள்ளைதானாம்.”

“ஆமா அதும் பெரிய அமெரிக்கா ரிட்டன் டாக்டர் பாரு அப்படியே ஸ்கேன் பண்ணி சொல்லுதாக்கும் அதெல்லாம் ஒரு ஆளா? அது சொல்லுதுன்னு...”

“மெய்யாலும் பாபு... ஆம்பளைப் புள்ளையோ பொம்பளைப் புள்ளையோ ஆக மொத்தம் எனக்கு மசக்கைதான்னு நாடி புடிச்சு சொல்லுச்சு. இந்த பர்மா காலனிக்கே அதுதான் டாக்டரு... இன்னா பெட் நூறு ரூவா வச்சிக்குவமா?”

அதுலதாண்டி நான் கொத்து பரோட்டா வாங்கிட்டு வந்திருக்கேன்னு வாய்விட்டுச் சொல்ல முடியாமல் மறுகணம் சமாளித்து,

“இப்ப கொத்து பரோட்டா வேணுமா வேணாவா?”

“அத்த நீயே தின்னு... ஏன்யா பத்து வருஷத்துக்கு அப்புறம் புள்ளையாண்டு இருக்கேன்னு சொல்றேன் மூஞ்சியில துக்ளியோண்டு சிரிப்பைக் காணோம்... பல்லை உள்ளே வச்சித் தச்சிட்டியா?”

பசக்கென்று அவளை அணைத்து கழுத்தில் மென்மையாக முத்தமிட்டார் அவளது வாசனை நாசியில் ஏறும்போது ஒரு கிறக்கம் இருக்கத்தான் செய்கிறது. இந்தக் கண நேர போதைதான் துளி சுடர் மாதிரி மிச்ச நேரத் துயரத்தை எரிக்கப் போதுமானதாக இருக்கிறது. அலைபோல நெளிந்திருந்த அவளது கேசத்தில் விரல்கள் அளையும்போது போதை இடம் மாறி விரல்களில் ஏறியது. அந்த அணைப்பு அவரது அதிர்ச்சியை மறைத்து அவருக்குள்ளும் ஒரு சந்தோஷ மின்னலை ஊடுருவ வைத்தது.

நாளைக்குக் காலையில் டாக்டரைப் பார்க்கலாம் என்கிற வார்த்தை வாய் வரை வந்து பின்னர் நாவுக்குள் கரைந்து போனது. கையிலதான் காசு இல்லையே....

“காலையிலே சர்ச்சுக்குப் போகலாம் ஜெனி” செலவில்லாத கொண்டாட்டம் அதுதான் கடவுள்களைக் கண்டுபிடிக்காவிடில் இல்லாதவர்களின் பொழுதுகள் எப்படித்தான் நிறைவுறும்?

“சரி போலாம். நீ பரோட்டாவைத் துன்னு. நான் இட்லி ஊத்தித் துன்னுட்டேன். புள்ளைக்காரி பட்டினி கெடக்கக் கூடாதில்லே.”

“சர்தான். இன்னிக்கு ஒன்னால எனக்குக் கொத்து பரோட்டா.”

“புள்ளை வந்த அதிஷ்டம்யா” அவர் வயிற்றில் குஷியாகக் குத்தினாள் அதே குஷி அவள் நகைகளைப் பற்றிக் கேட்க அப்போதைக்கு மறக்க வைத்தது.

ஜெனி கிடைத்ததற்கு ஒருவகையில் சாலமனுக்குத்தான் நன்றி சொல்ல வேண்டும். அவர்தான் பாபுவை சர்ச்சுக்கு அழைத்துச் சென்று பழக்கியவர். அங்குதான் ஜெனிட்டாவை முதன்முதலாக பாபு சந்தித்தார். ஜெனி ஒரு தையல்காரியாக எல்லோரிடமும் அறிமுகமானவள். ஃபாதர் வின்செண்ட் அவளை அறிமுகப்படுத்தி, தங்களுக்குத் தேவையான ஆடைகளை அவளிடம் தைக்கக் கொடுத்து அவளுக்கு உதவுமாறு கேட்டுக்கொண்டார். அவர் வேலைபார்த்த ஜி.ஆர். ஃபோர்ஜிங்கின் நிறுவனர் குருராஜன் அப்பொழுதுதான் அவரது நிறுவனத்தில் வேலை பார்த்த தொழிலாளிகளுக்கு வேண்டிய புதிய சீருடைகளைத் தைக்கத் தந்திருந்தார்.

தைக்கக் கொடுத்த துணிகளை வாங்குவதும் பிறகு அளவு சரிசெய்யத் செல்வதுமாக இருந்த பாபு, பிறகு காரணம் எதுவுமில்லாமலே அடிக்கடி அவளைச் சந்திக்க ஆரம்பித்தார்.

இப்பொழுது நினைத்துப் பார்த்தால் குருராஜன் நல்ல மனிதர்தான். திரும்பவும் அவரிடம் வேலை கேட்கலாம். அவர் மன்னித்து மறுபடி வேலைக்குச் சேர்த்துக்கொள்வார். ஆனால், தோல்வியின் விளிம்பில் நிற்கும்போது பாபுவின் திருமணம் ஓர் அவசர நெருக்குதலில் தீர்மானம் ஆனது. குருராஜனிடம் திருமணம் பற்றிய தகவலைச் சொல்லத் தயங்கினார், அந்த முன்யோசனையற்ற பிழை மறுபடியும் அவரிடம் நெருங்க முடியாமல் தடுத்தது. அடுத்த நாள் காலையில் யாரிடம் வேலை கேட்பது என்கிற குழப்பத்திற்கு விடை தெரியாமல் இருந்தாலும் ஜெனிட்டா பிள்ளையாண்டது. மனதின் அத்தனை துயரங்களையும் கழுவிப் பளீரென ஆக்கியது.

“ஜெனி, அந்தோணியார் கோயில்ல இன்னிக்கு ராத்திரி வாசாப்பு நாடகம் இருக்காம் போலாமா.”

“நெசமாவா சொல்றே நீயுமா வர்றே?”

“நான்தான் உன்னைக் கூட்டிக்கிட்டு போறவனே.”

ஜெனிட்டா சற்றும் எதிர்பாராமல் அவரது கன்னத்தில் சிலீரென ஒரு முத்தமிட்டாள். கோடைமழையின் ஒரு துளி சொட்டென விழுந்தது போல இருந்தது.

2. வாசாப்பு நாடகம்

2015ஆம் ஆண்டு ஜூன் மாதம்.

பாபு ஒரு முழுமையான விசுவாசி என்று சொல்ல முடியாது. வாரம் தவறாமல் பிரார்த்தனைக்குச் செல்பவரும் இல்லை. இன்னும் சொல்வதானால் அவர் தேவாலயத்துக்குச் செல்வதே இல்லை. கிறிஸ்துமஸ் காலங்களில் இவற்றை எல்லாம் தவிர்க்க, தாம் வளர்ந்த முகாமுக்குச் சென்றுவிடுவார். வருடந்தோறும் ஜப்பார் பாயைப் பார்க்க அதைத்தான் உகந்த நேரமாக வைத்திருந்தார். ஆனால் திருச்சபைகளில் எப்பொழுதாவது வாசாப்பு நாடகம் நடக்கிறது என்றால் உள்ளுக்குள் இனம் புரியாத மகிழ்ச்சி குறுகுறுக்கும். அவரையும் அறியாமல் அவரது நரம்புகளுக்குள் ஏதோ ஒன்று குதியாளம் போடும். அவரது உற்சாகம் அவரை இழுத்துக்கொண்டு தேவாலயத் திருவிழாத் திடலுக்கு அழைத்து வந்துவிடும்.

ஒருமுறை ஜப்பார் பாயிடம் தனக்கு ஏன் வாசாப்பு நாடகம் பிடிக்கிறதென்று தெரியவில்லை என்று சொன்னார். இத்தனைக்கும் நாடகத்தில் தேர்ந்த நடிகர்கள் நடிப்பதில்லை. குரல் வளம் மிக்க பாடகர்களும் பாடுவதில்லை. ஒப்பனை கூட அதீத வண்ணத் தீற்றல்களாக இருக்கும். பெரும்பாலும் பெண் வேடத்தில் ஆண்கள்தான் நடிப்பார்கள். இருந்தாலும் வாசாப்பு நாடகம் எவ்வளவு பின்னிரவில் நடந்தாலும் விடாமல் சென்றுவிடுவார். ஜெனிட்டாவும் அவரும்

கல்யாணத்துக்கு முன்பாக ஒரு முறை வாசாப்பு நாடகம் நடந்த திடலின் அதி இருட்டுப் பகுதியில்தான் ஒருவர் மீது ஒருவர் உரசியபடி அர்த்தமில்லாமல் சிரித்துக்கொண்டு அமர்ந்திருந்தனர். உண்மையில் அன்றைக்கு நடந்த நாடகத்தில் கோமாளியாக நடித்தவன் இவர்கள் இருவரின் மிதமிஞ்சிய சிரிப்பில் தனது அபார நடிப்புத்திறனுக்கு மிக உயர்ந்த சங்கரதாஸ் சுவாமிகள் விருது கிடைத்தது போல உணர்ந்திருப்பான். ஜெனிட்டாவுடன் இருந்த அந்த இனிய பொழுதுகள் காரணமா என்று மனதுக்குள் தோன்றியது. ஆனால் ஜப்பார் பாய் சொன்ன காரணம் வேறு மாதிரியாக இருந்தது. அனேகமா உன்னுடைய மூதாதையர் வாசாப்பு நாடகத்தில் நடித்தவர்களாக இருக்கலாம். இலங்கையின் மன்னார் பகுதிகளில் வாசாப்பு நாடகம்தான் பிரசித்தி பெற்ற மக்கள் கலை. உன் ரத்தத்தில் அது கலந்திருக்கலாம் என்று சொன்னார். ஒருவேளை அது உண்மையாகக் கூட இருக்கலாம். அதன் காரணமாகவும் அந்த நாடகங்கள் மீது அதீத ஈர்ப்பு வந்திருக்கலாம்.

ஜெனிட்டாவுடன் இரண்டாவது முறையாக அங்கு செல்லும்போது முந்தைய முறை உள்ளுக்குள் இருந்த அச்சம் இல்லை. ஆனால் அதே குறுகுறுப்பு இருந்தது. இன்றைக்கும் அவள் குப்பத்துக் குயில்தான். அவளருகில் நடந்து செல்வது பெருமிதமாகத்தான் இருந்தது.

அவர்கள் அங்கு போன போது நாடகம் ஆரம்பித்துச் சில நிமிடங்கள் ஆகி இருக்கலாம். இரண்டு ராஜாக்கள் நாடகம். சீரிய ராஜாவின் வீரமிகு தளபதி தனது அகங்காரச் சிரிப்பை ஒவ்வொரு பக்கமும் திரும்பி நின்று அமர்ந்திருப்போரை உற்றுப்பார்த்து விகாரமாக விரித்துக்காட்டினான். அவனது தலையில் மரகிரீடம் ஜிகினா தாள்கள் ஒட்டப்பட்டு எல் இ டி விளக்கொளியில் தகதகத்தது. ஒரு காலத்தில் பெட்ரமாக்ஸ் விளக்குகள்தான் மங்கலாக எரிந்துகொண்டிருக்கும். அதில் கறுத்த முகங்கள் மஞ்சளாக மினுக்கும்.

நாகமான் வேடமிட்டவர் இடுப்பில் தோல் உறைகள் அதில் மரவாள் ஒன்று வைக்கப்பட்டிருந்தது. இடுப்பில் பஞ்சு மிட்டாய் வண்ணத்தில் ஒரு சீலை. பின் முதுகில் நீளமாகத் தொங்கவிடப்பட்ட பச்சை வண்ணச் சீலை. மார்பில் பொடி வண்ணத்தில் கவசம் தாடையில் ஒட்டப்பட்ட செம்பட்டைத் தாடி. அது அவர் சிரிக்கும் போதெல்லாம் தனியாக ஆடியது. தலையில் மரமுடி. மேடைக்குமுன் அறிவிப்பாளர் போல ஒருவர் அமர்ந்திருப்பார். அவரைக் கதை சொல்லி என்று அழைப்பார்கள். அவர், அங்கு அமர்ந்திருக்கும் மக்களுக்கு கதை

புரியாது என்பதால் நாடகத்தின் கதையை இடையிடையே சொல்லுவார். விளம்பரம் செய்வார். இன்னபிற அறிவிப்புகளையும் செய்வார்.

கதைசொல்லி:
தன்னானே தானே தன்னான்னா
தானன்னே தானா தரன்ன்னா

விருத்தப்பா

என்று தொண்டையைக் கனைத்தார்

"என்னவோ விருத்தப்பா அப்படின்னு எல்லாம் சொல்றாங்களே... தமிழ் இலக்கணம் படிச்சவங்களா இவங்க?" அப்பாவியாகக் கேட்டாள் ஜெனிட்டா.

"இதெல்லாம் வழி வழியா சொல்றது. சாமியார் பூஜை செய்றப்ப பூனையைக் கட்டச் சொன்ன கதை உனக்குத் தெரியுமில்லே."

"ஆமா."

"அது மாதிரிதான். நாடகம் ஆரம்பிக்கறப்ப விருத்தப்பா அப்படின்னு சொல்லிட்டு அவங்க இஷ்டத்துக்கு இட்டுக்கட்டிப் பாடறதுதான்."

"வாசாப்புன்னா தெருவுக்குத் தண்ணி லாரி வர்றப்ப குடம் வைக்கற சண்டையில பொம்பளைங்க ஒருத்தருக்கொருத்தர் சாபம் வுடுவாங்களே.... அதுவா?"

"அது இல்லை" சிரித்த பாபு "வாசகப்பா அப்படிங்கறதுதான் ஒரிஜினல் பேரு. கூத்துக்கட்டி ஆடறவங்க முன்னெல்லாம் அதிகமா பாட்டுதான் பாடுவாங்க. அதே மாதிரி எல்லா ஆக்டரும் ஆடிக்கிட்டுதான் இருப்பாங்க. பாட்டை எல்லாம் கொறைச்சிப் பேசறதைக் கொஞ்சம் அதிகமாக்கி நாடகம் மாதிரி பிற்பாடு போட ஆரம்பிச்சாங்க. அதனாலதான் வாசகப்பா அப்படிங்கற பேரு. எல்லாம் சுருங்கி இப்ப அனர்த்தமாயிடுச்சு."

"அண்ணே பாபு அண்ணே என்னண்ணே இங்க தரையில ஏண்ணே உக்காந்திருக்கிங்க. வாங்கண்ணே" என்ற குரல் கேட்டுத் திரும்பினார்.

குருராஜன் கம்பெனியில் தனக்கு ஹெல்பராக இருந்த சாமுவேல்தான் அப்படிக் கூப்பிட்டது.

"அட சாமுவேல் எத்தனை வருஷமாச்சு பாத்து... இருக்கட்டும்பா இங்கேர்ந்தே நல்லா தெரியுது."

“அட வாங்கண்ணே மேக்கப் கொட்டாயில சேர் இருக்கு ஜம்முன்னு அங்க உக்காந்து பாக்கலாம். அண்ணியை வேற கூட்டிட்டு வந்திருக்கீங்க.”

“பரவால்லே.... இருக்கட்டும் சாமுவேல்.”

“அட வாங்கண்ணே மியூசிக் ட்ரூப்ல நாந்தான் சுருதிப் பொட்டி வாசிக்கிறேன். சும்மா... வாங்கண்ணே எடம் இருக்கு” வலுக்கட்டாயமாக இழுத்துக்கொண்டு போனான். பாபுவுக்கும் அந்தச் சலுகை தேவையாக இருந்தது. ஜெனிட்டாவுக்கு முன்பாக கெத்துகாட்ட ஒரு நல்ல வாய்ப்பு நழுவவிடுவானேன் என்று உடன் கிளம்பினார். ஜெனிட்டா கூச்சத்துடன் அவர் பின்னால் நடந்தாள்.

மேடைக்கு மிக அருகில் ஒப்பனைக் கொட்டகை இரண்டாகப் பிரிக்கப்பட்டு தாராளமாக இருந்தது. ஒன்றில் அடுத்து நடிக்க இருக்கும் கலைஞர்கள் ஒப்பனையுடன் அமர்ந்திருந்தார்கள். அடுத்த பகுதியில் ஹார்மோனியம், தபலா, டேப்பு கிளாரினெட் சகிதமாக இசைக்குழுவினர் அமர்ந்திருந்தார்கள். இடம் தாராளமாகத்தான் இருந்தது. நான்கைந்து நாற்காலிகள் காலியாகக் கிடந்தன.

சாமுவேல் அங்கு தாட்டியாக அமர்ந்திருந்த ஒருவரிடம், “அண்ணே இவரு நம்ம கம்பெனியில வேலை பார்த்த மெஷினிஸ்ட். இது அவரோட வீட்டுக்காரம்மா.... எங்க அண்ணி” என்று குரலில் மரியாதையை ஒரு சிட்டிகை தூக்கலாகக் கலந்து சொல்ல, அவர் மெஷினிஸ்ட் என்பது ஏதோ கம்பெனியிலேயே மிக உயர்ந்த பதவி போல என்று நினைத்துக்கொண்டு டபக்கென்று எழுந்து நின்று வணக்கம் போட, மற்றவர்களும் அப்படியே வணக்கம் போட்டனர். ஒருகணம் ஜெனிட்டாவை ஒரு தேவதையைப் பார்ப்பது போலப் பார்த்தனர்.

“அண்ணே நீங்க உக்காருங்க” என்று சாமுவேல் பவ்யமாகச் சொன்னான். இருவரும் அமர்ந்தனர். மேடைக்கு மிக நெருக்கமாகக் கதைசொல்லி அமர்ந்திருந்தார். இப்பொழுதெல்லாம் கதைசொல்லிக்கு அதிகம் வேலை இல்லை. அவர்கள் நாடகத்தின் பாடல்கள் எல்லாம் பாடுவதில்லை. நடிப்பவர்கள்தான் அவ்வப்பொழுது பாடுகிறார்கள். அவர்களின் குரலுக்குச் சற்று ஓய்வு கொடுக்கவும். பார்வையாளர்களின் சோர்வைப் போக்க நடுநடுவே ஏதாவது சிரிப்புத் துணுக்குகளைச் சொல்லவும். நாடக கம்பெனி பற்றிய பராக்கிரமங்களைச் சொல்வதுமாக இருந்தார்... மறக்காமல் நாடகம் ஏற்பாடு செய்த ஊர்க்காரர்களைப் புகழ்வது,

இடையிடையே சன்மானங்களை உரக்கச் சொல்லி ஊக்குவிப்பது ஆகியனதான் கதைசொல்லிகளின் பிரதானப் பணியாக இருந்தன.

சீரிய ராஜாவுக்கு சிங்கம் போலொரு மாவீரன்தான்

கூரிய வாளெடுத்தால் குலை நடுங்கும் பகைகளுக்கு எல்லாம்

பாரிய படைகளுக்கு அவனொருவன்தான் பெருந்தலைவன்

கூடிய கூட்டத்துக்குச் சொல்லிடுவோம் அவன் பேரு நாகமான்தானே.... ஏ....

நாகமான்தானே... தான்னா தன்னனானே

அப்பேர்ப்பட்ட வீரன் அவன்

அப்பேர்ப்பட்ட வீரனா? ஓஹோ... எப்பேர்ப்பட்ட வீரன் அவன்?

கேளடா அவன் பேரு சொன்னா

அண்டம் அதிரும் அகிலம் நடுங்கும்

பூலோகம் புரளும் வானுலகம் நிமிரும்

அப்பொழுது நாகமானின் மனைவி மேடையில் வந்து நின்றாள்.

"சிரியா தேசத்து ராஜாவின் ராஜாவே. உங்கள் தேகத்தில் என்னவோ சுருக்கம் தெரிகின்றதே. விரல்கள் மடங்கி தோல் உரிகின்றதே வாசனாதி திரவியங்களையும் மீறி ஏதோ ஒரு துர்நாற்றம் வீசுகிறதே? ஏனோ என் மனம் கவலை கொள்கிறதே" என்று ஒப்பித்தாள் பாவனை ஏதுமின்றி.

கதைசொல்லி ஒலிவாங்கியை எடுத்து, "களஞ்சியைச் சார்ந்த கொடைவள்ளல் தொரசாமி அவர்கள் நாகமானின் மனைவி வேடமிட்ட கலைஞனுக்கு நூத்தி ஒரு ரூபாய் அன்பளிப்பாக மனமுவந்து அளிக்கிறார்... அவரும் அவரது குடும்பமும் அவரது சுற்றமும் நட்பும் பல்லாண்டு பல கோடி ஆண்டு காலம் வாழ்க வாழ்க என வாழ்த்துகிறோம்."

தவிலும் கிளாரினட்டும் சேர்ந்து உற்சாகமாக ஒலித்தன. நாகமானின் மனைவி வேடமிட்டவர் கூட்டத்துக்கு ஒரு கும்பிடு போட்டார்.

“அய்யோ நான் என்ன செய்வேன் எதிரிகளின் வாள்கள் தீண்டாத என் தேகத்தை ரோகம் வந்து தீண்டியதா?”

“கவலை கொள்ளாதீர்கள் பிரபு. இஸ்ரவேல் தேசத்து அருமைமிகு பணிப்பெண் என்னிடம் சொன்னாள்: நீங்கள் இஸ்ரவேல் தேசத்துக்குச் சென்றால் எலிசா என்னும் தீர்க்கதரிசி சித்தமாய் இருக்கிறார். அவர் உங்களின் நோயைத் தீர்த்துவைப்பார் என்று.”

கதைசொல்லி மறுபடியும் ஒலிவாங்கியை வாங்கி “கத்திவாக்கம் ஜோசப்பு எனும் மகாக் கொடையாளி நாகமானின் மனைவியாக நடித்து எல்லோரையும் கவர்கின்ற பாத்திரக்காரருக்கு இருநூறு ரூபாய்.... அதாவது இரண்டாயிரம் பொற்காசுகள் பரிசளிக்கிறார். அவரும் அவருடைய குடும்பத்தாரும் சுற்றத்தாரும் நட்புகளும் பல்லாண்டு பலகோடி ஆண்டு காலம் சிறப்பாக வாழ குழுவின் சார்பில் வாழ்த்துகிறோம்.”

மீண்டும் மேளமும் கிளாரினட்டும் கலகலவென ஒலிக்கின்றன.

ஒப்பனைக் கூடத்தில் நின்றிருந்த ஒருவன் “த்த்தா என்னடா ஆக்டு குடுத்தான்னு அவனுக்கு துட்டை அள்ளி அள்ளிக் குடுக்கறானுங்க. குஷ்டரோகி வேஷத்துல மரியதாசு பயங்கரமா பெர்பார்மன்ஸ் பண்றான். அவனுக்கு ஒர்த்தனும் குடுக்க மாட்டேங்கறானுங்க. பால்ராஜுக்கு மட்டும் எப்புடிரா?”

அதற்குள் காட்சி மாறி நாகமான் இஸ்ரவேல் வந்து எலிசாவைச் சந்திக்க முயல அவரது பணியாள் மறுத்து நாகமானை யோர்தான் நதியில் ஏழுமுறை குளிக்கும்படி சொல்கிற காட்சி வந்துவிட்டது.

தன்னைச் சந்திக்க மறுத்த எலிசா மீது கோபமாக இருந்த நாகமான் அங்கிருந்து ஆவேசத்தோடு திரும்புகிறான். அப்பொழுது அவனது மனைவியாக நடிப்பவர் மீண்டும் நாகமானிடம் வந்து, “அவர் சந்திக்காவிட்டால் என்ன பிரபு? அதுதான் வழி சொல்லிட்டாரே நீங்கள் யோர்தான் நதியில் ஏழுமுறை குளியுங்கள்” என்கிறாள்.

இப்பொழுது ஒப்பனையறையில் சலசலப்பு அதிகமாகிறது.

“என்னடா கதையை மாத்துறானுங்க... இப்ப எங்கடா அவன் பொண்டாட்டி வந்தா... நாகமானுடைய பாதுகாவலன்தானே இந்த டயலாக்கைச் சொல்லணும். அது எப்படி இங்க அவ வந்தா” என்று ஒருவன் சத்தமாகக் கத்தினான்.

கதைசொல்லி மீண்டும் ஒலிவாங்கியை வாங்கி "புழுதிவாக்கம் புஸ்பராசு என்னும் கொடைவள்ளல் நாகமானின் மனைவியாக நடித்தவருக்கு நூத்தி ஒரு ரூபாய் பரிசளிக்கிறார். அவரும் அவருடைய குடும்பத்தாரும் சுற்றத்தாரும் நட்புகளும் பல்லாண்டு பலகோடி ஆண்டு காலம் சிறப்பாக வாழ குழுவின் சார்பில் வாழ்த்துகிறோம்."

"டேய் டகுலு இதுல ஏதோ உள்குத்து இருக்கு. என்னடா பால்ராசு வாயைத் தொறந்தாலே துட்டு துட்டுன்னு சொல்றானுக. அப்படியென்ன அவன் பெரிய எம்.ஆர்.ராதா? வர்ற சீன் எல்லாம் அப்படியே கதறக் கதற ஆக்ட் குடுக்கறாரு டேய் அமல்ராசு அந்தக் கதைக்காரனை அப்படியே இங்க அள்ளிட்டு வா சொல்றேன்."

கதைசொல்லி தள்ளி வரப்பட்டான்.

"என்னா சித்தப்பு ஒவ்வொரு சீன்லேயும் பால்ராசுக்கு துட்டை கெடாசிக்கிட்டே இருக்கே ஸ்டேஜ் போறதுக்கு முன்னாடி பால்ராசு சில்றை மாத்தி ஓங்கையில குடுத்துட்டுப் போயிட்டானா?"

"சே சே அதெல்லாம் இல்லை. பாக்கறவன்தான் குடுத்துக்கிட்டு இருக்கான்."

"அப்படியே பிளேடை எடுத்தேன் கழுத்தை அறுத்துட்டுதான் மறுவேலை பார்ப்பேன். உண்மையைச் சொல்லு சித்தப்பு... இல்லே அந்தப் புழுதிவாக்கம் புஸ்பராசு யாருன்னு எனக்குக் காமி அவன் கழுத்தையாவது அறுக்கறேன்."

"உண்மையைச் சொல்லிடறேன் வுடுரா... பால்ராசுக்கு என் மகளைப் பார்த்துட்டு இருக்கேன். அவன் என்ன கலெக்டர் வேலையா பாக்குறான்? தெர்மல்ல கிளீனர் வேலைதானே பாக்குறான். நடிப்புல அவன் அப்படியே சிவாஜின்னு சொல்லி என் பொண்ணை இட்டாந்திருக்கேன். இங்கதான் கூட்டத்துல உக்காந்துருக்கா. சும்மா அவளுக்காவ ஒவ்வொரு சீனுக்கும் துட்டு தர்றா மாதிரி பில்டப் குடுத்து நான்தான் என் பணத்தை கொடுத்துக்கிட்டு இருக்கேன். பேரெல்லாம் கப்சா."

"யோவ் அதுக்குன்னு அந்த மொண்ணை சீனுக்கு எல்லாமா அள்ளிக் குடுப்பே... கூட நடிக்கிற நாங்க எல்லாம் உசுரைக் குடுத்து நடிச்சிக்கிட்டு இருக்கோம் வெளாடறீயா?"

"உடுப்பா ஒரு நல்ல காரியம் அதுக்கு ரெண்டு கோல்மால் பண்ணக் கூடாதா?"

“அடச்சே விட்டுத் தொலைங்கடா கர்மமா இருக்கு” என்றான் அருகில் இருந்தவன்.

ஜெனிட்டா திரைக்குப் பின்னால் நடந்த இந்தக் கூத்தைக் கண்டு விழுந்து விழுந்து சிரித்தாள். பாபுவுக்கு அவளது மகிழ்ச்சி மனநிறைவைத் தந்தது.

அதற்குள் நாகமான் யோர்தான் நதியில் (பின்னால் நதி ஓடுவது போல வரையப்பட்ட ஒரு பெரிய பேனர் தொங்கியது.) மரியதாசு குளிப்பது போல மிகப் பிரயத்தனப்பட்டு நடித்துக்கொண்டிருந்தான். ஒவ்வொரு முங்கிலும் பத்து பத்து சதமாக நோய் குணமாகி, கடைசி முங்கில் முற்றிலும் குணமாகிவிட்டதாகவேறு அதீதமாக நடித்துக் கொண்டிருந்தான். கூட்டம் பரவசமாகிக் கைதட்டியது.

நாடகம் நல்லபடியாக முடிந்து வீடு திரும்பும்போது பாபு மிகுந்த யோசனையில் இருந்தான். நாகமான் முதல் குளியலோடு எழுந்திருந்தால் அவனது குஷ்டரோகம் சொஸ்தமாகி இருக்காது. ஏழு முங்கு முங்கியதால்தான் முற்றிலும் குணமானது. அதுபோல நம்முடைய முயற்சியில் முதல் முறையே வெற்றி கிடைக்கும் என்று எதிர்பார்ப்பது முட்டாள்தனம்தானே. அடுத்தடுத்த முறை முயற்சிப்பதுதானே சரியாக இருக்கும் என்று தோன்றியது

சூதாட்டமும் மனித மனமும் ஒன்றுதான். திரும்பத் திரும்ப தன் மனம் விரும்பும் விட்டதைப் பிடிக்கணும் என்கிற அதே முடிவுக்குத் தன்னை இட்டுச் செல்ல காரணங்களைத் தேடித்தேடி சமாதானப்படுத்திக் கொள்ளும். எந்த முடிவையும் எடுக்கும் குழப்பத்தில் தன்னை ஆழ்த்திக்கொள்ள வேண்டாம் என்று தனக்குத் தானே சொல்லிக்கொண்டு அருகில் இருந்த ஜெனிட்டாவைக் கட்டிக்கொண்டு தூங்கும் முயற்சியில் முனைந்தார்.

3.குடையும் வண்டுகள்

2015ஆம் ஆண்டு ஜூன் மாதம்.

வண்டு ஒரு மர ஸ்டூலை போட்டு அதிலேறி கூரையின் இடுக்குகளில் செருகப்பட்டிருந்த பாட்டில்கள் ஒவ்வொன்றாக எடுத்தான். ஒரு சாக்குப்பையில் ஒவ்வொன்றாகப் போட்டு ஜாக்கிரதையாக நிரப்பினான். மனதுக்குள் எண்ணிக்கையைக் கூட்டிக்கொண்டே வந்தான். வழக்கமான மண்ணெண்ணெய் விளக்கு அளவுள்ள பாட்டில்களுக்கு நடுவே நீள்வடிவ பாட்டில்களும் வந்தன. பார்ப்பதற்கு டானிக் பாட்டில்கள் மாதிரி இருந்தன.

“அடங்கொய்யால... நானே சொருவ எடமில்லாம சொருவி வச்சிருக்கேன். இதுல இவன் வேற இங்கயே சொருவி வச்சிருக்கான்டா சத்யா....”

கீழிருந்து ஒவ்வொன்றாக வாங்கிக் கொண்டிருந்த சத்யா. “யார்ரா ஒன்னோட அண்ணனா?” என்று கேட்டான்.

“அய்யே அவன்லாம் ஒரு ஆளுன்னு.... என் அண்ணிக்காரி லேசா முந்தானியை வெலக்கி வச்சிட்டு எங்க கெளம்புறே அப்பபடின்னான்னு வச்சிக்க டவுசர்ல கக்கா போயிருவான்... பால் புட்டியிலேர்ந்தே இன்னும் வாயை எடுக்கலை எனக்கு முன்ன பொறந்து மானத்தை வாங்குது டோமரு... த்தா பாத்துக்கிட்டு நிக்குறே சாக்கைப் புட்றா...”

“செரி மாமு ரெண்டு கோட்டருக்குத் தேறுமா?”

“அடிங்க... கனா கினா கண்டுகினியா? காயலான் கடை சென்றாயன் அப்படியே அள்ளிக் குடுத்துருவான்...? பொச்சியை... பொத்திக்கிட்டு போடி... ஒரு கோட்டருக்குதான் தேறும். நல்லவேளை எங்க அப்பன் அவன் குடிச்சதை எல்லாம் இங்கதான் சொருவி வச்சிருக்கான். அவன் வர்றதுங்காட்டியும் எகிறிடணும். சீக்கிரம் கட்டு மாமு.”

“காளீஸ்வரன் கோயிலாண்ட ஒர்த்தன் ஸ்டீல் வேலைக்கு சாமானெல்லாம் கொண்டு வந்து எறக்கிக்கிட்டு இருக்கானுக.... குணா அண்ணன் காதுல போட்டு வெக்கணும். எப்படியும் மாமூல் வெட்றதுக்குச் சொல்லப்போவும் அப்படியே நம்ம ரெண்டு பேருக்கும் வேலைக்கு ஒரு வார்த்தை சொல்லுங்கண்ணான்னு துண்டைப் போடணும்... த்தா ஒரு செக்யூரிட்டி வேலை குடுத்தா கூட போதும்... இப்படி பாட்லு பொறுக்கி சரக்கு அடிக்கத் தேவயில்ல. நாலு ராடை சுட்டமா ஒரு ஃபுல்லுக்குத் தேத்தனமான்னு போய்ட்டே இருக்கலாம்.”

“நல்லா கேட்டியா மாமு சொம்மா எதுனாச்சும் கெளப்பிவுட்டுட்டு நீ பாட்டுக்கு மயிரேன்னு காலை கெளப்பிக்கிட்டு மட்டையாயிடுவே.... குணா அண்ணன்ட்ட வெள்ளாடல்லாம் முடியாது.”

“நானே நேர்ல கண்டுக்கினு வந்த மேட்டர் மாமு, ஹண்ட்ரட் பெர்சண்ட்டு அப்படியே கிளீனு.”

“சுத்தி காம்பவுண்ட்டை வெச்சிரப்போறான்... வரதராசு மாதிரி... அவ்ளோ ஒசரத்துக்குத் தூக்கிப் போட முடிலை மாமு.”

“இது மாடி வூடுரா பின்னாடி தெடல்ல ஒண்ணும் கட்டலே.... மேல ஒரு மொட்டைமாடி டஞ்சனு... அதுலதான் ஸ்க்ராப்பை வெப்பானுங்க அது செம்ம ஈசி மாமு. அப்படியே ஒத்தை ஆளு தூக்கிப் போட்றலாம் பின்னாடி குட்டைதான்.”

“எவனாச்சும் முந்துறதுக்குள்ள நாம குணா அண்ணனைக் கண்டுகினு வந்துருவோம்... போதும் மச்சி கூரை வழியா வெயில் வருது... இத்தினி நாளு பாட்டில்தான் எல்லா ஓட்டையையும் அடைச்சிக்கினு சேஃப் பண்ணி இருக்கு... இது என்னடா பொட்டலம்” கையில் சிக்கிய பொட்டலத்தைப் பிரித்தான், அதில் மூன்று ஐம்பது ரூபாய் நோட்டுக்கள், இரண்டு பத்து ரூபாய் நோட்டுக்கள் கசங்கலாக மடித்து வைக்கப்பட்டிருந்தன.

“குடுக்கற தெய்வம் கூரையைப் பிச்சிக்கினு குடுக்கும்னு சொல்லுவாங்களே, அது இதான் போல்ருக்கு. த்த்தா மவனே வேலு இங்கயா நீ ஒளிச்சி வச்சிருக்கே...? நம்ம கண்ணுல மாட்டாம பூடுமா?” ஹெ...ஹெ வென்று எகத்தாளமாகச் சிரித்தான். “அவ்வளவுதான் இது போதும் இன்னிக்கு... ஆளுக்கொரு கோட்டர் கௌம்புரா சீக்கிரம்... சீக்கிரம்... எங்கப்பன் வேலு வந்துட்டான்னா அவ்வளவுதான்.”

“ஒதச்சிருவாரா?”

“போடா என் லொங்கு... ஒதச்சா பராவால்லே அப்படிக்கா தொடச்சிக்கிட்டு இப்படிக்கா போய்ட்டே இருக்கலாம். துட்டைப் புடுங்கிட்டுப் போயிருவான் கௌம்புறா கௌம்புறா” அவசரம் அவசரமாகச் சாக்கையும் தூக்கிக்கொண்டு வெளியே ஓடினார்கள்.

“டேய் வூட்டைப் பூட்டலே? ’பா’ன்னு தொறந்து கெடக்குரா.”

“திருடனே வெளிய வந்துட்டேன். இனிமே இன்னா இருக்கு அங்க திருட? சீக்கிரம் வாடா மச்சி கடைப்பக்கம் தண்டல்காரன் வந்துட்டான்னா சரக்கு வாங்க முடியாது. துட்டைப் புடுங்கிருவான்.”

வண்டுவின் கைபேசி ஒலித்தது.

“டேய்... எலி போன் போடறான்டா அவனையும் இட்டுக்குனு போயிரலாமா சத்யா.”

“அவன் எதுக்கு? அவன் வெச்சிருக்கிற காசு சால்னாவுக்குக் கூட பத்தாது. அவன் பாட்டுக்கு அங்கேயே கெடக்கட்டும்.”

“அப்படின்றே செரி உடு... அலோ ....டே எலி எங்கடா இருக்கே?”

“பேட்டையில ஒர்த்தன் ஃபேக்டரி தொறக்கறானாம் மச்சி... மெட்டீரியலை இப்பதான் ஏறக்கரானுங்கோ ஸ்லாப் காம்பவுன்ட்டுதான் வர்றீங்களா இந்தப் பக்கம் குப்பை போட்றலாம்” என்றான் எலி அந்தப் பக்கம்.

“யார்ட்டையும் சொல்லலைல்லே.”

“டேய் கூமுட்டை யார்ட்டறா சொல்லுவாங்க... வந்தீன்னா எடத்தை இன்ஸ்பெக்ட் பண்ணிரலாம்.”

“த்த்தா இவரு பெரிய இன்ஸ்பெக்டரு... பகல்ல ரோந்து போவாரு... பேமானி மொதல்ல அந்த ஏரியாவுல கேமரா இருக்கா பாத்தியா?”

கொஞ்ச நேரம் எதிர்ப்பக்கம் சத்தம் எதுவும் காணோம்.

“எதுத்தாப்புல எதுனா காம்பவுண்ட் இருக்காடா?”

“ஆமாம் மச்சி இருக்கு. அதுல வெச்சிருக்கானுங்க.”

“ங்கொம்மால மூடிட்டு வா... இப்பல்லாம் தொப்பையனுங்க ஓடி ஆடி திருடனைப் புடிக்கிறதில்லே... உக்காந்த எடத்துலேயே கேமராவைப் பாத்து நொட்டிரானுங்க... நீ இன்னா பண்றே குறுக்கையும் மறுக்கையும் நடக்காம பொத்திக்கினு சரக்கு கடையாண்ட வந்து சேரு. சரக்கு போட்டுட்டு சாவகாசமா யோசிச்சிக்கலாம்.”

கைபேசியைச் சட்டைப்பையில் வைத்துக்கொண்டான்.

“அவனை ஏண்டா இப்ப கூப்புடறே? இருக்கற காசு நமக்கே பத்தாது அவன் வேற வச்ச வாயில ஒன்றை சொம்பு அடிப்பான். அவன் ஊரு காட்டுல தென்னை மரக்கள்ளு குடிச்ச பயடா” என்றான் சத்யா திகிலோடு....

“இப்ப அதெல்லாம் யோசிக்க முடியாதுரா டோமரு அவன் கண்ணும் பட்ருச்சு... இப்ப நம்ம கூட அவனை வெச்சிக்கலே... அப்புறம் அவன் தனியா ரூட்டைப் போடுவான். ஆளாளுக்கு ஒரே நேரத்துல தேட்டை போட்டோம்னு வெச்சிக்க ஃபேக்டரிக்காரன் உசார் ஆயிருவான். கொஞ்சம் கொஞ்சமா உருவுனாத்தான் டவுட்டு வராது ரொம்ப நாளைக்கு சைக்கிள் ஓட்டலாம். அதனால இப்ப பேஜார் பண்ணக்கூடாது மச்சி... அப்படியே ஆளை அமுக்கிரணும்... எலி கூட இருந்தான்னா காம்பவுண்டை ஈசியா ஓட்டை போட்ருவான். ஒருவேளை நமக்கு ஜாப் குடுக்கலன்னா...? அப்புறம் நமக்கு வேற வழி இல்லே தொளை போட்டுத்தான் ஆவணும்.”

“அப்படின்றே அதுவும் சர்தான்.”

“சென்றாயன் கடை வந்துருச்சு எதுத்தாப்புல போயி ஒரு டீக்கடை இருக்கும் பாரு அதுல உக்காந்து ஒரு ‘டீ’யைக்குடி. அப்புறம் நிதானமா பேப்பர் பாரு, சுத்திலும் நோட்டம் பாரு, கிராப்புத் தலையன் எவனாச்சும் இருக்கானான்னு. தலை தென்பட்டுதுன்னா ஒண்ணும் பண்ணாத அப்படியே டீக்கடைக்காரன் கிட்டே லோடு எதுனாச்சும் வருதுங்களா ஆளு வேணுமான்னு கேளு... அவன் வேணும்னு சொன்னா அப்படியே இங்க வந்துரு... ஆளு வேணாம்னு சொன்னான்னா அப்படியே சென்றாயன் கடைக்குப் போயிடு. பின்னாடியே நான் வந்துர்றேன்.”

“அது எதுக்கு மச்சி அவன்கிட்டே கேக்கணும்?”

“டேய் பல்பு உனக்கு ஒரு கருமாதியும் புரியாது. அவன்தாண்டா மாமன்களுக்கு கேஷியரு... நாம குடுக்கற காசை இவனுங்கதான் வாங்கி வெப்பானுங்க. டாணாக்காரன் இருக்கானுங்கன்னா லோடு வருதுன்னு சொல்லுவான். இல்லன்னா வரலைன்னு சொல்லிருவான். எடை போட்டுப் பணம் வாங்கிட்டு வரச்சொல்ல அவனுக்கு ஒரு நூறு ரூபா குடுத்துரணும். மாமனுங்க இருந்தா அவங்களுக்கும் கணக்குப் பண்ணி சேத்துக் குடுக்கணும். எப்பயும் எடை போட நான்தானே வருவேன். அதான் ஒனக்குத் தெர்லே தம் இருக்காடா?”

“ஒண்ணுதாண்டா இருக்கு.”

“ஒடச்சிக் குடுத்துட்டுப் போ. நான் இங்க இருக்கேன்.”

சிகரெட்டைப் பாதியாக உடைத்து அவனிடம் ஒரு பகுதியைக் கொடுத்துவிட்டு, டீக்கடை நோக்கிக் கிளம்பினான் சத்யா.

டாஸ்மாக்கில் இருந்து குணா வீட்டுக்கு வேகவேகமாக இருவரும் நடந்து சென்றனர். சத்யாவின் நடையில் ஒரு துரிதம் தெரிந்தது.

“ஏண்டா எலியைக் கூப்புடலே... அப்படியே அவனை வெட்டிவுட்டுட்டே... அவன் ரொம்ப நாளா குணா அண்ணனைப் பாக்கணும்னு கேட்டுக்கிட்டே இருந்தான்.”

“அதெல்லாம் ஈசியா கூட்டிட்டு போயிரக்கூடாதுடா சத்யா... அப்புறம் நம்ம புள்ளிங்கோ தனியா ரூட்டைப் போடுவானுங்க... கம்பெனியில வேலை குடுத்துட்டனுங்கன்னா பின்னால அவனைக் களட்டி வுட்றலாம் மாமு. மொல்ல நடறா எக்ஸ்பிரஸ் கணக்கா பறக்குற...”

“பக்கத்து டேபிள்லேர்ந்து ஒரு பாட்டிலை அடிச்சிட்டேன்டா அவன் உசாராயி தேடிட்டு வர்றதுக்குள்ள நாம எட்டப் போயிறணும்.”

“அடப்பாவி எப்படா அடிச்சே?”

“அவன் பாட்டுக்கு குறுக்க நடக்கறப்ப நம்ம மிக்சரை ஒரு கை எடுத்து வாயில போட்டுட்டு போனான். ங்கோய்யாலே அண்ணாத்தைக்கு போத ஏறிடுச்சாம்... மவனே அஞ்சு ரூபா மிக்சர்னாலும் கேட்டுட்டு எடுக்கணும்லே... அதான் அவன் அசந்த நேரம் பாத்து அவன் சரக்கு பாட்டிலை அடிச்சிட்டேன் மச்சி.”

“சரி அப்ப அந்த பைப்படி ஓரம் ஒதுங்கு அப்படியே தண்ணி ஊத்தி அடிச்சிரலாம்.”

“வேணாம் மச்சி… அப்படியே குணா அண்ணன்கிட்ட குடுத்துரலாம் உனக்குதாண்ணே வாங்கிட்டு வந்தோம்னு சொல்லிரலாம். மஜா ஆயி வேலையை வாங்கிக் குடுத்துரும். அப்புறம் ஈசியா நாம கையை வெக்கலாம்.”

“பார்ரா ரொம்ப திங் பண்றீங்கடா.”

“அதுவுமில்லாம இந்த மாரி திருட்டுப் பொருளை எல்லாம் ஒடனே பெரிய மனுசனுங்க கிட்டே கைமாத்தி வுட்டரணும் அப்பத்தான் சேஃப். என்னிக்காச்சும் புடிச்சான்னு வெச்சிக்கயேன்… அதாண்ணே அன்னிக்கு ஒன்கிட்ட குடுத்தேன்லே அந்தச் சரக்குதான்னு சொல்லிரணும் காப்பாத்திருவானுங்க.”

“டேய் எந்த ஸ்கூல்லடா படிச்சீங்க நீங்க?” என்று சொல்லிவிட்டு பயங்கரமாகச் சிரித்தான் வண்டு.

4. புத்திக் கொள்முதல்

2015ஆம் ஆண்டு ஜூன் மாதம்.

மறுநாள் விடிந்தபோது மீர்காசிம் தனது அரதப்பழசான புல்லட்டை உறுமவைத்து பாபு வீட்டிற்கு முன்னால் நிறுத்தி ஆக்சிலேட்டரைத் திருகி பாபுவை எழுப்பினார்.

"என்ன பாய் காலையிலேயே?"

"என்னா பாபு நாலுநாளா உன்னோட ஒர்க்ஷாப் பூட்டியே கிடக்கு" வண்டியை நிறுத்திக்கொண்டே கேட்டார்.

உஷ் என்று வாயில் விரலை வைத்துச் சத்தமா பேசாதே என்பது போல சைகைகாட்டினார் பாபு.

"ஓ... சரி சரி தங்கச்சி என்ன அடுப்படியிலே இருக்கா?"

"ஆமா வந்த விஷயத்தைச் சொல்லுங்க பாய்."

"உன்னை மாதிரி வேலைக்காரனை இப்படி அர்ஜன்ட் சலவைக்குப் போட்டது மாதிரி போட்டு கும்மி இருக்கக் கூடாது. நான் என்ன சொல்றேன்னா உழைப்பைக் குடு பணத்தைக் குடுக்காதே அதான் நம்ம கான்சப்டு."

காசிம் சொல்வது சரிதான் எனப்பட்டது. ஏன் இதை முன்னமே யோசிக்காமல் போனோம். முதலாளியாக அத்தனை அவசரப்பட்டிருக்கக் கூடாது.

“கிண்டியை விட்டு வந்து ஒரு எட்டு வருஷம் இருக்குமா?”

“பன்னண்டு வருஷத்துக்கு மேல இருக்கும் பாய்... சரியா நெனைவு இல்லை. கண்டிப்பா பத்து வருஷத்துக்கு மேலதான் இருக்கும்.”

“இப்பவும் நீ கம்பெனி ஆரம்பிச்சது தப்புன்னு சொல்ல மாட்டேன். ஆனா அதுக்குக் கொஞ்ச வருஷம் இந்த ஸ்மால் ஸ்கேல் இன்டஸ்ட்ரியில சூட்சுமம் பழகணும். இங்க வேலை செய்யற தெறம மட்டும் பத்தாது. எவன் சூது செய்வான் எப்படி சூது செய்வான்னு பழகறதுக்குச் சில வருஷம் ஆவும். அதுவரைக்கும் பொறுத்திருக்கணும்.”

“சர்தான் பாய்.”

“அத்த வுடு. நட்டமானா கணக்கு நோட்டுல நட்டம்னு எழுதக்கூடாதுன்னு எங்க வாப்பா சொல்லுவாரு. செலவை புத்திக் கொள்முதல்னு எழுது அப்படிம்பாரு. அப்படி நோட்டுல எழுதி வச்சிட்டு அந்த நோட்டை ஓரமா வெய்யி. நான் உனக்கு அயனான பார்ட்டியைக் காட்டி வுடுறேன். நீ பத்துப் பைசா கையிலேர்ந்து எடுக்க வேணாம். ஆனா நீதான் முதலாளி.”

“என்ன பாய் வெளையாடறீங்க... ஏற்கனவே நான் பன்னெண்டு லட்சம் கடன்காரன். அத்த எப்படி அடைப்பேன்னு தெரியலே... இதுல மொதலாளியாம்.”

“அந்தக் கடனை அடைச்சிடலாம், எண்ணி ரெண்டே வருஷத்துல. அடைச்சிடலாம் கவலையை வுடு.”

“சத்தியமா புரியல.”

“சிங்கப்பூர் ரிட்டர்ன் பார்ட்டி கையிலே லட்சக் கணக்குல காசை வச்சிக்கிட்டு என்ன பண்றதுன்னு தெரியாம முழிச்சிக்கிட்டு நிக்குது. அவன் ஒண்ணு இல்லே நாலு சி.என்.சி. மெஷின் போடறேன்னு சொல்றான். ஆனா அவனுக்குத் தொழில் தெரியாது. அவங்கப்பா கொஞ்ச வருஷம் மெஷின்ல வேலை செஞ்சிருக்காரு. ஆனா அவருக்கு மார்க்கெட்டிங் தெரியாது. யாரை எப்படிப் பிடிக்கணும்? ஆர்டருக்கு எவ்வளவு பர்சென்டேஜ் வைக்கணும்னு தெரியாது. அதுவுமில்லாம அவருக்கு வயசாயிடுச்சு. அவனுக்கு வொர்க்கிங் பார்ட்னர் வேணும். கம்பெனியைப் பாத்துக்கணும், ஆர்டர் பிடிக்கணும், அப்புறம் மார்க்கெட்டிங் பண்ணணும். உனக்கு மாசம் இருவதாயிரம் சம்பளம். அதோட உன்னோட பேர்ல பார்ட்னர்ஷிப்... பர்சென்டேஜ்

எவ்வளவுன்னு நீயே பேசிக்கோ. வருஷம் ஆனா இத்தனை ரூவான்னு கணக்குப் பண்ணி வாங்கிக்கலாம்.''

“யாரு பாய் அது?''

“நீ ஊன்னு சொல்லு? நாளைக்கு நான் இட்டுட்டுப் போறேன். நேரா பேசிக்க எனக்கு இதுல நயா பைசா பிரயோசனம் இல்லே. அவரு வேலை தெரிஞ்ச ஆள் வேணும்னு கேட்டாரு. உனக்கு இப்ப உடனடியா வேலை வேணும். கோத்துவுடறேன் அவ்வளவுதான்.''

“சரி பாய் அவருக்கு இடம் இருக்கா.''

“ஆமா அனகாபுத்தூர்ல ஒரு வூடு இருக்கு. நாலு மெஷின் இல்லே, இன்னும் பத்து மெஷின் போடற அளவுக்குப் பெருசு. த்ரி ஃபேஸ் கனெக்ஷன் இருக்கு. நீ உன்னோட பசங்களைக்கூட வேலைக்கு இட்டுக்கலாம். அவனுங்களுக்கு வேலை கொடுத்த மாதிரி இருக்கும் இன்னா சொல்றே?''

கர்த்தாவே நீ என்னைக் கைவிடலை. தானா வந்து வாசல்ல கூப்புடுது! சந்தர்ப்பம் விட்டுடக் கூடாது.

“சரி பாய் நாளைக்குப் போவலாம்....'' உள்ளே திரும்பி “ஜெனி...'' என்று அழைத்தான்.

“அதெல்லாம் ஒண்ணும் வேணாம் பாபு நான் கிளம்பறேன்.''

ஜெனி உள்ளிருந்து வந்தவள், “கொல்லைப் பக்கம் இருந்தேண்ணே கவனிக்கலை.''

“பரவால்லைமா நான் கெளம்பறேன்.''

“டீத்தண்ணி எல்லாம் சுமாரா போடுவேண்ணே அதெல்லாம் பயப்படாதீங்க.''

“அட நீ வேற தங்கச்சி, உனக்கு ஏன் சிரமம்னு பாத்தேன், ரெண்டு இஞ்சி தட்டிப்போட்டுச் சூடா குடு தாயி'' அவள் உள்ளே போய்விட்டாளா என்று உறுதி செய்துவிட்டுப் பிறகு சன்னமான குரலில் அவர் காதருகே சென்று பேசினார் பாபு.

“நம்ம மிஷினை ஒரு நல்ல வெலைக்குப் பேசிவுடுங்க பாய். அந்த ஆளுங்ககிட்டயே பேசிப்பார்க்கலாமா?''

“இல்லை பாபு... அதுல தெளிவா இருக்காங்க. வாங்குனா புது

மெஷின்தான். பழசு சரிப்படாதுன்னு அவங்க அப்பா கட் அன்ட் ரைட்டா சொல்லிட்டாரு. அதுவுமில்லாம நாமதான் அதுல வேலை செய்யப்போறோம், என்னிக்காச்சும் நட்டுக்குச்சுன்னு வச்சிக்க, உன்னாலதான் போச்சுன்னு கொறை பாடுவானுங்க. அப்புறம் அவனுங்க கூட மல்லுக்கட்டணும் உன் மெஷினைக் கூடயோ, கொறைச்சயோ வேற எவன்ட்டயாவது தள்ளிவிட்டரலாம். அதுவுமில்லாம ராசி இல்லாத மெஷினு.... உன்னையே கவுத்துடுச்சில்லே."

கேட்கும்போது வலித்தது. கசப்பாகச் சிரித்தார் பாபு.

"நீ ஒண்ணும் யோசிக்காதே. நான் வித்துக் குடுத்துடறேன். அது ஒண்ணும் பிரமாதமில்லை, மிஷினை இப்ப பார்த்துடுவோமா?"

"சரி பாய்."

"ஆமா அந்த சாலமன் எங்க இருக்காரு?"

"தெரியலை பாய். ரொம்ப வருஷமாச்சு... ஆனா ராமாமிருதம்தான் அடிக்கடி போன் பண்ணிக்கிட்டே இருக்காரு" டீயைக் குடித்துவிட்டு இருவரும் கிளம்பினர்.

எர்ணாவூரில் ஒரு குறுகிய கடைவீதியில் நெருக்கடியான சிறிய இடம். ஒரு மெஷினுக்கும் இன்னொன்றுக்கும் இடையில் தாராளமாக நடந்து போக முடியாது ஒருக்களித்த மாதிரி ஒரு பக்கமா நடக்கணும்.

"ஏம்பா மிஷினை வச்சிட்டு அதுக்கப்புறமா கட்டுன கடையா இது? சுகுரா இருக்கு?"

"இதுக்கே வாடகை ஐயாயிரம் குடுக்கறேன் பாய்."

"சரி நீ ஒண்ணு பண்ணு - உன் கடை ஓனர்கிட்டே நான் மெஷின் ரிப்பேர் பண்ற மெக்கானிக் இங்க வச்சி ரிப்பேர் பண்ண முடியாதுங்கறாரு... அவரோட வொர்க் ஷாப்புக்கு எடுத்துட்டுப் போவாரு. நான் நாலு நாள் ஊர்லே இருக்க மாட்டேன். வேளாங்கண்ணி போறேன்... அப்படின்னு சொல்லிட்டு, இந்தா ஐயாயிரம் இந்த மாசம் வாடகைன்னு குடுத்துடு. ரெண்டு நாள்லே நான் மெஷினைத் தூக்கிடறேன் அதுக்கப்புறமா வா."

"நாலு மாச வாடகைப் பாக்கி பாய்."

"இங்க பாரு பாபுப் மனுஷன் மனசிலேர்ந்து பாய்சன் திடுக்குன்னு ஊத்துக் கணக்கா பொசுக்குன்னு கிளம்பும். பணம்தான் விஷமுறி மருந்து. லேசா தெளிச்சா போதும், சட்டுன்னு நீர்த்துப் போயிடும்.

அப்புறம் லேசா மயில்தோகை மாதிரி நீவி விடணும். கொஞ்ச நாளைக்கு அடங்கிக் கிடக்கும். திரும்பக் கிளம்பற அன்னிக்குப் பாத்துக்கிடலாம். பணத்தை இப்ப குடுக்காதே, நான் பத்து மணிக்கு வர்றேன்னு சொன்னா, நீ ஒம்போது மணிக்குக் குடுத்துட்டு கிளம்பு. ஒரு மணிநேரம்தான் கேப் குடுக்கணும். ரொம்ப விட்டா பணம் செலவாயிடும். மனசு மாறிடும். வேளாங்கண்ணிக்குப் போயிட்டு போன் போட்டு மிச்சப் பணத்தை இன்னும் இருவது நாள்ல ஏற்பாடு பண்ணிடறேன்னு சொல்லு. அதுக்குள்ளே மெஷினை வித்துடறேன்."

"ஒரு நாலு லட்சத்துக்குக் குடுத்துடலாமா?"

"என்னது நாலு லட்சமா? அவ்வளவுக்கெல்லாம் போவாது பாபு ரெண்டரைக்கு முடிச்சிடலாம்."

"புது மெருகு குறையாம அப்படிப் பார்த்துப் பார்த்து யூஸ் பண்ணி இருக்கேன். கடனே பன்னண்டு லட்சம் இருக்கு பாய். லாபம் பாக்க விக்கலை. என் நெலமை அத்தனை மோசமா இருக்கு. ஜெனி வேற மாசமா இருக்கா."

"அட நீ அத்த சொல்லலையே... புள்ளை பொறக்கப்போற யோகம் உனக்குப் புது பிசினஸ் அமையுது. நீ ஒண்ணும் கவலைப்படாதே என்னால முடிஞ்ச மட்டும் அதிகமா வித்துக்குடுக்கறேன். எனக்கு கமிசன் பத்துப் பைசா தர வேணாம்."

"நல்ல வெலைக்கு வித்துக்குடுத்தா உங்களுக்குத் கோடி புண்ணியம் பாய்."

"என்கிட்டே விடு நான் பாத்துக்கறேன். ஆமா கையிலே செலவுக்குப் பணம் இருக்கா? வேளாங்கண்ணி போகணும். தங்கனும்ணு சாப்புடணும்."

"இல்லை பாய்."

"இந்தா இன்னும் அஞ்சாயிரம் வச்சிக்க டாக்டர்கிட்ட காமிச்சு பிரயாணம் பண்ணலாமான்னு கேட்டுக்க. நான் பார்ட்டியைப் பிடிச்சு ஃபைனல் பண்ணிட்டுச் சொல்றேன். அப்புறமா கிளம்பு. நான் மெஷினைத் தூக்கிடறேன்."

"சரிங்க பாய்."

"நாளைக்கு அவங்ககிட்ட கறாரா பேச வேண்டியது உன் பொறுப்பு.

எனக்கு இப்படி வாங்கி அப்படி விக்கத்தெரியும் அவ்வளவுதான். உனக்கு என்ன தேவை எவ்வளவு தேவை எல்லாத்தையும் நீதான் யோசிச்சு வச்சுக்கணும். எனக்கு அது பத்தி எல்லாம் ஒரு மண்ணும் தெரியாது.''

"நான் பேசிக்கறேன் பாய்.''

"எதுனாச்சும் எழுதி வாங்கிக்கணும்னா அதையும் தெளிவா சொல்லிடு. அப்புறம் என் கிட்ட பிராது சொல்லக்கூடாது. சரிதானே?''

"சரி பாய். நீங்க இவ்வளவு உதவி செய்யறீங்க. உங்ககிட்டயும் புகார் வராது. உங்களைப் பத்தியும் புகார் வராது.''

"ஆமா உன்னோட இடத்துல ஸ்க்ராபிருக்குமே அதை எல்லாம் என்ன பண்ணப்போறே?''

"அத வச்சிக்கிட்டு என்ன பண்ணப்போறோம்? நல்ல வெலைக்கு வித்துட வேண்டியதுதான்.''

"அறிவழகன் வுட்டு ஓட்டுன மாதிரி நீயும் வுட்டுடாதே.''

"என்னாச்சு அறிவழகனுக்கு?''

"அட அவரும் ஒன்னை மாதிரி மண்ணாந்தை. கூடவே ஒரு சொம்பு இருப்பானே நாராயணன்னு.''

"ஆமா மார்க்கெட்டிங் மேனேஜர்.''

"அந்த ஆளுதான் ஏகப்பட்ட தில்லுமுல்லு பண்ணிட்டான். இப்ப அறிவழகனுக்கு ஆறு வருஷத்துலே கிட்டத்தட்ட ஒம்போது லட்சம் லாஸ். அறிவுதான் அம்பத்தூர்லேயே ஸ்மால் ஸ்கேல் இண்டஸ்ட்ரியில கிங்கு மாதிரி இருந்தான். பதினஞ்சு மெஷினு, நாலு லேத்து, ஒரு லாரி, மூணு மினிடார்னு ஜகஜோதியா இருந்தாப்புல. லாபம் கணக்கு வழக்கு இல்லாம வந்துச்சு.

ஷானே மோட்டார்ஸ் கம்பெனிக்கு அவன்தான் ஆக்சில், ஸ்டீயரிங் பார்ட்ஸ் எல்லாம் சப்ளை பண்ணிக்கிட்டு இருந்தான். இந்த ஸ்க்ராப் இவ்வளவு வேல்யூ உள்ளதுன்னு தெரியலை அவ்வளவையும் நாராயணன் கொஞ்சம் கொஞ்சமா அவருக்குத் தெரியாம வித்துட்டான். இப்ப ஆளில்லை எங்க போனான்னு தெரியலை. அவன் குடும்பம் காரைக்குடியில இருக்குன்னு சொல்லி இருக்கான். ஆனா அதுவும் போங்கு. அறிவுக்கு ஒரு வருஷமா ஷானே மோட்டார்காரன் பிசினஸ்

குடுக்கலை. அப்பதான் அவன்கிட்ட ஸ்கிராப் பத்திச் சொல்லி இருக்காங்க. போய் கொடவுன்ல பாத்தா அம்பாதாயிரத்துக்குதான் ஸ்க்ராப் இருக்கு எல்லாத்தையும் அறிவு சொன்னாருன்னு அப்பப்ப வித்துட்டு தன் பாக்கெட்டுல போட்டுகிட்டான் நாராயணன். ரசீது இல்லாம டூப்ளிகேட் ரசீது போட்டு ஏகத்துக்கு ஏப்பம் விட்டுட்டான்"

"இப்படி ஆளாளுக்கு திருடினா குறுந்தொழில் பண்றவங்க எப்படித்தான் பொழப்பை ஓட்டறது?

"அறிவழகன் ரொம்ப நொடிச்சுப் போயிருக்கான். அவனோட ஆறு மிஷினை வித்து பேங்க் லோன் அடைக்க நான்தான் ஏற்பாடு பண்ணினேன். இன்னும் ஒம்போது மிஷின் இருக்கு... அதுல ரெண்டு மெஷின் டோட்டல் கொலாப்ஸ். அதுலேர்ந்து ஸ்பேர்ஸ் கழட்டி அப்பப்ப ரிப்பேரான மிஷின்களைச் சரி பண்ணி இருக்கானுங்க... லாபம் வர்றப்ப அதெல்லாம் பெரிய விஷயமா இருக்காது. இப்பதான் எல்லாம் அறிவுக்குத் தெரிய வந்துச்சு. என்ன பிரயோசனம். புத்திக் கொள்முதலுக்கு லட்சக்கணக்குல தண்டம் அழ வேண்டியிருக்கு."

"நாம மறுபடி மெஷின் ஓட்டிட்டா அறிவுக்கு ஏதாச்சும் பிசினஸ் பண்ணணும் பாய்."

"இந்த நல்ல மனசுதான்யா ஒன்னை இன்னமும் காப்பாத்துது. சரி நான் வர்றேன் பாபு. ஞாபகம் வச்சிக்க கம்பெனி லாஸ் கடையை மூடுறேன்னு இப்போதைக்கு யார்கிட்டேயும் மூச்சு விடாதே பொண்டாட்டிக்கிட்ட கூட சொல்லிடாதே யார் மூலமாச்சம் எடத்து ஓனருக்குத் தகவல் போச்சுன்னா அவ்வளவுதான் மிஷினை லாக் பண்ணிடுவான். அப்புறம் விக்க முடியாது. வெலை பேசற வரைக்கும் சம்பளம் போனாப் போவுதுன்னு ரெண்டு பசங்களை வரவழைச்சு எதையாச்சும் ஓட்டிக்கிட்டு இருக்கச் சொல்லு. மிஷினை வித்துட்டா அதுக்கப்புறம் நாமளா பார்த்துக் குடுக்கறதுதான்."

"நிச்சயமா குடுத்துடுவேன் பாய் பைசா பாக்கி வைக்கக் கூடாது. அப்புறம் குறுந்தொழில் பண்ற யாரையும் நம்ப மாட்டாங்க. நமக்கு ஒரு அவமானம் வரலாம். ஆனா நம்மால தொழிலுக்கு வரக்கூடாது பாய்."

"கரெக்டு. நான் போன் பண்றேன். அப்ப வரட்டா?" பாய் அவரது வேகமாக நடக்கும் பாணியில் இப்பொழுதும் தளர்வில்லை மின்னல் மீர்காசிம் என்று அவருக்கு ஒரு பட்டப்பெயர் உண்டு. அவரை

வாம்மா மின்னல் என்று கேலி செய்பவர்கள் உண்டு. ஆனாலும் பாய் எல்லோருக்கும் தேவையானவர். அவர் எச்சரித்தது ஒருவகையில் நல்லதாகப் போயிற்று. இல்லை என்றால் ஜெனியிடம் ஒரு புலம்பல் புலம்பியிருப்பார். ஜெனி மன ஆறுதலுக்காக யாரிடமாவது சொல்லி அது கண் காது வைத்துப் பரவிவிடும்.

சேகருக்கும் காசிக்கும் போன் செய்து நாளைக்கு கம்பெனிக்கு வரச்சொன்னார். பாய் எப்போது சொல்கிறாரோ அதுவரைக்கும் எர்ணாவூர் வொர்க் ஷாப்பில் ஏதோ வேலை இருப்பது போல பாவ்லா செய்ய வேண்டியதுதான் என்று முடிவெடுத்தார்

5. அஞ்சினான் புகலிடம்

2015ஆம் ஆண்டு ஜூன் மாதம்.

அடுத்த நாள் காலையில் ஒன்பது மணிக்கே காசிம் போனில் சொன்னபடி அனகாபுத்தூர் போய் இறங்கினார் பாபு. காசிம் தன்னுடைய புகழ்பெற்ற புல்லட்டில் அவரை அழைத்துக்கொண்டு பல குறுகிய சந்துகள் சுற்றி, கடைசியில் வரிசையாக காயலான் கடைகள் நிரம்பியிருந்த சுலைமான் தெருவில் நிறுத்தினார். வீடு பெரிதாகத்தான் இருந்தது. வாசல் கேட்டுக்கு அருகில் சிறிய மாடத்தில் அதனினும் சிறிய பிள்ளையார் சிலை இருந்தது.

பெரும் இரும்புக்கதவைத் திறந்து உள்ளே நுழைந்தார்கள். மூன்று மாடிக் கட்டடம். கீழ்த்தளத்தில் விசாலமான பெரிய ஹால் அதில்லாமல் பின்பக்கம் இரண்டு தனித்தனி அறைகள். அதற்கும் பின்னே எதையாவது போட்டு வைக்க ஒரு நீண்ட ஹால். அதற்கும் பின்னால் பைப்படி கழிவறை மற்றும் குளியலறை. கீழ்த்தளம் மெஷின் போட தாராளமாகப் போதும் பின்னாடி உள்ள அறைகள் ஆயில், ஸ்க்ராப், ஸ்டீல் ராடுகள், சாக்குகள் இத்யாதிகளை வைக்கலாம். ஆங்காங்கே மிஷினுக்கு மின்சார இணைப்புக்கு வேண்டிய ஸ்விட்ச் போர்டுகளை வைத்தால் போதும். மெஷினை இறக்கிவிடலாம்.

“எப்படி இருக்கு பாபு?”

“அம்சம் பாய். தாராளம் நீங்க சொல்ற மாதிரி பத்து என்ன இந்த இடத்துலே பதினைந்து மிஷின் கூட போடலாம்.”

“இன்னும் மேலே இடம் இருக்கு பார்த்தா அசந்துடுவே. வா மாடிக்குப் போகலாம்.”

மேலே போனதும் உண்மையில் அசந்துதான் போனார். அங்கும் இரண்டு அறைகள், ஒரு சமையலறை, குளியலறை, கழிவறை என்று ஒரு குடும்பம் தாராளமாக வசிக்கத் தேவையான அளவு கட்டப்பட்டிருந்தது.

“பாய் எடம் எக்கச்சக்கமா இருக்குது எத்தனை லட்சம் பெறும்?”

“இப்ப கோடிக்குப் போகும். எல்லாம் சிங்கப்பூர் காசு. அந்த ரூம்ல உக்காருவோம் ஏசி இருக்கு. இன்னும் கொஞ்ச நேரத்துல வந்துடுவாங்க.”

பாபு அந்த அறையில் இருந்த சொகுசு இருக்கையில் அமர கூச்சப்பட்டார். ஆபீஸ்னா இப்படி இருக்கணும். ஃபேக்டரின்னு இதைச் சொன்னா கெத்தா இருக்கும் என்று நினைத்துக்கொண்டார். அப்பொழுது வயதான தோற்றத்தில் ஒருவரும் நடுத்தர வயதில் இன்னொருவரும், அவர்களின் பைகளைத் தூக்கிக்கொண்டு ஒரு இளைஞனும் உள்ளே நுழைந்தார்கள்.

இருவரும் எழுந்தார்கள் “அட உக்காருங்க பாய் என்ன சாப்படறீங்க?”

“அதெல்லாம் ஒண்ணும் வேணாம் இப்பத்தான் டீ சாப்பிட்டுட்டு வந்தோம்.”

“அப்ப தர்ப்பூசணி ஜூஸ் சாப்பிடலாம். நீங்கதான் பாபுங்களா?”

“ஆமாங்க சார்.”

“நான் பலராமன். இது எங்க அப்பா. உங்களைப் பத்தி பாய் சொன்னாரு. எத்தனை வருஷமா இந்த ஃபீல்டுல இருக்கீங்க?”

“கிட்டத்தட்ட பதினஞ்சு வருஷமா இருக்கேன் சார்.”

“எதேச்சையா எஸ்ஸெஸ் ஐ பார்த்தோம். அதான் ஷண்முக சுந்தரம் சார் அவரு உங்களைப்பத்தி ரொம்பப் பெருமையா சொன்னாரு... நல்ல வேலைக்காரரு... அதைவிட ரொம்ப நேர்மையானவருன்னு சொன்னாரு... டபுள் சர்டிபிகேட் உங்களைப் பத்தி கிடைச்சுது சரின்னு

இன்னிக்குப் பாத்துடலாம்னு முடிவு பண்ணிட்டோம். அப்பா அந்தக் காலத்துல உங்களை மாதிரி கிண்டி இண்டஸ்ட்ரியல் எஸ்டேட்ல பல கம்பெனியிலே வேலை செஞ்சிருக்காரு... ஆனா வயசு 62 ஆயிடுச்சு. இனிமே அவரை அலையவிட வேணாம்னு யோசிச்சேன்.''

''அது சரி சார்.''

''இது நீங்க செஞ்ச ஜாப்தானே?'' கைப்பையில் இருந்து அந்த வால்வை எடுத்துக் காண்பித்தார்.

''ஆமா சார். இது ஸ்டெயின்லெஸ் ஸ்டீல் ஹோஸ் வால்வ். இது கேஸ் ஹோஸ் வால்வ்தான். ஆனா இங்க இந்தியாவுல யூஸ் பண்றதில்லே அமெரிக்காவிலே இந்த டைப்தான் யூஸ் பண்ணணும். அதான் அங்க உள்ள சட்டம். அமெரிக்கன் கம்பெனிக்காக நாம இங்க செஞ்சு அனுப்புனோம் இது ஜி.ஆர் ஃபோர்ஜிங்ல இருக்கும்போது பண்ணினதாச்சே. அப்ப எஸ்ஸெஸ் சார்தான் சூபர்வைசர்.''

''ஆமா அன்னிய தேதிக்கு இதை இங்க செய்யறதுக்கு ஆளே இல்லைன்னு ஆர்டரை எடுக்க பயந்தாங்களாம்... மில்லி மீட்டர் அளவு டிஃபக்ட் இருந்தாலும் ரிஜக்ட் பண்ணிடுவாங்க. அதனால யாரும் ரிஸ்க் எடுக்க விரும்பலை. நீங்கதான் எழுபதாயிரம் பீஸ் செஞ்சு குடுத்தீங்க. அதுல முன்னூத்தி சொச்சம்தான் ஃபால்ட்டுன்னு கேள்விப்பட்டேன். அந்த பிஸினஸ்ல எக்கச்சக்க லாபம்னு சொன்னாங்க.''

''லாபம் எவ்வளவுன்னு தெரியலை சார். ஆனா... அதெப்படி முடியலைன்னு திருப்பி அனுப்பறது? நமக்குத் தெறமையே இல்லைன்னு அவங்க நெனைக்க மாட்டாங்களா? அதான் ஒரு சேலஞ்சா எடுத்துக்கிட்டு வெறிபிடிச்ச மாதிரி வேலை செஞ்சோம். நான் மட்டுமில்லை சார்... ஒரு பதினாலு பேர் ராப்பகலா செஞ்சோம்.''

''நீங்கதான் அதை கரெக்டா டிசைன் பண்ணி குடுத்தீங்கன்னு சண்முகசுந்தரம் சொன்னாரு. அதான் உங்களை சூஸ் பண்ணினோம்'' அதற்குள் தர்ப்பூசணி பழச்சாறு வந்தது. ஐந்து பேரும் குடித்தார்கள்.

''இந்த கம்பெனி உங்களுதுன்னு வச்சிக்கங்க. நீங்கதான் இதுக்கு ஓனர், ஜெனரல் மேனேஜர், லேபர் எல்லாம்... அப்பா உங்களுக்குத் துணையா இருப்பார் மெஷினை எறக்கறதிலேர்ந்து மெஷினை ரன் பண்ண வெச்சி இன்னும் பத்து மிஷினைப் போடற அளவுக்கு இதை முன்னேத்தறது உங்க பொறுப்பு. ஆளுங்களை நீங்களே செலக்ட் பண்ணிக்கங்க. அப்பா இங்க இருப்பார். ஆனா, நீங்கதான்

எல்லாத்தையும் டிசைட் பண்ணணும்."

"இவ்வளவு பெரிய பொறுப்பைத் தர்றீங்க. அதை நிச்சயமா காப்பாத்துவேன். நீங்க கவலைப்படாம என் மேலே பாரத்தைப் போட்டுட்டு நிம்மதியா இருங்க சார்."

"இன்னிக்குத்தான் டே ஒன்... உங்களுக்கு இன்னியிலேர்ந்தே சம்பளம். பாய் நாளைக்கு மெஷின் ஆர்டர் பண்ணினா எத்தனை நாள்ல வரும்?"

"என்ன ஒரு பத்து பதினஞ்சு நாள்ல வந்துரும்."

"ஓகே அடுத்த ஒண்ணாம்தேதி நாம ஃபேக்டரியை ரன் பண்றோம். நாளைக்கே இந்த இடத்துலே மெஷின் ஃபிக்ஸ் பண்றதுக்குத் தேவையான எலக்டிரிக்கல், சிவில் வொர்க்கை எல்லாம் ஸ்டார்ட் பண்ணிடுங்க மெஷின் வரும்போது எல்லாம் ரெடியா இருக்கணும் முடியுமா?"

"நம்மகிட்ட முடியுமான்னு கேள்வியே இல்லை சார். முடிச்சாச்சு அவ்வளவுதான்."

"குட் இப்ப உங்க ஃபேமிலி எங்க இருக்காங்க?"

"எர்ணாவூர் பர்மா காலனி."

"எர்ணாவூரா? அது சென்னையே இல்லீங்க...! அங்கேர்ந்து எப்படி இவ்வளவு தூரம் வருவீங்க? பிள்ளைங்க அங்க ஸ்கூல்ல படிக்குதா?"

"இல்லை சார். இப்பதான் வொய்ஃப் மாசமா இருக்காங்க."

"அப்ப ஒண்ணு பண்ணுங்க. பேசாம நீங்க இந்த மேல் போர்ஷன்ல தங்கிக்கலாம். கீழ மெஷினுக்கு இடம் போதும். உங்களுக்கும் அலைச்சல் வேண்டாம் எங்களுக்கும் நிம்மதி."

"சார் அப்படி செஞ்சா எனக்குப் பெரிய உதவியா இருக்கும். நிச்சயம் ஷிஃப்ட் பண்ணிடறேன்" பாபுவுக்கு நடப்பதெல்லாம் கனவா நனவா என்று தெரியவில்லை. உள்ளே துள்ளிக்குதித்த மகிழ்ச்சியின் தலையைப் பிடித்து சிரமப்பட்டு அமுக்கினார்.

"அப்புறம் அக்ரிமெண்ட்டுன்னு ஒண்ணு போட்டா நல்லதுன்னு நெனைக்கிறேன்" தயக்கத்துடன் கேட்டார் பாபு.

"பாய்... என்ன பாய் இவரு? நான் இவரை நம்பலைன்னதானே அக்ரிமெண்ட் போட்டு இவரு என் கம்பெனியை விட்டு இத்தனை

வருஷம் போகக்கூடாது அப்படின்னெல்லாம் கண்டிஷன் போடணும். பாபுதான் நம்ம வீட்டுக்கே குடிவந்துடறாரு அப்புறம் என்ன?"

"சார் நான் அதைச் சொல்லலை" மென்று முழுங்கினார் பாபு.

"அப்புறமென்ன நான் கூட என்னமோ ஏதோன்னு பயந்துட்டேன். நமக்குள்ள எதுக்கு அக்ரிமெண்ட் துக்கிரிமெண்ட் எல்லாம். நாங்க உங்களை நம்பறோம் பாபு."

"சந்தோஷம் சார்" எப்படி வெளிப்படையாகப் பேசுவது என்று புரியாமல் தடுமாறினார் பாபு.

"பரவாயில்லை சொல்லு பாபு" பாய் தூண்டினார்.

"லாபத்துல பர்செண்டேஜ் குடுக்கற மாதிரி பாய் சொன்னாரு."

"இப்பத்தான் பிள்ளையார் சுழி போடறோம். இப்பவே அது பத்தி பேசணுமா? மொதல்ல ரன் பண்ணுங்க கம்பெனி எஸ்டாபிளிஷ் ஆகட்டும் அப்புறம் பாக்கலாம் அக்ரிமென்ட் போட்டா நஷ்டமானா என்ன பண்றதுன்னும் பேசற மாதிரி ஆயிடும். ஒண்ணு பண்ணலாம். மாசம் அம்பதினாயிரம் ரூபாவை அக்கவுண்ட் நோட்டுல உங்க பேர்ல கிரெடிட் பண்ணிடலாம். ஒரு ஆறுமாசம் கழிச்சு லாபம் நல்லா இருக்குன்னா, அதை கேஷா குடுத்துடறோம். அதுவரைக்கும் உங்களுக்கு மாசம் இருபதாயிரம் பேமெண்ட், வண்டிக்கு பெட்ரோல், போன் பில் எல்லாம் கம்பெனி கணக்குல எழுதிக்குங்க. மெஷின் இன்னும் அதிகப்படுத்திப் போட்டா அந்த அம்பதாயிரம் போட்டு வைக்கறமே அவ்வளவும் உங்களுக்கு. இந்தாங்க வீட்டுச் சாவி" என்று தன் கைப்பையில் இருந்து சாவிக்கொத்தைக் கொடுத்தார்.

"ஃபேக்டரியை மூடுன பார்ட்டி ஒண்ணு ஸ்டீல் பீஸ் எல்லாம் இருக்குன்னு இங்க கொண்டு வந்து ஏறக்கிட்டான், நமக்குத் தெரிஞ்ச பார்ட்டிதான், மலிவா பேசி முடிச்சேன். மொட்டைமாடியில ஏறக்கி வெச்சிருக்கேன். நீங்க உடனே வந்தீங்கன்னா பொருளு பத்திரமா இருக்கும். அதெல்லாம் அயனான ஸ்டீல் பீசு."

சாவியைக் கையில் வாங்கிக்கொண்டே, "காலையில தங்கற மாதிரி வந்துடறேன். என்னடா வந்த அன்னிக்கே ஷேர் கேக்குறானேன்னு நெனைக்காதீங்க.... எதுவா இருந்தாலும் முதல்லயே பேசிக்கணும்னு நெனச்சேன்."

"சேச்சே தப்பே இல்லை.... உண்மையைச் சொன்னா எனக்கு எவ்வளவு

பர்சண்டேஜ் போடறது எப்படிப் பிரிக்கறது ஒண்ணும் தெரியாது. அதனால எல்லாத்தையும் பின்னாடி பேசிக்குவோம்.”

“சரிங்க சார்” இருவரும் மாடியிலிருந்து இறங்கி வெளியே வந்தார்கள்.

“என்ன பாய், என்னால நம்பவே முடியலை.”

“அட நானும்தான்யா நம்பலை. உலகத்துலே நீதான் பேக்குன்னு நெனச்சேன். இவனுங்க உன்னைவிட பேக்கா இருக்காங்க. சேதி தெரியுமா உனக்கு? அறிவு நெஞ்சு வலி வந்து ஆஸ்பிட்டல்ல அட்மிட் ஆகி இருக்கான். ஒரு எட்டுப் பாத்துட்டுப் போயிடுவோமா.”

“அய்யய்யோ என்னாச்சு பாய்?”

“ஈசிஜியில வேரியேஷன். ஒண்ணும் இல்லை. பயப்பட வேண்டியில்லைன்னு சொன்னாங்களாம் உக்காரு வண்டியில.”

இருவரும் நலம் மருத்துவமனைக்கு வந்து மூன்றாவது மாடியில் இருந்த கார்டியாலஜி வார்டுக்கு வந்தார்கள். அறிவு கண்களை மூடிப் படுத்திருந்தார். அச்சமூட்டும் ஒலிகள் சுற்றியிருந்த மானிட்டர்களில் கேட்டன. விரல்களில் க்ளிப் மாட்டப்பட்டு இன்னொரு பக்கம் ட்ரிப் ஏறிக்கொண்டிருந்தது. அருகில் யாருமில்லை. ஒட்டிய கன்னங்களின் மீது தாடி ஒட்டி வைத்தது போல இருந்தது. மெலிந்திருந்த தேகத்தின் வழியாக மூச்சு ஒரு இலக்கில்லாமல் ஓடுவது போலத் தெரிந்தது. இவர்களின் காலடிச் சத்தம் கேட்டதும் கண் விழித்த அறிவு மிகவும் உணர்ச்சிபூர்வமாகிக் கண்ணீர் வழிய பார்த்தார்.

“அறிவு அழக்கூடாது. இப்ப என்ன ஆகிப்போச்சுன்னு அழுவுறே? உன்னைவிடப் பெரிய சொத்து என்ன இருக்குது உலகத்துல? எல்லாத்தையும் சம்பாதிச்சிடலாம்... ஆனா, தைரியத்தை விட்டா திரும்ப எதையும் சம்பாதிக்க முடியாது. மனசைத் தைரியமா வை. உன்கிட்ட தொழில் இருக்கு. அதை வெச்சு எதை வேணும்னாலும் சம்பாதிக்கலாம். உடம்பு நல்லாகட்டும். நம்ம பாபு புதுசா மெஷின் போடறான்... அவனுக்கு உன் உதவி தேவை... ரெண்டு பேரும் சேர்ந்து நல்லபடியா லாபம் காட்டிட்டீங்கன்னா அப்புறம் எல்லாம் ஜெயம்தான். அமைதியா தூங்கு அறிவு.”

“பையனை பிலிப்பைன்ஸ்லேர்ந்து வரச்சொல்லிட்டேன் பாய் இனிமே பணம் கட்ட முடியாது. இங்க வந்து என்ன கிடைக்குதோ அதுல சேர்ந்துக்கோ அப்படின்னு சொல்லிட்டேன். அவன் ஆசைப்பட்டதைக்

கூட படிக்க வைக்க முடியலை பாய்'' அறிவு மறுபடியும் குலுங்கிக் குலுங்கி அழுதார். என்ன சொல்லித் தேற்றுவது என்று புரியவில்லை. புத்திர சோகமும் புத்திரர்களின் சோகமும் சொல்லில் கரைவதில்லை. தகப்பன்மார்கள் இன்னொரு தியாகத்தின் வழியே ஈடு செய்யாமல், அவை தீர்வதில்லை.

"ஒருவிதத்தில் நல்லதுதான் அறிவு! அங்க மெடிக்கல் படிச்சு முடிச்சாலும் இங்க வந்து ஒரு எக்ஸாம் எழுதணும். அதுல பாஸ் ஆனாதான் டாக்டரா பிராக்டீஸ் பண்ண முடியும்னு சொல்றாங்க. அது ரொம்ப கஷ்டம்னு கேள்விப்பட்டேன். அது ரெண்டுங்கெட்டான் பொழப்பு சாமி. இங்கிட்டும் போக முடியாது அங்கிட்டும் போகமுடியாது. ஊமையன் கனவு மாதிரி.... ராத்திரி எல்லாம் ஸ்டெத் போட்டிருக்க மாதிரி கனவு காணலாம். விடிஞ்சு எந்திரிச்சா ஒருத்தன் கையைக் கூட பிடிச்சுப் பாக்க முடியாது.''

"என்னோட நிலைமைதான் என் புள்ளைக்கும். கூண்டிலேர்ந்து வெளியே வந்து பயத்துல திரியற கோழிக்குஞ்சு மாதிரி இருக்கு குறுந்தொழில் பண்றவன் பொழப்பு.... பருந்து தூக்குமா, பாம்பு தூக்குமா அப்படின்னு பயத்துலேயே ஒவ்வொரு நிமிஷமும் உயிர் போகும். இதுல குருவியாட்டம் பறக்கணும்னு எல்லோருக்கும் ஆசை.''

"மல்லிநாத் ஹெவி வெகிக்கல்ஸ் வண்டிக்கு ஆக்சில் பிரச்சினையை நீதான் சரி பண்ணினேன்னு கேள்விப்பட்டிருக்கேன்'' என்று பழசை நிமிண்டினார் பாபு. தொழில்காரனுக்கு எப்பொழுதும் பரவசத்தைத் தரும் அனுபவம். சிறுபிள்ளைப் பருவத்தில் தன்னையறியாமல் செய்யும் குறி சீண்டல் மாதிரி ஒவ்வொருவனுக்கும் அவன் எட்டிய அவனது அசாத்திய சாதனை ஒன்று.

"அட அதை இன்னும் ஞாபகம் வச்சிருக்கீயா நீ? எம்.எச்.வி. கம்பெனி ஓனர் மல்லிநாத் என்னை அவர் ரூமுக்குக் கூப்பிட்டு கைகொடுத்து ஒரு கவர்ல ஐயாயிரம் போட்டுக் குடுத்தார். அன்னிக்கு அது அஞ்சு லட்சம் மாதிரி. ஸ்பேனர் புடிச்சு தொழில் பண்றச்சே அது மாதிரி சவாலை அப்படியே அசால்டா கெடாசறோம் பாரு அது ஒரு சந்தோஷம்தான். வேசி வாயால பின்னிட்டடான்னு பேர் வாங்கற மாதிரி... மொதலாளி ஆனப்புறம் அது கெடைக்காது பாபு'' சட்டென அறிவின் முகம் மலர்ந்தது.

பாபுவுக்கு இந்த உளவியல் கைவந்த கலை. துயரத்தின் விளிம்பில் இருக்கும் மனிதனை அவனது உச்சபட்ச சாகசத்தை நினைவூட்டுவதன்

வழியாகத்தான் மீட்டு வரமுடியும். அந்த சாகசம் அவனளவில் ஒரு கருவறைத் தீபம் போல... சுயத்தை தெய்வமென ஒளிரச்செய்யும் மகத்துவமிக்கதாக இருக்க வேண்டும். அணையத் துடிக்கும் அந்நேரம், பாபு மெல்ல மெல்ல சொல் நறுநெய் ஊற்றித் தூண்டுவார். தன்னுடன் பணியாற்றும் தொழிலாளிகளை எப்படி வேலை வாங்குவதென்று அவருக்குத் தெரியும். அதுதான் பாபுவை விட்டு அவரது சகாக்கள் விலகாதிருக்கும் ரகசியம்.

“அந்த மல்லிநாத் தொழில்ல எமன். ஆனா, தனிப்பட்ட முறையில ரொம்ப இரக்க சுபாவம் உள்ளவர். அவரோட வருஷ லாபத்துல பத்து பர்செண்ட் பணத்தை அவரு வச்சிருக்கற ‘அஞ்சினான் புகலிடம்’ இல்லத்துக்குக் குடுத்துடுவாரு” என்று ஆச்சர்யகரமாக மல்லிநாத்தைப் புகழ்ந்தான்.

“அஞ்சினான் புகலிடமா பேரே வித்தியாசமா இருக்கே.”

“ஆமா! அந்தக் காலத்துல வலியவர்களால் நசுக்கப்படும் கதியற்றவர்கள் தங்களைக் காப்பாத்துங்கன்னு சமணர்களுடைய வாழ்விடத்தில் வந்து அடைக்கலம் கேட்டாங்கன்னா, சமணர்கள் அவர்களுக்கு அடைக்கலம் தருவார்களாம். அப்படி அடைக்கலமானவங்களை அதிகாரம்மிக்க அரசன் படையோட பிடிக்க வந்தாகூட சமணத்துறவிகள் என்ன பண்ணுவாங்களாம் - அடைக்கலம் வந்தவங்களைச் சுத்தி யாரும் நெருங்க முடியாதபடிக்கு அமைதியா உக்காந்துடுவாங்களாம். அவங்களை எல்லாம் அடிச்சாலும் கொன்னாலும் நகரமாட்டாங்க. எதிர்த்துப் போராடவும் மாட்டாங்க. அப்படி உறுதியா சிலை மாதிரி உட்கார்ந்திருந்தா என்ன பண்ண முடியும்? அரசனே ஆனாலும் திரும்பிப் போயிடுவாங்க. மல்லிநாத்தும் சமணத்தைப் பின்பற்றுகிறவர்னு சொல்றாங்க. அவரு வச்சிருக்கிற வறியவர்களுக்கான வாழ்வில்லம்தான் அஞ்சினான் புகலிடம். அன்னிக்கு உயிர்ப் பிச்சை கேட்டு வந்தாங்க. இன்னிக்குப் பசிக்காக வர்றவங்களுக்காக அபயதானம்” தன்னிடமிருந்த அதன் முகவரி அட்டைகளை பாபுவிடமும் பாயிடமும் கொடுத்தார் அறிவு. “யாராவது அனாதைங்க, குடும்பத்தினரால கைவிடப்பட்டவர்கள் இருந்தா அனுப்புங்கன்னு அப்ப எனக்கு இந்த விசிட்டிங் கார்டுகளைக் கொடுத்தாரு” என்றார். மல்லிநாத்தின் மீது அறிவழகன் வைத்திருந்த அதீத மரியாதையைப் புரிந்துகொள்ள முடிந்தது. பாபு நுனிநாக்கு வரை வந்த விஷயத்தை அடக்கிக்கொண்டார்.

6. மலர்க் கணை

2015ஆம் ஆண்டு ஜூலை மாதம்.

மலர்விழி தன்னுடைய அதிகாலை நடைப்பயிற்சியை நிறைவு செய்துவிட்டு அரக்கப்பரக்க சமையலறைக்குள் நுழைந்தாள். குளிர்சாதனப் பெட்டியைத் திறந்து காய்கனிகள் இருக்கின்றனவா என்று பார்த்தபொழுதுதான் உறைத்தது காலிஃப்ளவர் வாங்கவேண்டும் என்பது. சே தெண்டம் தெண்டம் என்று தன்னைத்தானே திட்டிக்கொண்டாள். நேற்றே அபியிடம் ஸ்கூலுக்கு காலிஃப்ளவர் பக்கோடா செய்து தருவதாக வாக்களித்திருந்தாள் எப்படி மறந்தோம்? அபியும் கார்த்தியும் கிளம்புவதற்குள் பக்கத்து காம்ப்ளக்சில் வாங்கி வர வாய்ப்பில்லை. இத்தனை அதிகாலையில் கடையும் திறந்திருக்காது. அரவிந்தன் இன்னும் எழுந்திருக்கவில்லை. நல்லவேளையாக முட்டை கையிருப்பில் இருந்தது. அவசரமாக இரண்டை எடுத்து வேகவைத்தாள். அபிக்கு எக் பொடிமாஸ் என்றால் ரொம்ப இஷ்டம். அப்படியே கதை சொல்லிச் சமாளிக்க வேண்டியதுதான். இன்னொரு பக்கம் வெங்காயத்தை வதக்கும்போது அவளது அலைபேசி அழைத்தது.

தண்டபாணிதான்... காலையில் எட்டு மணிக்கு மேல் பத்து மணி வரை போன் பண்ணாதீர்கள் என்று எத்தனை தரம் சொன்னாலும் கேட்கமாட்டார்கள்.

"சொல்லுங்க சார்."

"காலையிலேயே டிஸ்டர்ப் பண்றேன் நெல்லூருக்கு சரக்கு ஏத்திட்டுப்போன மினிடார் ஸ்கிட் ஆகி விழுந்திடுச்சு. மெட்டீரியல் கொஞ்சம் டேமேஜ் ஆகியிருக்கும் போல...."

"ஆளுங்களுக்கு என்ன ஆச்சு?"

"அவங்களுக்கு ஒண்ணும் ஆகலைம்மா... லேசான சிராய்ப்புதான்... ஜே.ஆர்.டிரான்ஸ்போர்ட் வண்டிதான்."

"எந்த இடத்துக்கிட்ட?"

"ஹைவேயிலேர்ந்து நெல்லூர் டவுனுக்குத் திரும்பற ரோடு. வேகமா டர்ன் பண்ணிட்டாங்க போல."

"சரி, ரத்தினசாமிக்கிட்ட நான் பேசிக்கறேன்... நெல்லூர் ஆட்டோமொபைல்ஸ் அனுமந்தராவ்-க்குச் சொன்னீங்களா?"

"இல்லைங்கம்மா இனிமேதான் போன் பண்ணணும்."

"வேணாம் நான் சொல்லிக்கறேன்... டெஸ்பாட்ச் பண்ணினது யாரு?"

"அர்ஜுனன்மா."

"ஓகே நான் பாத்துக்கறேன்."

அழைப்பைத் துண்டித்துவிட்டு ஒரு பக்கம் அர்ஜுனனுக்கு கால் செய்துவிட்டு ஸ்பீக்கரை ஆன் செய்தாள். மறுபக்கம் வெந்திருந்த முட்டையை சீராக நறுக்கி மிளகுப்பொடியைத் தூவினாள் அரவிந்தனுக்கு அப்படியே சாப்பிடுவதுதான் பிடிக்கும் அபிக்குதான் மசாலா வெங்காயம் எல்லாம் சேர்க்கவேண்டும்.

"வணக்கம் மேடம்."

"அர்ஜுன், நேத்து நெல்லூர் அனுமந்தராவ் கம்பெனிக்கு எத்தனை அலாய் வீல் அனுப்புனீங்க."

"இன்வாய்ஸ் காப்பி பார்த்துட்டுச் சொல்றேன் மேடம்."

"சரி ஜே ஆர் ட்ரான்ஸ்போர்ட்டுக்கு நம்ம பெண்டிங் பேமெண்ட் இருக்கா?"

"ஆமாம் மேடம் இன்னும் இருபத்திரண்டாயிரம் தரவேண்டி இருக்கு."

“நான் சொல்லாம ரிலீஸ் பண்ண வேண்டாம்.”

“சரிங்க மேடம்” அழைப்பைத் துண்டித்துவிட்டு ரத்தினசாமிக்கு போன் செய்தாள். பழக்கூடையிலிருந்து மாதுளம் பழத்தை எடுத்து அதன் முத்துக்களை இருவரின் ஸ்நாக்ஸ் டப்பாவில் நிரப்பினாள்.

அரவிந்தன் வாசலில் நிற்பது போலவே உள்ளுணர்வு சொன்னது. திரும்பினால், அவள் நினைத்தது போல கைகளைக் கட்டிக்கொண்டு பக்கச் சுவரில் சாய்ந்துகொண்டு நின்றிருந்தான்.

“வணக்கம் மேடம் நானே போன் பண்ணணும்னு நினைச்சேன் வண்டி ஸ்கிட் ஆயிடுச்சு. கொஞ்சம் மெட்டீரியல் கார்ட்டூன் பாக்சை விட்டு வெளியே வந்து விழுந்துடுச்சுன்னு இப்பதான் டிரைவர் போன் பண்ணி சொன்னான்”- அலைபேசியில் ரத்தினசாமி.

“ஆளுங்களுக்கு ஒண்ணும் ஆகலையில்லே...?”

“அது ஒண்ணும் ஆகலை மேடம். நெல்லூர்ல ஒரு ஹாஸ்பிட்டல்ல எக்ஸ்ரே எல்லாம் எடுத்துப் பாத்துட்டானுங்க பிரச்சினை இல்லை. வண்டி கண்டீஷன்லதான் இருக்கு. டர்னிங்க்லே ஸ்லஷ் ஆக இருந்திருக்கு. அதான் ஸ்கிட் ஆயிடுச்சு.”

“ஓகே அனுமந்தராவ்கிட்ட நான் பேசி வண்டியை ரெட்ரீவ் பண்ண சொல்றேன். ஆந்திராவுல போலீஸ் டிபார்ட்மெண்ட்ல ஆள் யாராச்சும் தெரியுமா?” அரவிந்தன் அவள் பின்னால் வந்து இடுப்பை வளைத்துக் காதருகே இதழ் பதித்தான் மலர் சொல்லமாட்டாமல் நெளிந்தாள்.

“இல்லை மேடம் எனக்கு யாரையும் தெரியாது” தயக்கமாகச் சொன்னார் ரத்தினசாமி.

“ஓகே நான் பாத்துக்கறேன். நீங்க வண்டியோட ஆர்.சி புக், டிரைவர் லைசன்ஸ் இன்சூரன்ஸ் காப்பி எல்லாத்தையும் உடனே அனுப்பி வைங்க.”

“சரிங்க மேடம்...” அழைப்பு துண்டிக்கப்பட்டது.

“எருமைமாடு இப்படியா பண்ணுவாங்க. நான் பாட்டுக்கு உளறித் தொலைச்சேன்னா என்ன ஆகுறது. கூமுட்டை.”

“அவன் டென்ஷனாகி போனை வச்சிடுவான். அப்புறம் நாம ஜாலியா பஜனை பண்ணலாம்.”

கரண்டியை எடுத்து லேசாக அவன் மீது வைத்துக் கீறினாள்.

“நோ வயலன்ஸ் மொதலாளியம்மா இன்னிக்கு என்ன டிபன்?”

“கறுப்பிக்கு என்ன ஆச்சு? திடீர்னு மொதலாளியம்மா?”

“வயிறு பசிக்குது இந்த நேரத்துல உன்னைக் கறுப்பின்னு கூப்பிட்டா அவ்வளவுதான் நீ வயித்துல அடிச்சுடுவே.”

“மூஞ்சியை எடுடா... கூசுது பசங்க வந்திடும்.”

“இந்தச் சமையலுக்கு ஒரு ஆளைப்போட்டாதான் என்ன? ஏன் இப்படி மல்லுக்கட்டறே? நம்ம மாதேஷ் வீட்டுல ஒரு குக் இருக்குது. நல்லா சமைக்குதாம் என்வி அயிட்டம் வெளுத்து வாங்குதுன்னு சொன்னான்...”

“ஆள் அழகா செவப்பா இருக்காளா?”

“ஆமா நல்லா தளதளன்னு தக்காளி மாதிரி இருக்குதாம் ௬௨ வயசுதான் ஆகுது. வயசாயிடுச்சில்லே அப்படித்தான் தளதளன்னுதான் இருக்கும். என்ன சொன்னாலும் கிச்சன்லேர்ந்து உங்களைப் பிரிக்கவே முடியலை.”

“அது ஒரு ஆத்மார்த்தமான வேலை புரபசர். அதுல அலுப்போ வெறுப்போ தெரியறதில்லை பசங்களுக்கும் நமக்கும் உள்ள சோல்ஃபுல் ரிலேஷன் அதுதான்... அது கட்டாயிடுச்சுன்னா அப்புறம் நம்மளைவிட்டு அதுங்க எட்ட போயிட்டே இருக்கும்.”

ஒருவழியாக அனுமந்தராவ் அலைபேசி தொடர்புக்கு வந்தார். அவரிடம் நிலைமையைச் சொல்லி வண்டியை மீட்கவும் போலீஸ் கேஸ் எதுவும் இல்லாமல் சரிசெய்யவும் பார்த்துக்கொள்கிறேன் என்று அவர் சொன்ன பிறகுதான் மலருக்கு நிம்மதியாயிற்று. எந்த விஷயத்துக்கும் அவ்வளவு சீக்கிரத்தில் பதட்டமடைய மாட்டாள். எல்லாவற்றையும் சமாளித்துவிடலாம் என்கிற குருட்டு நம்பிக்கையில் ஏதேனும் ஒரு கல்லைவிட்டு எறிவாள். அது தன்னிச்சையாக நடந்துவிடும். பச்சக்கென்று அழுத்தமாக அவளது இதழ்களில் முத்தமிட்டு லேசாக உதடுகளைக் கடித்தான் அரவிந்தன்.

“ஏய்... மொரட்டு நாயே எதுக்குக் கடிக்கிற?” செல்லமாகக் கோபித்தாள் இன்னுமொரு முறை கடிக்க இதழ்களை ஒப்படைத்தபடி.

“ஸ்ட்ராபெர்ரியையும் ஆப்பிளையும் கடிச்சுதான் சாப்பிடணும் ஏன் ஆப்பிளை ஒளிச்சி வச்சிருக்கே?” என்று அவளது ப்ளவுசுக்குள்

அளைந்தான் அவன் கைகளைத் தட்டிவிட்டு,

“மாடு... மாடு... மலைமாடு பசங்க வந்துடுவாங்க” என்று கடிந்தாள்.

“ஓகே நான் காலேஜ் கிளம்பறேன் எனி ப்ராப்ளம்?”

“நோ ப்ராப்ளம் பையா நீ கிளம்பு ஐ கேன் மேனேஜ்” மறுபடி அடுப்பின் சிம் ஐ மேலேற்றிவிட்டு சமையலைத் தொடர்ந்தாள். சிறிது நேரம் கழித்து அபி எழுந்து வந்தவள் தூக்கக் கலக்கம் கலையாமல் மலரின் இடுப்பைக் கட்டிக்கொண்டு மிச்ச தூக்கத்தைத் தொடர்ந்தாள்.

“அபி டார்லிங் உனக்காக ஒரு அழகான ஸ்டோரி வெயிட் பண்ணிக்கிட்டு இருக்கு.”

“என்ன ஸ்டோரி” கண்களை நிமிண்டிக்கொண்டே கேட்டாள் அபி.

“லயனஸ் ஸ்டோரி.”

“ம் சொல்லு.”

“ஒரு காட்டுலே ஒரு லயனஸ் இருந்துச்சாம். அது பயங்கர பிரேவ். அதுக்கு ஒரு லயன் துணைக்கு......அந்த லயன் பயங்கர சோம்பேறியாம்.”

“அப்பா மாதிரி.”

“நோ அப்படியெல்லாம் சொல்லக் கூடாது. அப்பா காலேஜ் போறாங்க, ஹீ இஸ் பிரில்லியண்ட் புரபசர். வீட்டுக்குத் தேவையான மத்த வேலைகளை எல்லாம் பாக்கறாங்க இல்லே.”

“ஆனா அன்னிக்கு ஒரு சிக்கன் லாலிபாப் செஞ்சு தரச்சொன்னேன், அம்மா வரட்டும்னு அவர் பாட்டுக்கு லேப்டாப் பாக்குறாரு. நீயும்தான் ஆபீஸ் போறே அவரு ஒரு நாள் செஞ்சு தரலாம்லே.”

“இந்த வீட்டுல மேத்ஸ்ல யார் எக்ஸ்பர்ட்?” அவித்த மற்ற முட்டைகளை ஸ்மாஷ் செய்து வெங்காயம், கொத்தமல்லி, பச்சை மிளகாய் எல்லாம் போட்டுக் கிளறினாள்.

“நான்தான் எக்ஸ்பர்ட்.”

“அதனாலதானே தம்பி மேத்ஸ்ல டவுட் இருந்தா உன்கிட்ட கேக்குறான்.”

“ஆமாம்.”

“அதுமாதிரி நான் சிக்கன் லாலிபாப்லே எக்ஸ்பர்ட். அதான் அப்பா

நான் வரட்டும்னு சொல்லிட்டாங்க.”

“சரி நீ ஸ்டோரியைச் சொல்லு.”

“அந்தக் காட்டுல இருந்த மத்த மிருகத்தை எல்லாம் ஒவ்வொரு நாளைக்கும் ஒண்ணு ஒண்ணா லயன் சாப்பிட்டுக்கிட்டே இருந்துச்சாம். அதனால அந்தக் காட்டுலே இருந்த நரி தந்திரமா என்ன பண்ணுச்சாம் அந்த லயன்கிட்ட இந்தக் காட்டுலே உனக்குப் புதுசா ஒரு எதிரி வந்துருக்கு... அது பாக்கறதுக்கு உன்னை மாதிரியே இருக்குதாம்! அது ஒருநாள் உன்னைச் சாப்பிட்டுடுவேன்னு சொல்லியிருக்கு அப்படின்னு பயமுறுத்துச்சாம்”

“ஓ அப்புறம்.”

“அப்புறம் அந்தத் தந்திரக்கார நரி ஒரு கிணத்துக்கிட்ட கூட்டிக்கிட்டு போயி ‘உள்ளே எட்டிப்பாரு அந்த லயன் உள்ளதான் உக்காந்திருக்கு’ அப்படின்னு சொல்லிச்சாம் அதை நம்பி கிணத்துல எட்டிப்பார்த்தா தண்ணியில என்ன தெரியும்?”

“அதோட முகம்தான் தெரியும்.”

“ஆமா ஆனா அந்த முட்டாள் லயன் தன்னோட உருவம்தான் கிணத்துத் தண்ணியிலே தெரியுதுன்னு புரியாம உள்ளே இருக்கற லயனை அடிச்சிடலாம்னு பின்னாடி ஓடிவந்து வேகமா கிணத்துல குதிக்க ஓடிச்சாம். அப்ப அந்தப் பக்கமா வந்த லயனஸ் என்னடா இந்த முட்டாள் லயன் கிணத்துலே குதிக்கப்போகுதேன்னு ஓடிப்போயி தடுத்து என்ன விஷயம்னு கேட்டுச்சாம் லயன் அப்பத்தான் நரி சொன்ன கதையைச் சொன்னிச்சாம். அட முட்டாள் லயனே அது உன்னோட உருவம்தான்னு கிணத்துலே ஒரு கல்லை வாயில வச்சிக்கிட்டு துப்பி காமிச்சுதாம். கல்லு பட்ட உடனே உள்ளே இருந்த லயன் உருவம் கலைஞ்சுதா. ஆகா நரிகிட்ட ஏமாந்துட பார்த்தோமேன்னு திரும்பிப் பார்த்தா நரி அங்க இல்லையாம். அது பறந்து பத்து நிமிஷம் ஆயிடுச்சாம். அப்ப லயன் கேட்டுச்சாம் உனக்கு எப்படி இத்தனை அறிவுன்னு. அதுக்கு லயனஸ் சொல்லுச்சாம் நான் இன்னிக்கு எக் பொடிமாஸ் சாப்பிட்டேன் லஞ்சுக்கும் அதுதான் வச்சிருக்கேன்னு சொல்லுச்சாம்.”

“அப்படியா லயனஸ் எக் பொடிமாஸ் எல்லாம் சாப்பிடுமா?”

“ஓ சாப்பிடுமே அபிக்குட்டி சீக்கிரம் குளிச்சிட்டு வந்தா உனக்கும்

எக் பொடிமாஸ் தருவேன். நெய்தோசை தருவேன். லஞ்சுக்கும் எக் பொடிமாஸ் தருவேன்.''

“சூப்பர்மா நான் குளிச்சிட்டு வர்றேன்.''

“ஓகே ஓகே... கோ கோ.''

கொஞ்ச தூரம் சென்று திரும்பி வந்தவள், “ஆனா அந்த நரிதான் ரொம்ப க்ளவர் இல்லே? லயன், லயனஸ் ரெண்டு பேரையும் ஏமாத்திடுச்சு இல்லே? அப்ப நரி என்ன சாப்பிட்டிருக்கும்?''

ஒரு கணம் அப்படியே திகைத்து நின்றாள் மலர்விழி.

“ஆக்சுவலா நரிதான் எல்லா கதையிலேயும் பிரில்லியன்ட் முட்டாளா இருந்திருந்தா லயன் சாப்பிட்டு இருக்கும்தானே. அப்புறம் ஏன் நரியை பிரில்லியன்ட்னு சொல்ல மாட்டேங்கறாங்க எப்பவும் அதைத் தந்திரம்னு சொல்லறீங்க?''

மலர்விழி அப்படியே அபியைப் பெருமிதமாகப் பார்த்தாள். என்ன ஒரு ஷார்ப்? என்று நினைத்துக்கொண்டாள் மலர்.

மலர் அப்படியே அந்தக் கேள்வியை எடுத்துத் தன் மூளையில் பத்திரப்படுத்திக்கொண்டாள். எத்தனை அற்புதமான கேள்வி! அறிவை செயல்படுத்துபவர்களை எப்பொழுதும் தந்திரமிக்கவர்களாக மட்டும் அடையாளப்படுத்துகிறோமா? இல்லை சூழ்ச்சி செய்பவர்களைத் தவறாக நரியோடு ஒப்பிடுகிறோமா? நரி ஒவ்வொரு முறையும் தப்பிக்கவோ பசியின் காரணமாகவோதானே வேறுவிதமாகத் திட்டமிடுகிறது? அது ஒன்றும் தவறில்லையே? உயிர் வாழ்தலின் உபாயம்தானே அது? யோசிக்கவேண்டிய கேள்வி.

“ஏன் தெரியுமா? நரிக்கு அவ்வளவு பிரில்லியன்சி!''

“எனக்குத் தெரியலையே நீயே சொல்லு செல்லக்குட்டி.''

“ஏன்னா அந்த நரி நிறைய காலிஃப்ளவர் பகோடா சாப்பிடுதாம். ஸோ டுமாரோ காலிஃப்ளவர் பகோடா'' சிரித்துக்கொண்டே குளியலறைக்கு ஓடினாள் அபி.

அபியின் சொற்கள் தரும் ஆச்சரியங்கள் அளவில்லாதவை. சமயத்தில் மலருக்கு ஒரு புதிய பாடத்தைக் கற்றுத் தந்துவிடும்.

7. காலி

*2015*ஆம் ஆண்டு ஜூன் மாதம்.

முதலில் வீட்டைக் காலி செய்துவிட்டு அனகாபுத்தூர் சென்றுவிடுவது. அதன்பிறகு மெஷினை விற்ற பிறகு கடையைக் காலி செய்து கொள்ளலாம் என்று முடிவு செய்தார் பாபு. கைவசம் உள்ள அட்டைப்பெட்டிகளில் வீட்டுப் பொருட்களை அழகாக அடுக்கினார். கடைக்கு ரெகுலராக வரும் குட்டியானை வண்டியைத் தவிர்த்துவிட்டு, அனகாபுத்தூரில் உள்ள குட்டி யானை வண்டியை ஏற்பாடு செய்தார்.

வீட்டு ஓனரிடம் தகவல் தெரிவித்துவிட்டு, அட்வான்ஸ் தொகையை வீடு காலி செய்த பிறகு சாவி தரும்போது வாங்கிக்கொள்வதாகச் சொல்லிவிட்டு விஷயம் கசிந்துவிடாமல் இருக்க ரொம்ப ஜாக்கிரதையாகத் திட்டமிட்டார். மதிய நேரம் பொதுவாக ஆளரவம் குறைந்திருக்கும். அந்தச் சமயத்தில் பொருளை ஏற்றிவிடலாம் என்று காசியையும் சேகரையும் வரச் சொல்லி இருந்தார். ஒரு மினிடார் கொள்ளுமளவுதான் அவரது வீட்டுப் பொருட்கள் இருந்தன. அரை மணி நேரத்தில் அவரது மொத்தப் பொருட்களும் ஏற்றப்பட்டன. யாரிடமும் எதுவும் சொல்லவேண்டாம் என்று ஜெனிட்டாவிடம் எச்சரித்திருந்தார்.

“என்னய்யா இது திருடன் மாதிரியா வீட்டைவிட்டு ஓடறது?”

“இதோ பாரு இது மறதி ஊரு. ஒரு பத்து நாளாச்சுன்னா இந்த ஜனம் நம்ம பேரைக் கூட மறந்துடும். என்னமோ மாமன் மச்சானை

விட்டுட்டுப் போற மாதிரி டர் ஆவாதே.... மெஷினை வெலை பேசி விக்கற வரைக்கும் கடை ஓனருக்கு விஷயம் தெரியக்கூடாது. பாய் மெஷினைத் தூக்கற வரைக்கும் எனக்கு நிம்மதி இல்லை. கடை ஓனருக்கு கண்டிப்பா பாக்கியை செட்டில் பண்ணிடுவேன். ஆனா அதுவரைக்கும் அந்த ஆளை நம்ப வைக்கணும்.''

“என்னமோ போ இந்த ஊருல எல்லாமே களைச்செடிதான்'' என்று நொடித்தாள். அப்படியே அதை அலட்சியப்படுத்திவிட்டு சேகர் பக்கம் திரும்பி,

“அங்க எறக்கி வச்சிட்டு வந்தா பத்தாது சேகரு, நீயும் காசியும் கொஞ்சம் இருந்து எல்லாத்தையும் பத்திரமா பங்கிடு பண்ணிட்டு வந்துடுங்க.''

“இதைச் சொல்லணுமாண்ணே அதெல்லாம் நாங்க பாத்துக்கறோம். கவலையை வுடு. ஆமா... என்னிக்கு அங்க மெஷின் வருது?''

“தெரியலடா பாய்தான் எறக்குறாரு சீக்கிரம் வந்துடும்.''

“மெஷின் வர்ற அன்னிக்குச் சொல்லிடு... புஜ்ஜியைக் கூட்டிட்டு வந்துடறோம். சொல்லி வச்சிருக்கோம் மணியும் வந்துடுவான்.''

“தூரம் அதிகமா இருக்கேன்னு யோசிச்சேன்டா.''

“அதெல்லாம் ஒண்ணும் யோசிக்காதே, ரெண்டு பஸ் அவ்வளவுதானே! வேற ஆளைச் சொல்லிடாதே அப்புறம் நாங்க காண்டு ஆயிடுவோம்.''

“சரிடா சரிடா உங்களுக்குக் கஷ்டம்னுதான் யோசிச்சேன். நீங்கதாண்டா எனக்கு யானை பலம்.''

அனகாபுத்தூர் வீடு பொருட்களை முறையாக வைத்த பிறகும் காலியாக இருப்பது போலவே தோன்றியது. வீட்டின் பிரம்மாண்டத்தில் இருந்து ஜெனிட்டா மீளவே இல்லை. அந்த பிரமிப்பில் வேளாங்கண்ணி போகவேண்டும் என்கிற பாயின் முந்தினநாள் யோசனையை மறந்தது பாபுவுக்கு நல்லதாகப் போயிற்று. இப்போதைக்குப் பணம் மிச்சம் என்று ரகசியமாக மகிழ்ச்சியடைந்தார்.

“எப்படிய்யா புடிச்சே இந்த ஆளுங்களை?''

“தொழிலும்மா தொழிலு... கையிலே தொழில் இருந்தா கன் மாதிரி ஆளுங்க வரும்'' பெருமிதத்தில் முகம் மலரச் சொன்னார் பாபு. அப்பவே கீழ் ஹாலுக்கு வந்து எங்கெங்கே மின்சார இணைப்புக்கான

போர்டுகளை வைப்பது என்று விவாதிக்க ஆரம்பித்தார்கள்.

"அண்ணே பின்னாடிதான் இவ்வளவு எடம் இருக்கே... பேசாம அந்த ஸ்க்ராப்-ஐ எல்லாம் இன்னொரு ட்ரிப் அடிச்சுக் கொண்டு வந்து இங்க எறக்கியிருக்கலாம்... நல்ல வெலை வரும்போது வித்துக்கலாம்."

"சும்மா இருடா காசி.... அதெல்லாம் ஒண்ணும் வேணாம்... அண்ணே பாய்கிட்ட சொல்லி வர்ற வெலைக்குக் குடுத்துடுங்க. ஏத்தி ஏறக்குனாலே இருவது கிலோ காணாப்போயிடும். எப்படி கண்கொத்திப் பாம்பு மாதிரி பாத்தாலும் வர்ற வழியிலே சுட்டுருவானுங்க. நம்ம துலுக்காணம் கடை ஸ்க்ராப் அப்படித்தானே அம்பது கிலோவை அடிச்சிட்டானுங்க. இத்தனைக்கும் அவர் பைக்குலேயே பின்னாடியே வந்துருக்காரு. எப்படி டபாய்ச்சானுங்கன்னே தெரியலை கண்ணு! மூடி தொறக்கறதுக்குள்ளே அவரை ஏமாத்திட்டானுங்க."

"மெய்யாலுமா?"

"அட ஆமாண்ணே நம்மளைக் கிட்டயே உட மாட்டானுங்க. அவனுங்கதான் ஏத்துவானுங்க. அவனுங்கதான் எறக்குவானுங்க. மீறி ஆளை வெச்சா ஏத்தும்போது வேணுக்கும்னு கால்ல போட்டுடுவானுங்க. பாதி ஏத்துனப்புறம் கூலி கட்டாது உங்க ஆளை வச்சி ஏத்திக்கன்னு பேஜார் பண்ணுவானுக. அதெல்லாம் பாய்க்குதான் சரிவரும். அவருகிட்ட வச்சிக்க மாட்டானுங்க. அவருதான ரெகுலரா வேலை தர்றவரு. அதனால அவர்கிட்ட பம்முவானுங்க."

"சர்தாண்டா துக்கிரி புடிச்ச எடம்டா அது. பாய்கிட்டயே பேசிக்குவோம். கால்ல தண்ணியை ஊத்திக் கழுவிட்டு அந்த எடத்தை வுட்டு எட்ட வந்துடுவோம்."

போன் அடித்தது எடுத்துப் பார்த்தார் அறிவுதான் அழைத்தார்.

"சொல்லு அறிவு."

"இன்னிக்கு இல்லாட்டி நாளைக்கு உனக்கு டைம் கிடைக்கறச்சே வந்துட்டு போறீயா ஒரு விஷயம் பேசணும் பாபு."

"அதுக்கென்ன இன்னிக்கு சாயந்திரம் வந்துடறேன்."

"பாய் வேணாம் பாபு. நீ மட்டும் வா."

"அப்படியா சரி வந்துடறேன்."

சட்டைப் பையிலிருந்து பர்சை எடுத்து காசிக்கும் சேகருக்கும் பணத்தை எடுத்துக்கொடுத்தார்.

“வேணாம்ணே... இதுக்கெல்லாம் பணம் வேணாம். ஒரு ஒதவி மாதிரி நெனச்சுக்க.”

“அதெல்லாம் கூடாது. பழக்கம் வேற; பணம் வேற. கறாரா வாங்கிக்கணும்.”

“இருக்கட்டும்ணே மெஷின் போட்டப்புறம் வேற ஆளைப் போட்டுடாதே. இந்தத் தொழில்ல சொன்ன வாக்கைக் காப்பாத்துற பழக்கம் யாருக்கும் இல்லைண்ணே. நான் பாத்த வரைக்கும் நீதான் கொஞ்சம் அதை எல்லாம் யோசிக்கற ஆளு. நெறைய பேரை நம்பி நாங்க ஏமாந்துருக்கோம்.”

“பொறக்கப்போற என் புள்ளை மேல ஆணை உங்களை நானா அனுப்பமாட்டேன் புடி காசை.” கண்கள் கலங்க வாங்கிக்கொண்டான் சேகர்.

அறிவழகனை மருத்துவமனைக்குச் சென்று பார்க்கும்போது மாலை மணி ஆறரை ஆகிவிட்டது. இந்த முறை கையில் கொஞ்சம் பழங்களையும் வாங்கிக்கொண்டு சென்றார்.

“இதெல்லாம் எதுக்கு பாபு?”

“இருக்கட்டும் வைய்யி... உடம்பு எப்படி இருக்கு... ஏதாச்சும் பிரச்சனையா?

“இதுக்கு மேல பெருசா என்ன பிரச்சினை வந்துடப் போவுது. நான் கூப்புட்டது வேற ஒரு சேதிக்கு அன்னிக்கு இங்க வந்தப்ப நீ ஒரு கம்பெனி ஆரம்பிக்கப்போறதா பாய் சொன்னாரு.”

“அது நான் ஆரம்பிக்கலை அறிவு. அது அனகாபுத்தூர்ல பலராமன்னு ஒருத்தரு ஆரம்பிக்கிறாரு. நான் அவருக்குக் கொஞ்சம் ஹெல்ப் பண்றேன். அன்னிக்கு பாய் சொல்லும்போது மறுத்துச் சொல்ல யோசிச்சேன்.”

“பாத்தீயா? இந்தத் தொழில்ல எல்லா மட்டத்திலேயும் ஆளுக. அவங்க அவங்க இஷ்டம் போல எதையாச்சும் சொல்லிடுவாங்க. அதை நம்பி நாம நம்ம உழைப்பை, நம்ம நேரத்தை வாழ்க்கையைக் கொடுப்போம். கடைசியிலே அந்த மானங்கெட்ட பயலுக நம்மளைச்

சுரண்டிக் கையேந்த வச்சிடுவானுங்க. பாய் இதைச் சொல்லவே இல்லை.... பாரு."

"அவரு பதட்டத்துலே தெளிவா சொல்லலைன்னு நினைக்கிறேன்."

"நம்மோட பாமரத்தனம் வந்து ஏமாத்திக்கோ ஏமாத்திக்கோன்னு கூப்புடும். அதை வுடு. நான் ஒண்ணும் சொல்லலை. நீ முதலாளி ஆனாலும் சரி, தொழிலாளியா இருந்தாலும் சரி, உன்கிட்ட இருக்கற தொழில் திறமைக்கு எல்லாமே சிறப்பா வந்திருக்கணும். ஆனா நம்ம தலையெழுத்து என்னன்னா வேலை தெரிஞ்சவன் எல்லாம் அழுக்குச்சட்டையோட எவனுக்கோ ஒழைச்சிக் கொட்டிக்கிட்டு இருப்பானுங்க. ஸ்பேனர் சைஸ் கூட தெரியாதவன் மொதலாளியா கொழுத்துத் திரிஞ்சிகிட்டு இருக்கானுங்க. ஒரு தொழிலாளிதான் ஒரு சமூகத்துல மொதலாளியா மாறணும். அப்பத்தான் தரமும் புதுப்புதுத் தொழில்நுட்பமும் வளரும். அதுதான் சமூகத்துக்கு நல்லது. இங்க என்ன நடக்குது? பணம் வச்சிருக்கவன் மொதலாளி. அதனால என்ன நடக்குது? அவன் பணத்து மேலதான் குறியா இருக்கான். தரமில்லாத பொருள்தான் சந்தைக்கு வருது.

"அவங்கதானே பெரிய அளவுக்கான தொழிற்சாலைகளுக்கு முதலீடு பண்ண முடியுது? கார் ஃபேக்டரியை நாம ஆரம்பிக்க முடியுமா? ஒரு பணக்காரன் ஒரு பெரிய ஃபேக்டரியை ஆரம்பிச்சாதான் நூறு சிறுதொழில் பண்றவங்க அவனை நம்பிப் பொழைக்க முடியுது."

"அது சரிதான் பாபு. நான் இல்லைங்கலே... ஆனா குறுந்தொழில் பண்றவங்களும் இருந்தாத்தானே ஆரோக்கியமா இருக்கும். அதுவும் தொழிலாளியா இருந்து மொதலாளியா ஆகுறவங்களுக்கு, தொழிலுக்கு துரோகம் பண்ண மனசு வராது."

"நீ சொல்றது புரியுது. ஆனா, அதுக்கு நாம என்ன பண்ண முடியும்?"

"பாபு தெரிஞ்சோ தெரியாமலோ நான் சொந்தமா தொழிலை ஆரம்பிச்சிட்டேன். அதுல எனக்குப் பெரிய படிப்பினை கிடைச்சுது. நான் தோத்துட்டேன். ஆனா, விடற மாதிரி இல்லை. எல்லோருக்கும் தெரியாத சில விஷயங்களை உனக்கு நான் சொல்றேன். நாராயணன்தான் எனக்குப் பின்னாடி அத்தனை குழியையும் வெட்டுனான். அவனுக்கு எல்லா விஷயமும் தெரியும்! எதுலேயும் பூந்து வந்துடுவான். எனக்கு பிரச்சினை வந்தப்ப எல்லாம் அவன்தான் என்னைக் காப்பாத்துனான். இப்படித்தான் எல்லோரும் சொல்லுவாங்க. நானும் அதனாலதான்

அவனை முழுசா நம்பினேன். ஸ்க்ராப் அயிட்டத்தை மட்டும் திருடி வித்துட்டான்னுதான் வெளியில பேசிக்குவாங்க."

"ஆமா அப்படித்தான் கேள்விப்பட்டேன்."

"அது வெளியில தெரியற உண்மை. ஆனா, வெளியில தெரியாத உண்மைன்னு ஒண்ணு இருக்கு. அதை நீ தெரிஞ்சுக்கணும்."

"நான் எதிர்பார்த்தேன் அறிவு நானும் படுமோசமா தோத்துப் போனேன் அதுக்குப் பின்னாடி நிறைய துரோகக் கைகள் இருந்துச்சு."

"நமக்கு இப்ப தேவை எப்படித் தொழில் செய்யறதுங்கற பாடம் இல்லை! எப்படி நமக்குப் பின்னால குழி வெட்டப்படுது அப்படிங்கற விஷயத்தைக் கத்துக்கணும். அதுதான் ரொம்ப முக்கியம்."

"ஆமா உண்மைதான்."

"பாபு நீ ஜாக்கிரதையா இரு. நல்லாத்தான் ஃபேக்டரி ஆரம்பிச்சே. ஆனா, உனக்கு என்னாச்சுன்னு எனக்குத் தெரியலை. இப்ப சொல்லு... ஒருவேளை அதுமாதிரி இன்னொண்ணு நடக்காம பாத்துக்கலாம்."

"சொல்றேன் அறிவு. நான் ஜி.ஆர். கம்பெனியில நிம்மதியாத்தான் வேலை பார்த்துக்கிட்டு இருந்தேன். குருராஜன் நல்ல சம்பளம், பி.எஃப் மெடிக்கல் செலவு எல்லாம் பாத்துக்கிட்டாரு. எனக்குள்ள முதலாளி ஆசையை ஒருத்தன் தூண்டினான்" அவரது நினைவுகள் மெல்லப் பின்னோக்கி நகர்ந்தன.

8. சாலமன் சாட்டர்டே

2000ஆம் ஆண்டு ஏப்ரல் மாதம் ஒன்றாம் தேதி.

“என்ன சாலமன் ரொம்ப அதிசயமா இருக்கே? நம்ம கம்பெனி பக்கமெல்லாம் வரமாட்டீங்களே?” குருராஜன் ஆச்சர்யத்துடன் கேட்டார்.

“ஜாப் மெட்டீரியல் ஏதாச்சும் பாக்கி வச்சிருந்தா வரணும். நீங்க ஜாப் பெண்டிங் வைக்கறதில்லை. எங்க கம்பெனி உங்களுக்கு பேமன்ட் பாக்கி வைக்கறதும் இல்லை.”

“உக்காருங்க என்ன சாப்படறீங்க?”

“டீ குடிகாரனுங்க என்ன சாப்பிடுவாங்க டீ தான்.... சர்க்கரை தூக்கலா ஸ்ட்ராங்கா ஒரு டீ சொல்லுங்க குருராஜன்.”

“ட்ரான்ஸ்போர்ட் கார்ப்பரேஷனுக்கு லம்ப்பா பிரேக்டவுன் வேன் சப்ளை பண்ற ஆர்டர் உங்க கம்பெனிக்குக் கெடைச்சிருக்கு போல.”

“எல்லாம் பெரிய எடத்து சமாச்சாரம் எப்படியோ ஆளைப் புடிக்கறாங்க சாதிக்கறாங்க. நமக்குப் பொழப்பு ஓடுது.”

“நம்மளை மறந்துடாதீங்க... ஆக்சில் அசெம்ப்ளி, ஸ்டீயரிங் அசெம்ப்ளி சப் வொர்க் எல்லாம் எப்பவும் போல குடுத்துடுங்க.”

அப்பொழுது ஒரு ஃபைலில் கையெழுத்து வாங்குவதற்காக உள்ளே வந்த ராமாமிர்தம் கொஞ்சம் தயக்கத்துடன் நிற்கிறார்.

“நீங்க வாங்க ராமாமிர்தம், சார் யாருன்னு தெரியுதா?”

“எங்கேயோ பார்த்த மாதிரிதான் இருக்கு. ஞாபக மறதியில டாக்டர் பட்டம் ஏதாச்சும் இருந்தா எனக்குக் குடுங்க. நான் அதுக்கு ஹண்ட்ரட் பெர்சன்ட் ஃபிட்.”

“இவரு மிஸ்டர் சாலமன். ஸ்டீபன் மோட்டார்ஸ் கம்பெனியில அக்கவுண்ட்ஸ் மேனேஜர். நமக்கு வர்ற பில் எல்லாம் இவர் கையெழுத்து இல்லாம வராது.”

“ஓ சாரி சார். ஒரு முறை தீபாவளி போனஸ் போடறதுக்கு அமௌன்ட் தேவைப்பட்டப்ப நீங்க இவரைத்தான் பாக்கச் சொன்னீங்க... உடனே நம்ம அமௌன்டை க்ளியர் பண்ணி குடுத்தார்.”

சாலமன் புன்முறுவலுடன் அவருக்குக் கைகொடுத்தார்.

“மறதி பெரிய வரம் சார். ஞாபக மறதி இருக்கறவங்க உண்மையிலேயே ரொம்ப குடுத்து வச்சவங்க. நமக்கெல்லாம் போன ஜென்மத்துல எவனாவது நம்மைத் திட்டி இருந்தா, அவனை அடுத்த ஜென்மத்துல பார்த்தாலும் கோவம் வருது சார். அநியாயத்துக்கு அட்ரினல் சுரப்பியை ஜெனரேட் பண்றோம்” சாலமன் தத்துவார்த்தமாகப் பேசினார். அதற்குள்ளாக தேநீர் வந்தது.

“ஜாப்ல கம்ப்ளெயின்ட் ஏதாச்சும் இருக்கா சார்.”

“இன்ஃபாக்ட் இப்பதான் ஒரு ஆறு வருஷமா நான் அக்கவுண்ட் செக்ஷன் பார்த்துக்கிட்டு இருக்கேன். அதுக்கு முன்னால சிஎன்சி மெஷின் ஆப்பரேட்டர், அப்புறம் பிளான்ட் சூபர்வைசர். அசெம்பிள் செக்ஷன் மேனேஜர் அப்படின்னு புரமோட் ஆகி இப்ப அக்கவுண்ட்ஸ் மேனேஜர் ஆகி இருக்கேன். எனக்கும் நம்ம கம்பெனிக்கு வர்ற ஜாப் என்ன க்வாலிட்டி? அதுல என்ன சிக்கல் எல்லாம் வரும் அப்படிங்கறதெல்லாம் தெரியும்.”

“சார் உங்க திறமை எல்லாம் எங்களுக்கு நல்லாவே தெரியும் நீங்க சொல்லனுமா?”

தேநீர்க் கோப்பையைக் கீழே வைத்துவிட்டுத் தன்னுடைய கறுத்த முகத்தை அதில் துளிர்த்திருந்த வியர்வையைக் கைக்குட்டையால்

அழுந்த துடைத்தார். எப்பொழுதும் வெள்ளை பேண்ட், வெள்ளைச் சட்டைதான் அணிவார். முற்றிலும் மழிக்கப்பட்ட அவரது சதுர முகம் வெள்ளைச் சுவரின் மீது மாட்டப்பட்ட கரும்பதாகை போலக் காட்சியளித்தது.

"ரீசண்டா நீங்க அனுப்பி இருந்த க்ளாம்ப் அசெம்ப்ளி அத்தனை அற்புதமா இருந்தது. என்னடா என்னமோ ஒரு ஓவியத்தை பத்தி கமென்ட் பண்ற மாதிரி சொல்றானேன்னு நினைக்காதீங்க... ஒருவேளை அப்படி நினைச்சீங்கன்னா, அது உண்மையும் கூட. அதி உன்னதமான ஓவியன் வரைஞ்ச பெர்ஃபெக்ட் ஆர்ட் மாதிரி இருந்துச்சு. ஒண்ணு ரெண்டு அப்படி இருந்தா பரவாயில்லை, மூவாயிரம் பீஸும் அப்படித்தான் இருந்துச்சு. உண்மையிலேயே உங்களைப் பாராட்டணும்னுதான் வந்தேன். வழக்கமா ஜாப் சரியில்லை எர்ரர் இருக்கு அப்படின்னு கம்ப்ளெயின்ட் ஏதாச்சும் இருந்தாத்தான் கம்பெனியே என்னை அனுப்பும். பதமா உறைக்கிற மாதிரி திட்டிட்டு வான்னு சொல்லி அனுப்புவாங்க. இன்னிக்கு பெர்சனலா வந்தேன். இது எனக்கு உண்மையிலேயே புது அனுபவம் குருராஜன்.... அவ்வளவுதான் வந்தேன். சொல்லிட்டேன். கிளம்புறேன்."

"இருங்க சார் இத்தனை மனசாரப் பாராட்ட வந்திருக்கீங்க. அதை செஞ்சவரை நேரடியா பாராட்டுனா ரொம்ப சந்தோஷப்படுவார்... என்ன சார் நான் சொல்றது?" ராமாமிர்தம் புளகாங்கிதத்துடன் சொன்னார்.

"சரியா சொன்னீங்க... அவசியம் நீங்க இதை அவர்கிட்ட சொல்லணும் சார். இத்தனைக்கும் அவர் ஐடிஐ படிச்சவர் கூட இல்லை. எட்டாங்கிளாஸ். ஆனா என்னா ஒரு வேலைக்காரர் தெரியுமா? நீங்க நிச்சயம் அவர்கிட்டயே சொல்லுங்க... பாபுவை அனுப்புங்க ராமாமிர்தம்" மிக மகிழ்ச்சியோடு ஒப்புதல் தந்தார் குருராஜன்.

ராமாமிர்தம் தனக்கே உரிய அதீத பாவனையுடன் தலையாட்டிவிட்டு, வொர்க் ஷாப்புக்குச் சென்றார். சிறிது நேரத்தில் அலுவலக அறைக்குள் மிகுந்த பணிவுடன் வந்த பாபு, குருவுக்கும் சாலமனுக்கும் தனித்தனி வணக்கங்களைச் சொன்னார். பிறகு இரண்டு கைகளையும் மார்பின் குறுக்கே கட்டிக்கொண்டு நின்றார்.

"மொதல்ல கட்டி இருக்குற கையைப் பிரிச்சிட்டு ரிலாக்ஸா நில்லுங்க" என்றார் சாலமன் தலையின் பின்பக்கம் தன் கைகளை வைத்தபடி. அது அவரது இயல்பு. பாபு மிகுந்த கூச்சத்துடனும் தயக்கத்துடனும் தமது கைகளைப் பிரித்தார்.

“உங்க கையில வித்தை இருக்கு பாபு. அதைக் கட்டி வச்சிக்கக் கூடாது. எங்க நின்னாலும் நிமிர்ந்து நிக்கலாம். நானும் மெஷினிஸ்ட்தான். ஆனா உங்க திறமை அசாத்தியமானது. உண்மையிலேயே குருராஜன் நீங்க ரொம்ப லக்கி. எங்க அசெம்ப்ளிங் ஷாப் ஃப்ளோர் மேனேஜர் ரொம்ப பாராட்டுனார். எழுத்தாளன் எங்கேயோ இருப்பான். அவன் எழுதுனதைப் படிச்சவன் எங்கேயோ இருந்துகிட்டு, ஆகா அப்படின்னு ஏதோ ஒரு வரியைப்பத்திப் பரவசத்துல சொல்லுவான் பாருங்க அது எழுதுனவனைப் போய்ச் சேரவே சேராது. அதுமாதிரி நீங்க பண்ணின அந்த அற்புதமான வேலையைப் பாராட்டுன விஷயம் உங்களுக்கு வராம போயிடும்னு நேரா வந்து சொல்றேன்.”

“ரொம்ப சந்தோசம் சார். எனக்கு என்ன சொல்றதுன்னு தெரியலை.”

“ஒண்ணும் சொல்ல வேணாம். இப்படியே உங்க வேலையைப் பிரமாதமா செய்யுங்க. குருராஜன் உங்களை பத்திரமா பாத்துக்குவார். என்ன குருராஜன்?”

“அதுல என்ன சந்தேகம்? எங்க லேபர் எல்லாம் எனக்கு பிரதர் மாதிரிதான்.”

“அவ்வளவுதான் குருராஜன். நான் கிளம்புறேன்” சாலமன் கிளம்பினார்.

அவர் சென்றதும் “இந்தாளு வாயில அத்தனை சீக்கிரம் நல்லாருக்குன்னு ஒரு வார்த்தை கூட வராது பாபு. எல்லாத்தையும் ஏதாச்சும் நொட்டைதான் சொல்லுவார். எனக்குத் தெரிஞ்சு நம்ம ஜாப்பை இன்னிக்குத்தான் மனசு வந்து பாராட்டிச் சொல்லி இருக்கார்” என்று ஆச்சர்யப்பட்டார் குருராஜன்.

“அதான் எனக்கும் அதிசயமா இருக்கு. இப்படித் தேடி வந்து பாராட்டுவாங்களா?”

“இந்த மாசத்துலேர்ந்து உங்களுக்கு ஆயிரம் ரூபாய் சம்பளத்துலே ஏத்தச் சொல்லி நம்ம ராமாமிர்தத்துக்கிட்ட சொல்லி இருக்கேன். அதை உங்ககிட்ட ரெண்டு நாள் கழிச்சு சொல்லலாம்னு நினைச்சேன். இன்னிக்கே சொல்றதுதான் நல்லதுன்னு இப்பத் தோணுது.”

“ரொம்ப சந்தோசம் சார்” கைகளை உயர்த்திக் கும்பிட்டார் பாபு.

வெளியே வந்ததும் தானும் நாலு நல்ல வார்த்தை சொல்லி, தன்னுடைய நன்றியை மனம் நெகிழச் சொல்லி இருக்கலாம் என்று தோன்றியது பாபுவுக்கு. இப்படித்தான் பல சமயம் பேச வேண்டிய

சமயத்தில் பேசாமல் தடுமாறி வந்துவிட்டுப் பின் மனசுக்குள் பல மணிநேரம் புலம்புவார் பாபு. அதை ராமானுஜத்திடம் வாய்விட்டுப் புலம்பியபோதுதான் சாலமன் அன்று குருராஜன் அறைக்குள் வந்த நொடியில் இருந்து என்ன நடந்தது என்று எழுத்து மாறாமல் இரண்டு முறை சொன்னார். சாலமன் மெனக்கெட்டு வந்து பாராட்டியது மனதை நெகிழ வைத்தது.

9. தேநீர் விருந்து

2000ஆம் ஆண்டு ஏப்ரல் மாதம் நான்காம் தேதி.

அதே வாரத்தில் மீண்டும் சாலமனை எதேச்சையாகச் சந்திப்போம் என்று பாபு நினைக்கவே இல்லை. கம்பெனிக்குத் தேவையான ஆயில் வாங்குவதற்காக ஆட்டோமொபைல் கடைக்கு வந்தவர். அங்கு தனது படபட புல்லட்டில் வந்து நின்ற சாலமனைப் பார்த்து கண்கள் விரிய புன்னகைத்தார்.

"அட இந்த உலகம் உருண்டைதாங்க! இவ்வளவு சீக்கிரம் நாம சந்திப்போம்னு நினைக்கலை. ஆமா என்ன விஷயம் இங்க வந்திருக்கீங்க?"

"கம்பெனிக்கு லூப்ரிகேஷன் ஆயில் வாங்க வந்தேன் சார்."

"நீங்களா? நீங்க எல்லாம் மிஷினை விட்டு வரவே கூடாதுங்க. இதை வாங்க உங்க கம்பெனியில ஒரு லே மேன் கூட இல்லை? என்ன இப்படிப் பண்றாரு குருராஜன்? நான் கேக்கறேன் அவர்கிட்ட..."

"அய்யய்யோ வேணாம் சார். ஆள் இல்லை அதான் நானே வாங்கிட்டு வந்துடறேன்னு நான்தான் சொல்லிட்டு வந்தேன். அவங்க யாரும் சொல்லலை."

"பரவாயில்லை விசுவாசம்.... ம்... சரி வாங்க ஒரு டீ சாப்பிட்டுட்டு வருவோம்."

“அதெல்லாம் வேணாம் சார்.”

“ஏன் காபிதான் சாப்பிடுவீங்களா?”

“இல்லையில்லை சார் டீதான் சாப்பிடுவேன்.”

“அப்புறமென்ன? வாங்க போகலாம் காபி சோம்பேறிகளின் பானம். காபி எல்லாம் வீட்டுல ஈசிச்சேர்ல உக்காந்து காலாட்டிக்கிட்டே பேப்பர் படிக்கிற ஆளுங்க குடிக்கிறது. ஆனா டீ உழைப்பாளிங்க பாட்டாளிங்க சாப்பிடறது! என்ன சொல்றீங்க?”

“அப்படியா? நீங்க சொன்னப்புறம் ஆமான்னு தோணுது சார்.”

“நான் சொல்றது எல்லாமே முதல்ல புரியாது. அப்புறம் தானா புரியும்.”

உண்மைதான். ஆனால், இதை எதற்காக அப்போது சொல்கிறார் என்று பாபுவுக்கு அன்று சத்தியமாகப் புரியவில்லை. ஒருவேளை தன்னுடைய ட்யூப்லைட் மண்டைக்குத் தாமதமாகப் புரியலாம் என்று நினைத்துக்கொண்டார்.

“நீங்க கூர்க்லேர்ந்து வரவழைச்ச டீத்தூள் போட்டு டீ சாப்பிட்டு இருக்கீங்களா பாபு?”

“அது எப்படி இருக்கும் சார்?”

“பிரமாதமா இருக்கும். நாக்குல ஒட்டும். இப்ப நாம குடிக்கிறமே இதெல்லாம் டஸ்ட் டீ. ஃபர்ஸ்ட் கிளாஸ் டீத்தூள் எல்லாத்தையும் ஏற்றுமதி பண்ணிடறானுங்க. நமக்கு மிஞ்சினது கழிச்சிக் கட்டுனதுதான். மலையிலேர்ந்து நமக்கு நேரடியா டீத்தூள் வருது. இப்பத்தான் கூரியர்லேர்ந்து வாங்கிட்டு வர்றேன். இந்தாங்க நீங்க ஒரு பாக்கெட் வச்சிக்கங்க...”

“எதுக்கு சார் இதெல்லாம் ரொம்ப காஸ்ட்லியான அயிட்டம் மாதிரி இருக்கு... நல்லதைப் பழகிட்டா அப்புறம் நாக்கு அதையே கேக்கும் சார். அதுவுமில்லாம நான் இந்த டீ போடற வேலை எல்லாம் செய்யறதே இல்லை. ரோட்டுக்கு வந்து உன்னி கடையிலே ஒரு டீயைக் குடிச்சிட்டு, அக்கடான்னு படுத்துடுவேன் சார்.”

“எத்தினி நாளைக்கு உன்னி கடை டீ? நாமெல்லாம் உழைக்கிற வர்க்கம்! திடமா சாப்பிட்டு நிறமா குடிச்சிட்டு சொகமா தூங்கணும். எடுத்துக்கிட்டுப் போயி பொண்டாட்டிக்கிட்ட சொல்லி ஸ்ட்ராங்கா

போட்டு ஒரு டீ குடிச்சிப்பாருங்க, சும்மா ஜிவ்வுன்னு ஏறும்.''

''கிண்டல் பண்ணாதீங்க எனக்கு இன்னும் கல்யாணம் ஆகலை. ஒண்டிக்கட்டை சார்.''

"அப்படியா இத்தினி நாளு ஏன் உங்க அப்பா அம்மா விட்டு வச்சாங்க? உங்களுக்கு என்ன வயசாகுது?''

"21 தான் சார் ஆகுது. அதுக்குள்ள எதுக்கு சார் கல்யாணப் பேச்சு? கல்யாணத்தைப் பத்தி எல்லாம் நான் யோசிக்கறதே இல்லை சார். ஒருத்தனுக்கே சம்பளம் பத்தலை. தங்கறதுக்கும் திங்கறதுக்குமே நான் சம்பாதிக்கறது சரியா போகுது. இதுல இன்னொரு ஜீவனைக் கட்டிக்கிட்டு அது ஒண்ணைப் பெத்துப் போட்டுக்கிட்டு வேணாம் சார்.''

"இங்க பாருங்க பாபு இன்னிக்கு உடம்புல தெம்பு இருக்கு உழைச்சி சாப்பிடறீங்க உடம்புக்கு ஒண்ணுன்னா ஒத்தையாவா பாத்துக்க முடியும்? இன்னும் பத்துப் பதினஞ்சு வருஷம் ஆச்சுன்னு உடம்பு தேஞ்சிடும். உடம்புல உள்ள பார்ட்ஸ் எல்லாம் பட்டன் போன டயர் மாதிரி நூல் வுட்டுடும். அன்னிக்கு கைத்தாங்க ஒரு ஜீவன் வேணும். மொதலாளிங்க எல்லாம் பத்து மணிநேரம் பன்னண்டு மணி நேரம் எதுக்கு வேலை வாங்கறானுங்க தெரியுமா? வூட்டுக்குப் போனா வேற எந்த நெனப்பும் வரவே கூடாது. எறப்பு வாங்குற நாய் மாதிரி படுத்தா அப்படியே தலகாணியைக் கட்டிப்பிடிச்சிட்டுத் தூங்கிடணும். அதான் அவங்க நோக்கம்.''

எதுவும் பேசாமல் அமைதியாக இருந்த பாபு "சார் டீயைக் குடிச்சு அரை மணி நேரம் ஆகுது. கடைக்காரன் ஒருமாதிரியா பாக்குறான்.''

"தம்பி இங்க வா. இன்னும் ரெண்டு இஞ்சி டீ போடு.''

"சார் எதுக்கு இப்பத்தானே குடிச்சோம்.''

"டீ தானே உள்ள போட்டா அது பாட்டுக்குக் கெடக்குது. சரி அதை விடுங்க... ரூம் எங்க உங்களுக்கு?''

"தண்டையார்பேட்டையில சார்.''

"அடப்பாவி அங்கேர்ந்தா கிண்டிக்கு வர்றீங்க? அதான் உங்களுக்குக் கல்யாணம் காட்சி எந்த நெனப்பும் இல்லை... கிண்டி இண்டஸ்ட்ரியல் எஸ்டேட்டுக்கு உள்ளேயே தங்க இடம் வேணுமா?''

"என்ன சார் சொல்றீங்க?"

"ஒரு பக்கம் ஃபேக்டரியில தேயறீங்க... இன்னொரு பக்கம் பஸ்ல தேயறீங்க. எனக்குத் தெரிஞ்ச ஒருத்தர் எஸ்டேட்டுக்குள்ளேயே ஒரு ஃபேக்டரி வச்சிருந்தார். அவருக்கு நெறைய பிரச்சினை இப்ப ஷட்டவுன் பண்ணிட்டாரு. அவரு ஃபேக்டரிக்குள்ளேயே ஒரு ரெஸ்ட் ஹவுஸ் மாதிரி வச்சிருந்தாரு. இப்ப சும்மாதான் பூட்டிக்கெடக்கு. என் கிட்டதான் சாவி இருக்கு. அவரு பஹ்ரைன் போயிட்டாரு. அதுல ஒரு பக்கம் மெஷினரிஸ் கெடக்கு ஆனா எடம் தாராளமா இருக்கு ஒரு குடும்பமே அங்க குடி இருக்கலாம். அங்க தங்கிக்கறீங்களா?"

"ரொம்ப நாளா பக்கத்துல வீடு தேடிக்கிட்டு இருக்கேன்... கேக்குற வாடகை கட்டுப்படி ஆக மாட்டேங்குது. குடுத்தீங்கன்னா புண்ணியமா போவும்."

"குடுத்தாச்சு. நாளைக்கு அங்க ஒரு வேலையா வருவேன்... ராமாமிருதத்துகிட்ட ஒரு செக் குடுக்க வருவேன்... அப்படியே சாவியை அவர்கிட்ட குடுத்துடறேன்... நீங்க அப்புறமா வாங்கிக்கங்க. ராமாமிருதம் நம்மாளு" என்று சொல்லிக் கண்ணடித்தார்.

"ரொம்ப நன்றி சார்."

"இதுல என்ன இருக்கு? பூட்டிக் கெடக்கற இடம் எனக்கும் ஒரு பயம் இல்லாம இருக்கும்... என்னை நம்பி சாவி குடுத்துட்டுப் போயிருக்கான். அப்ப நான் வர்றேன் பாபு."

புரிந்துகொள்ள முடியாத புதிராக அவரது உருவம் விருட்டென எழுந்து நடந்து போய்க்கொண்டிருந்தது. ஒரு தேநீருக்காகவும் தாம் திருமணம் செய்ய வேண்டியதன் அவசியத்திற்காகவும் நிதானமாகப் பேசிக் கதைத்தவர், சட்டென ஒரு மாபெரும் பிரச்சினையைத் தாம் தான் சொல்லாமலே இரண்டு வினாடிக்குள் தீர்த்துவிட்டு, தன்போக்கில் எழுந்து சென்றுவிட்டார். ஒவ்வொரு மனிதனும் நூறு சதவிகிதம் புரிந்து கொள்ள முடியாத சிஎன்சி மெஷின் போலத்தான் இயங்குகிறார்கள்.

உண்மையில் மெஷின்கள் தன்னளவில் பிரச்சினை இன்றி ஓடிக் கொண்டிருக்கும் வரை அதனை இயக்குபவர்கள் ஒரு எஜமான மனப்பான்மையுடன்தான் அதனை இயக்கிக்கொண்டிருப்பார்கள். ஒரு நாள் திடீரென நின்று போனால்தான் தெரியும், அதன் எஜமானன் தான் இல்லை என்பது. அதையும் இதையும் திருகி ஆட்டி தட்டிப் பார்ப்போம். எதற்கும் அசராத மந்தகாசப் புன்னகையுடன் சலனமின்றி

முன்னே நிற்கும். யாரோ ஒரு சர்வீஸ்மேன் அதனை அனாயாசமாகத் திறந்து சடுதியில் ஓடவிட்டுப் பின்னர் சமர்த்தாக ஓடும்போதுதான் அதனுடனான அன்னியம் புலப்படும். அந்த சர்வீஸ்மேன் போலத்தான் சாலமன் தோன்றினார்.

சேகரும் காசியும் ஒருவர் பின் ஒருவராக வந்து பாபுவுடன் சேர்ந்து தங்கிக்கொண்டனர். அந்த இருவரும் அப்பொழுதுதான் பழக்கமானார்கள். அவர்கள் வந்ததில் பாபுவுக்கும் ஒரு நிம்மதி கிடைத்தது. இரவு நேரங்களில் ஓ வென்று தனித்துக் கிடக்கும் தொழிற்பேட்டை ஒரு அச்சத்தை ஏற்படுத்தும். பகலில் கேட்பாரற்றுத் தலையாட்டிக்கொண்டிருக்கும் மரங்கள் இரவு நேரத்தில் திடீர் பேய் உருவத்தை ஏந்திக்கொள்ளும். தனித்திருக்கும் சாலையில் நடந்து செல்லும்போது, தலை மீது விழும் ஒற்றை அரச இலை கூட ஒரு அணுகுண்டுக்கு சமமான உலுக்கலைத் தந்தது. சிறுநீர் கழிக்கச்செல்வது ஒரு போர்க்களத்துக்குச் செல்வதைப் போன்ற மனக் கிலேசத்தைத் தந்தது. சிறுநீர் கழிக்கும்போது பாதியில் அவசரமாக நிறுத்திவிட்டுத் திரும்பிப் பார்க்காமல் அறைக்குள் வந்து படுத்துக்கொண்ட இரவுகள் எண்ணற்றவை.

தொழிற்சாலைகளின் ஆவேசமும் அலறலும் பகல்பொழுதுகளில் மட்டும்தான். இரவு ஒன்பது மணிக்கு மேல் மயானத்தின் சகல லட்சணங்கள் கொண்ட பீதிகள், பிண அமைதியுடன் அச்சுறுத்திக் கொண்டிருக்கும். போதாததற்குப் பகலில் உணவு இடைவேளைகளில் பகிரப்படும் பல்வேறு தற்கொலை, விபத்து மரணக்கதைகள் இரவு நேரங்களில் ஒரு வார்த்தை பிசகாமல் ஞாபகத்துக்கு வந்து தொலைக்கும். இங்கொன்றும் அங்கொன்றுமாக நடமாடிக்கொண்டிருக்கும் இரவுக் காவலர்கள் கொள்ளிவாய்ப் பிசாசு கணக்காக வாயில் பீடியுடன் மெல்ல இருளில் புகைந்துகொண்டிருப்பார்கள்.

தூக்கம் வராமல் எப்பொழுதாவது இரவுக்காவலர் மாரிமுத்துவுடன் பேசிக்கொண்டிருந்தால் ஒன்பது மணிக்கெல்லாம் சரக்கு பாட்டிலைத் திறந்துவிடுவார். அப்புறம் அவரது வாயிலிருந்து தெறிக்கும் வசைகளில் அரசியல்வாதிகள், நடிகர்கள், முதலாளிகள், சக இரவுக்காவலர்கள் என சகட்டுமேனிக்குக் கட்டிப்புரண்டு காயம் அடைந்திருப்பார்கள். பத்து மணிக்கு 'தூக்கம் வருது' என்று அவர் சொன்னால் சலோமி அங்கு வரப்போகிறாள் என்று அர்த்தம். சலோமிதான் அங்கு சலிப்பற்ற இரவு தேவதை. ஒரு ரெண்டு மணி நேரத்துல சலிசா

ஐநூறு ரூபாய் சம்பாதிச்சிடுவாய்யா என்று எல்லாவற்றையும் முடித்துவிட்டு, அங்கலாய்ப்பார் மாரிமுத்து. அட இருப்பா என்ன அவசரம் எதுக்குப் பறக்குறே என்று அவர் கடுமையாக அங்கேயே இருத்தினால் அன்றைக்கு சலோமி வரமாட்டாள் என்று பொருள்.

“என்னண்ணே இன்னிக்கு சலோமி வருகைபுரிய மாட்டாளா?”

“புதனும் சனிக்கிழமையும்தானே அவளுக்கு இந்த ஏரியா? மத்த நாள்ல வேற எடம் சுத்துவா.”

“ஏண்ணே இந்த வயசுல தேவையா உங்களுக்கு? வீட்டுலதான் சம்சாரம் இருக்குதுல்லே.”

“எங்கே வருஷம் முன்னூத்தி அறுவத்தி அஞ்சு நாளும் நமக்கு நைட் டூட்டி. பகல்ல அவளுக்குக் கட்டடவேலை. எடைப்பட்ட கொஞ்ச நேரத்துல கெழவி கிட்ட போவ முடியாது. ஒரே கலவை நாத்தம் அடிக்கும். சிமெண்ட்டும் மணலும் சேர்ந்தமாதிரி ஒரு நாத்தம். அவளே கிட்ட வந்தாலும் ஓடிப்போயிடுன்னு சொல்லிடுவேன்.”

“அட போங்கண்ணே அப்படியே பச்சையா பேசுவீங்க நீங்க.”

“இதுக்கே இப்படிச் சொல்றே... ஒருநாளு எம் பொண்டாட்டி வேலை செய்யுற அதே காண்ட்ராக்ட்ல இருக்குற இன்னொரு பொம்பளை என் கிட்ட வந்து ‘ஒன் பொண்டாட்டியைக் கொஞ்சம் கண்டிச்சு வைய்யி... மேஸ்திரி கூட ரொம்ப எழையறா அவன் மோசமான ஆளு’ன்னு கம்ப்ளெயிண்ட் சொன்னா. என்னமோ என் பொண்டாட்டிக்கும் அவளுக்கும் வாங்கல் போல.”

“அப்புறம்?”

“நான் கேட்டேன்... மேஸ்திரி ரொம்பவா எழையறானா அப்படின்னு கேட்டேன். அட ஆமாங்கறேன் அப்படின்னா. ரொம்ப எழைஞ்சிருந்தா இன்னேரம் செத்துல்ல போயிருப்பான். நாத்தம் கொடலைப் புடுங்குமேன்னு சொன்னேன். அவ மூஞ்சியை நீ பார்த்திருக்கணுமே” என்று சொல்லிவிட்டு ஹா ஹா என்று சிரித்தார்.

“என்னண்ணே இதை எல்லாம் போயி என்கிட்ட சொல்லிக்கிட்டு?”

“டேய் இதை நான் என் பொண்டாட்டிகிட்டயே சொன்னேன்டா... அதுக்கு அவ என்னைத் திட்டலை அடி சண்டாளி சிறுக்கி ராவைக்கு நேரத்துல வீடு திரும்பாம மண்ணு மோட்டுல அவன் கூட படுத்துப்

பொரண்டுட்டு என்னைத் தேவிடியான்னு சொல்றாளா. அவ வேலுகிட்ட படுத்தது தெரியாதா? காண்ட்ராக்டர் கிட்ட கொழைஞ்சது தெரியாதா வரட்டும் குச்சிக்காரி அவ சிண்டை பிய்க்கிறேன்... அப்படின்னு ஒரே கூச்சலு. ரெண்டு பொம்பளைக்கு இடையிலே ரொம்ப பிரச்சினைன்னு வச்சிக்க ஊரு பய வண்டவாளம் எல்லாம் தண்டவாளம் ஏறிடும்.'' என்று மறுபடியும் ஹா ஹா சிரிப்பு. என்றைக்காவது ஒரு நாள்தான் அவரிடமிருந்து இப்படி நகைச்சுவை மிக்க கதைகள் அறுவடையாகும் மாசக் கடைசியில் கையில் ஓட்டம் இருக்காது. அவர் முகம் இறுக்கி கிடக்கும். வாயிலிருந்து உபரியாக வார்த்தைகள் வராது.

“அண்ணே சலோமி வருவாளா இன்னிக்கு?'' என்று கேட்டால், “அவ கெடக்கா நாடுமாறி'' என்று அசால்ட்டாகத் திட்டுவார். ஆனால் எத்தகைய நிலையிலும் பாபுவுக்கு பீடி, குடி பொம்பளைப் பழக்கம் என்று எதுவும் தொற்றவில்லை.

சாலமன் தனது மகனின் பிறந்தநாள் என்று பாபுவை விருந்துக்கு பிரபலமான ஹோட்டல் ஒன்றிற்கு அழைத்திருந்தார். சுவையான உணவு வயிறாரக் கிடைக்கும் என்பதால் பாபுவும் அவர் அழைத்தவுடன் அங்கு சென்றிருந்தார். சாலமன் செலவாளி அசராமல் ஏதோ ஒரு காரணம் சொல்லி, இப்படி அடிக்கடி ஹோட்டல் சாப்பாடு வாங்கித் தருவார். தனியே இருப்பதன் துயரத்தை அவரிடம் அவ்வப்பொழுது பகிர்ந்தபொழுதுதான் சேகரையும் காசியையும் உடன் தங்க அழைத்து வந்தார். இருவருமே வெவ்வேறு கம்பெனி.... சேகர் வெல்டர், காசி ஃபிட்டர். இருவரும் தொழிலில் கெட்டிக்காரர்கள். சேகரையும் காசியையும் அடிக்கடி சினிமாவுக்கு அழைத்துச் செல்வார். அவர்களுக்கு பணம் காசு தட்டுப்பாடு என்றால் கூட சளைக்காமல் தருவார். திருப்பித் தரும்போது வாங்கிக்கொள்வார். ஆனால் இடையில் ஒரு வார்த்தை கூட கேட்கமாட்டார்.

சேகரின் அம்மாவுக்கு உடல்நிலை சரியில்லாமல் ஒருமுறை மருத்துவமனையில் அனுமதிக்கப்பட்ட போது, செலவு ஆயிரங்களில் ஆனது. அவன் வேலைபார்த்த கம்பெனி முதலாளி கையை விரித்தபொழுது, சாலமன்தான் எல்லா பணத்தையும் கட்டினார்.

சேகர் நெகிழ்ந்து போயி, “இவ்வளவு பணத்தையும் எப்படித் திருப்பிக் குடுக்கப்போறேன்னு தெரியலை. கொஞ்சம் கொஞ்சமா குடுத்துடறேன் அண்ணே...''

“இருக்கட்டும்டா தொழிலாளிதான் ஒருத்தனுக்கு ஒருத்தன் உதவ முடியும். மொதலாளியைப் பாரு பொறங்கையைக் காட்டிட்டு போய்க்கிட்டே இருந்துட்டான். தொழிலாளிக்குத்தாண்டா கையில காசு இல்லைன்னாலும் செய்யற மனசு இருக்கும். நான் எப்பவும் தொழிலாளிதாண்டா” என்று தேற்றினார். அன்றையிலிருந்து அவர்தான் அவனுக்குக் கடவுள். எதைச் சொன்னாலும் எப்ப சொன்னாலும் தட்டமாட்டான்.

ஒவ்வொரு முறையும் அவர் முதலாளிகளைத் திட்டும்போது அவர் சொல்வது எத்தனை உண்மை என்று புரிந்தது. கஷ்டமான சமயங்களில் எல்லாம் கம்பெனியை விட்டுவிட்டு ஓடிவிட்டால் கொடுத்த பணத்தை எப்படி வசூல் செய்வது என்கிற அவநம்பிக்கையுடன் நிறுவன விதிகளைச் சுட்டிக்காட்டி முதலாளிகள் தங்கள் இயலாமையை வெளிப்படுத்தியபடிதான் இருந்தார்கள்

“பாபு நீ என்னிக்காவது ஒரு நாள் முதலாளி ஆகுறன்னு வச்சிக்க அப்ப தொழிலாளிகளை எல்லாம் மனிதாபிமானத்தோட நடத்தணும் பாபு” என்பார்.

“நிச்சயமா அண்ணே என்னிக்கும் பழசை மறக்கக் கூடாதுண்ணே. ஆனா நான் எல்லாம் முதலாளி ஆவறது கனவுலதான் நடக்கும்.”

“அட நீ ஒண்ணு... இப்ப இருக்கற பாதி மொதலாளிக எல்லாம் உன்னைவிட கம்மியான வசதியில இருந்தவனுங்க... மனசுல ஒரு தில்லு இருக்கணும். கையில தொழில் இருக்கணும். பணம் எல்லாம் ஒரு மேட்டரே இல்லை. ஒரு இருவதாயிரத்தை வச்சிக்கிட்டு ஒரு லெட்டர் பேட் ஒரு லோகோ ஒரு ரிஜிஸ்ட்ரேஷன் அவ்வளவுதான், பேங்க்காரன் தேடிக்கிட்டு வந்துடுவான். நம்ம கையிலயா காசைக் குடுக்கப்போறான், மெஷின் கம்பெனி யாரோ அவன்கிட்ட குடுக்கப்போறான். ஏதாவது ஒண்ணுன்னா மெஷினைத் தூக்கிட்டு போயிடுவான் அவ்வளவுதானே நாம பாட்டுக்கு துண்டை ஓதறி தோள்ல போட்டுக்கிட்டு வந்துகிட்டே இருக்கலாம். உழைப்பு நட்டம் அவ்வளவுதானே இல்லைன்னாலும் எவனுக்காவது உழைச்சிக் கொட்டிக்கிட்டுத்தானே இருக்கோம் என்ன லாபம்? உன்கிட்ட தொழில் இருக்கு. ஆனா... தில்லு இல்லை” என்று நீண்ட உரை நிகழ்த்தினார் சாலமன்...

அப்பொழுது சாலமனுக்கு ஒரு போன் வந்திருப்பதாக ஹோட்டல் சேவகர் மிகப் பணிவுடன் வந்து சொன்னார்.

அப்படியே பதறி அடித்து முன்னாள் இருந்த மேஜைக்குச் சென்று தொலைபேசியை எடுத்துப் பேசினார். அவர் அங்கு பேசியது இங்கு அமர்ந்திருந்த பாபுவுக்குத் தெளிவாகக் கேட்டது.

“சரிங்க சார் ஒண்ணும் பிரச்சினை இல்லை... வொர்க் அவுட் ஆயிடும் சார் நான் பாத்துக்கறேன்... நேர்ல போயி பாக்குறேன்...” என்று அவசரமாக போனை வைத்துவிட்டு,

“எங்க எம்டி கிருஷ்ணய்யா பேசினார் அப்புறம் பாக்கலாம் பாபு” என்று அவசரமாகக் கிளம்பினார். ஒரு எம்.டி. சாலமன் ஹோட்டலில் அமர்ந்திருப்பதை அறிந்து எப்படி போன் செய்கிறார் அந்த அளவுக்கு அவர் தனது ஊழியர்களைக் கண்காணிக்கிறார் போலும். அதே சமயம் சாலமன் சாதாரண ஆளில்லை. சக்தி வாய்ந்த மனிதர்தான் என்றும் தோன்றியது.

10. காதல் ஜன்னி

2000ஆம் ஆண்டு டிசம்பர் மாதம்.

சாலமன் எப்பொழுதும் சென்று வரும் தேவாலயத்தில் ஏதோ ஒரு நிகழ்வின் பொருட்டு அங்கு காலை உணவுக்கான செலவை ஏற்றிருந்தார். அது ஒரு ஞாயிற்றுக்கிழமை. உணவு வைத்திருந்த பாத்திரங்கள் மற்றும் இத்யாதிகளை எடுத்துச்சென்று அங்கு வைத்து எல்லோருக்கும் தருவதற்கான வேலைகளுக்காக பாபு, சேகர் மற்றும் காசியையும் அழைத்திருந்தார். ஜெனிட்டா என்னும் மாயப்பிசாசை அங்குதான் பாபு சந்தித்தார்.

சாலமன் அன்றைய அன்னதானத்துக்கான உணவு தயாரிப்பை ஜெனிட்டா மற்றும் அவரது தாயாரிடம் ஒப்படைத்திருந்தார். அவர்களின் உபதொழில் அது. தையல்தான் அவர்களது பிரதானப் பணி. எல்லா நேரமும் தைப்பதற்கான வேலைகள் கிடைப்பதில்லை என்பதால் இப்படியான சந்தர்ப்பங்களில் திடீர் சமையல்காரர்களாக மாறிவிடுவார்கள் என்பது சாலமன் பேச்சுப்போக்கில் சொன்ன விஷயம்.

கிரீஸ்-சும் ஆயிலுமாகக் கழிந்த அவரது வாழ்க்கையில் சலனங்களுக்கு இடமே இல்லை. இளம் வயதில் சோறுதான் அவரது லட்சியப்பொருள் கனவு எல்லாமே. மிகச்சிறந்த உணவை எளிய விலையில் வாங்கிவிட்டால், அன்றைக்கு அவர் அடையும் ஆனந்தம் எல்லையற்றது. உண்ணுவதற்குத் தோதான ரோட்டோரக் கடைகளைக்

கண்டடைந்தால் வாழும்போதே முக்தி பெற்ற மகானாகத் தன்னை உணர்வார். அவருடைய சித்தாந்தத்தின்படி நாக்குதான் அவரது அதி உன்னதமான உறுப்பு

நாக்கு என்பது என்னவோ அற்ப உறுப்பு போலவும் அது இடையறாமல் தீயவற்றை இழுத்து வந்து சேர்த்துவிடுவது போலவும் அநியாயமாக எல்லோரும் நாக்கின் மீது அவதூறு கதைகளைப் பரப்பிக்கொண்டே இருக்கிறார்கள். சிறுவயதில் சிவாகரன் சொன்ன கதை இன்னமும் மறக்காது.

ஒருமுறை நாக்கு பற்களிடம் சொன்னதாம் "என்னருமை பற்களே உங்களுக்கு எப்படி நன்றி சொல்லுவேன். இந்த மனுஷப்பயலுக நமக்கு ஏலுமா ஏலாதா என்று கூட சிந்திக்காமல் கண்டதையும், கடிக்க முடியாத கடினத்தையும் உள்ளே தள்ளிவிடுகிறார்கள். உதட்டருகே அவன் கொண்டு வரும் உணவுப் பொருட்களைப் பார்த்தால் எனக்குப் பகீரென்று இருக்கும். பிடுங்க முடிந்தால் மரத்தையும் கொத்தி வாய்க்குள் திணித்துவிடுவார்கள். நல்லவேளை மனிதனுக்கு அத்தனை திராணி இல்லை, நல்லவேளை நீங்கள் இல்லை என்றால் என் கதி என்னாகும்? அவனுக எதைத் தின்றாலும் நன்றாக அரைத்துக் கூழாக்கித் தந்துவிடுகிறீர்கள். அதனால் நான் தப்பித்தேன்" என்றதாம். அதற்கு பற்கள் சொன்னதாம், "அதெல்லாம் சரி திறக்கிற நேரமெல்லாம் எதையாச்சும் சொல்லி வம்பில் மாட்டிவிடுகிறாய். வருகிறவன் எல்லாம் எங்களை உடைத்துவிடுவேன் என்று மிரட்டுகிறான். கொஞ்சம் அமுக்கிக்கிட்டு இருங்கோ அப்படின்னு சொல்லுச்சாம்" என்று கதைப்பான்.

இப்படித்தான் கதைக்கிறவர்கள் எல்லாம் நாக்கின் மீது அபாண்டமாகப் பழி சொல்கிறார்கள். நாக்கு தன்னிச்சையாகவா பேசுகிறது? மூளை கட்டளை இடுவதைத்தானே பேசுகிறது? உடம்பின் இறைவன் மூளை இல்லையா? அவனன்றி ஓரணுவும் அசையாதில்லையா? ஆனால் குற்றப்பத்திரிகையை நாக்கின் மீது எழுதி ஒட்டிவிடுகிறார்கள். உண்மையில் நாக்கின் இன்னொரு பிரதானப் பணி சுவையறிதல்தானே. ஊமைக்கும் நாக்குதானே சுவையைப் பரிமாறுகிறது. சுவையை உணராவிட்டால் மனிதனுக்கு உணவுதான் ஏது? இத்தனை வகைகள்தான் ஏது? உறவுகள் நெருக்கமாவது நாவின் வழியாகத்தானே? நன்றி கெட்ட ம்னிதர்கள் தங்கள் நாக்கையே மறந்துவிடுகிறார்களே? என்பதுதான் பாபுவின் அசைக்க முடியாத கருத்து.

ஜெனிட்டாவின் கைப்பக்குவம் அலாதியானது. நெத்திலிக் கருவாட்டை இறந்த பின்னும் பேச வைப்பாள். அது நாவுடனும் வயிறுடனும் அளவளாவும். மணிக்கூடு நேரத்தை அறிவிக்கும் முன்பாக அவள் உணவின் மணம் கூப்பாடு போடும். சாலமன் எப்பொழுது அழைப்பார் என்று ஏங்கித் தவிக்கத் தொடங்கியது மனம். அவள் தையல்காரி என்பது தெரிந்ததும். ஓரங்கட்டி வைக்கப்பட்ட துணிகள் எல்லாம் பாபுவுக்குச் சட்டைகளாக முளைத்தன.

சட்டை வாங்கச் செல்லும்போதெல்லாம் ஒரு பேச்சுக்கு சாப்பிடறீங்களா என்று கேட்டால், மறுக்காமல் சாப்பிட சம்மணம் போட்டு அமர்ந்துவிடுவார். கிண்டியில் அவர்கள் தங்கி இருந்த பகுதிக்குச் சற்று தூரம் அவள் வீடு என்றாலும் பரவாயில்லை என்று இரவு உணவுக்கு மட்டும் தயார் செய்யச் சொல்லி அதற்குத் தனியாகத் தொகை கொடுத்துவிடுவார். துணைக்கு சேகரையும் காசியையும் இழுத்துக்கொள்வார். அவருக்குப் பிடித்தமான மட்டன் பிரியாணி மீன் வறுவல் எல்லாம் கூடுதலாக இவர் தட்டுக்கு வருவதைத் தொடர்ந்து கவனித்த பிறகுதான் அவர்களைச் சுவை மட்டும் இணைக்கவில்லை காதலும்தான் என்று புரிந்தது.

சேகர் வேலைபார்த்த கம்பெனியில் அவன் வாங்கி இருந்த கடன் மிகச் சொற்பம். ஆனால், அதைக் காரணம் காட்டியே கூடுதல் வேலைகளைத் தலையில் கட்டினார்கள். பொறுக்க முடியாமல் சேகர் திரும்ப கொஞ்சம் வேகமாகப் பேச வீட்டுக்குப் போ என்று அனுப்பிவிட்டார்கள். கெய்சான் கொடுக்கவில்லை, ஜாப்-ஐ குறித்த நேரத்துக்குள் முடிப்பதில்லை, வெல்டிங் தரம் மோசம் என்று ஆதாரமற்ற சொத்தையான காரணங்களை எல்லாம் சொல்லி அதற்குத் தோதாக விதிகளைக் காண்பித்து வெளியே துரத்தினார்கள்.

ஒரே நாளில் சேகர் தெருவுக்கு வந்தான். நல்லூழ் காரணமாக அவனுக்குக் கல்யாணம் ஆகவில்லை. தங்கி இருக்க சாலமன் இடம் கொடுத்திருந்தார். நிலைமை மோசமானதே ஒழிய படு மோசமாகவில்லை. இந்த அக்கிரமம் முதலாளிகளின் இரக்கமற்ற குணத்தின் அடையாளம். இன்னும் ஏன் அவர்களுக்காக ரத்தத்தையும், உயிரையும் வாழ்க்கையையும் கொடுக்கப்போகிறீர்கள்? என்று சாலமன் ஆவேசமாகக் கேட்டது நாடி நரம்பை எல்லாம் முறுக்கேற்றியது. “சரிங்க சார் இதுக்குக் கொடி பிடிச்சிட்டு நடுரோட்டுல நிக்கவா முடியும்?”

“அதெல்லாம் பைசாவுக்குப் பிரயோஜனம் இல்லை. சவால் அப்படின்னா கொடி பிடிச்சுட்டு நிக்கறது இல்லை. எதிர்த்து நின்னு அவங்களுக்கு நிகரா வளர்றது. சேகருக்காகவாவது நாம ஏதாச்சும் செய்தாகணும். அவனால தனியா மார்க்கெட்டிங் ஃபீல்டுல நிக்க முடியாது. ஆனா உனக்கு அப்படி இல்லை, கையிலே தொழில் இருக்கு. இப்பவே நல்ல பேரு இருக்கு. ஜாப்-காக நீ எங்கேயும் நிக்க வேண்டியதில்லை. நான் சொன்னா போதும் கம்பெனியில கண்டிப்பா ஜாப் கொடுப்பாங்க. நீ யோசிக்காதே பாபு.”

“குருராஜன்கிட்ட ரொம்ப வருஷமா வேலை செஞ்சிட்டேன். ஒரு குறை வச்சதில்லை. சம்பளத்தையும் அப்பப்ப ஏத்திக்கிட்டுதான் வர்றாரு. அவருக்குப் போட்டியா நான் ஒரு ஃபேக்டரி ஆரம்பிச்சா நல்லா இருக்காது சார்...”

“விசுவாசத்தை வேலையிலே காமிங்க வளர்ச்சியில காமிக்காதிங்க. எங்க கம்பெனிக்கு ஒவ்வொரு வருஷமும் அம்பதாயிரம் வீல் போல்ட் நட் தேவைப்படும். குருராஜன் கம்பெனி கெப்பாசிட்டியே வருஷத்துக்குப் பத்தாயிரம்தான். அதுவும் மத்த ஜாப் எதையும் செய்யாம இருந்தாத்தான் அந்த டார்கெட்டை அச்சீவ் பண்ண முடியும். அதைப் பார்த்தா எங்களுக்கு ப்ரொடக்ஷன் நின்னு போயிடுமே. மீதி நாப்பதாயிரத்துக்கு வேற வேற ஆட்களைத்தான் பிடிக்கிறோம். அதுல உனக்கும் குடுப்போம். இதுல போட்டி எங்கேயிருந்து வந்துச்சு? குருராஜன் கேள்விப்பட்டா நிச்சயம் சந்தோஷப்படுவார். அவரே ஃபைவ் ஸ்டார் ஃபோர்ஜிங்லதானே அஞ்சு வருஷம் முன்னாடி வரைக்கும் வேலைபார்த்தார்? அவருக்குப் புரியும்... நீ அவர்கிட்ட சொல்லிட்டே ஆரம்பிக்கலாம் வருத்தப்படமாட்டார். எதையும் ரகசியமா செஞ்சாத்தான் மன்ஸ்தாபம் வரும். சம்பந்தப்பட்டவங்க கிட்ட சொல்லிட்டு செஞ்சா அது வலிக்காது. அவருக்குக் கிடைக்க வேண்டிய ஜாப்புக்குப் போட்டியா நிக்காம நமக்குக் கிடைச்சதை நாம செஞ்சுகிட்டு வந்தா ஒரு பிரச்சினையும் வராது” என்று தன் கருத்துகளுக்கு வலு சேர்த்துக்கொண்டே போனார்.

கடைசியாக அவர் சொன்ன வார்த்தைதான் மிக முக்கியமானது. “ஜெனிட்டாவைக் கல்யாணம் பண்ணிக்கணும்னா ஆசை வெச்சா மட்டும் போதாது... கையில காசும் வைக்கணும். ‘இல்லை பாட்டு’ பாடறதா இருந்தா உனக்கு ஜெனிட்டாவும் இல்லைதான். அதுக்கு இப்ப கெடைக்குற சம்பளம் பத்தாது. தனியா வெளியே வந்து

நீ நெறைய சம்பாதிக்கணும்'' என்ற போது பாபுவுக்கு வியர்த்தது. இவருக்கு எப்படி விஷயம் தெரிந்தது? அவளுடைய காதல் பாபுவுக்குப் புரிவதற்கு முன்பாக எல்லோருக்கும் புரிந்திருக்கிறது என்கிற ரகசியம் பின்னாளில் காசி சொல்லும் போதுதான் தெளிவானது.

காசியும், சேகரும் புதிய கம்பெனி ஆரம்பிப்பதில் மிகுந்த ஆர்வத்துடன் இருந்தனர். எலி வளைன்னாலும் தனி வளையா இருக்கணும்னு என்று அதற்கு உதாரணப் பழமொழிகளை எல்லாம் சொன்னார்கள். மெஷின் வாங்குவதற்கான கடன், புதிய வேலை ஆணைகள் எல்லாம் தாம் பார்த்துக்கொள்வதாகச் சொன்னார் சாலமன். இப்பொழுது தங்கி இருக்கும் இடமே மெஷினுக்குப் போதுமானது. ஆரம்பத்தில் இரண்டு மெஷின்கள் மட்டும் போடு என்று அறிவுறுத்தினார். ஜெனிட்டாவிடம் யோசனை கேட்டார் பாபு. பெண் பிள்ளைகளுக்குத் தொழில் சூட்சுமங்கள் எதிர்காலம் பற்றி எல்லாம் எப்படித் தெரியும்? உங்களுக்கு நல்லதுன்னு பட்டா செய்யுங்க... எதுவா இருந்தாலும் சீக்கிரம் கல்யாணம் பண்ணிக்குவோம் என்பது மட்டுமே அவளது கோரிக்கையாக இருந்தது.

மிகுந்த தயக்கத்துடன் குருராஜனிடம் பேசினார். அவர் மிகச் சாதாரணமாக இதிலென்ன இருக்கு. இங்க வேலைக்கு வர்றவங்களுக்கு ஓரளவுக்கு மட்டும்தான் என்னால சம்பளம் கொடுக்க முடியும். அதனால அவங்கவங்க தெறமைக்கு ஏத்தமாதிரி இன்னும் அதிகமா கெடைச்சா தாராளமா அங்க போகலாம். நானும் அப்படி வந்தவன்தானே! என்கிட்ட கேக்கறதுக்கு என்ன தயக்கம்? ஆனா ஒரு விஷயம் ஒரு தடவைக்கு இன்னொரு தடவை யோசிச்சு முடிவெடுங்க. ஒரு தரம் மொதலாளி ஆயிட்டா அப்புறம் திரும்ப தொழிலாளியா மாற மனசு வராது. அதைப் பாத்துக்கங்க. இதுகூட என்னோட சுயநலத்துக்காகச் சொல்லலை. ஒரு அக்கறையிலே சொல்றதுதான். யார் போறேன்னு சொன்னாலும் எனக்கு வருத்தமில்லை. ஆளில்லாத மெஷின்ல நான் உக்காந்துடுவேன். எனக்கு எல்லா வேலையும் அத்துப்படி.''

“நீங்க எப்படி எடுத்துக்குவீங்கன்னு ரொம்ப பயந்தேன். நீங்கதான் மொதல்ல எனக்கு கௌரவமான வேலை கொடுத்துச் சம்பளத்தையும் மாசாமாசம் டாண்ணு குடுத்தீங்க! நான் என்னிக்கும் உங்களை மறக்கமாட்டேன்.''

“நீங்க உண்மையா வேலை செஞ்சீங்க... அதனால நியாயமா என்ன கொடுக்கணுமோ அதைத்தான் கொடுத்தேன். நல்லபடியா ஆரம்பிங்க.

எல்லாம் நல்லா நடக்கும்'' என்று எவ்விதக் குரோதமுமின்றி இறுதியாகத் தர வேண்டிய பணம் பி.எஃப். டீட்டெயில்ஸ் என்று சகலத்தையும் முறையாகச் செய்து ஒரு சின்ன டீ பார்ட்டியும் அன்பளிப்பும் தந்து அனுப்பி வைத்தார்.

மெஷின் கம்பெனியில் இருந்து ஆட்கள் வந்து பாபுவிடம் பேசியபோது, உண்மையில் தாம் முதலாளியாகிவிட்டதாகவே உணர்ந்தார். வார்த்தைக்கு வார்த்தை சார் போட்டார்கள். பேசும்போது இருமினால் சாரி என்று வருத்தம் தெரிவித்தார்கள். உடை அணிவதில் அத்தனை நேர்த்தி இருக்க முடியுமா என்பது அவர்களைப் பார்த்தபொழுதுதான் புரிந்தது. ஒரு சிறிய சுருக்கம் இல்லை. முகத்தில் முடி வளர்ந்ததற்கான எந்த அடையாளமும் இல்லாத படு சுத்தமான மழிப்பு. நகநுனியளவு தூசி கூட இல்லாத பளபளப்பான ஷூ. காற்றிலாடாத டை என்று தங்களை அணுஅணுவாகச் செதுக்கி இருந்தனர்.

ஒரு வகையில் அவர்களுடன் பாபுவுக்கு உரையாட கூச்சமாகத்தான் இருந்தது. அமர்ந்திருந்த நாற்காலியில் பெரும்பகுதி நேரம் தன்னைக் குறுக்கிக் கொண்டார். தம்முடைய உடையே தமக்குச் சுமையானது போலத் தோன்றியது...

தம் வாழ்நாளில் நுழைந்தேயிராத கிரீன் பார்க் ஹோட்டலில் அவர்கள் உணவருந்த அழைத்துப் போனபோது, ஒரு நிர்வாணியைப்போல உணர்ந்தார். அங்கிருந்த பகட்டு ஒவ்வொரு நொடியும் அவரை கற்பழித்துக்கொண்டிருந்தது.

குருராஜன் தந்திருந்த பணம், தன் கையில் இருந்த சொற்பப் பணம் எல்லாம் சேர்த்து முன்பணம் தர போதுமானதாக இருந்ததை நல்ல சகுனமாகச் சொன்னான் சேகர். மீதித் தொகைக்கான கடனுக்கும் அவர்களே இன்னொரு டை கட்டிய இளைஞனை அழைத்து வந்திருந்தனர். எல்லாம் முடிந்து அவர்கள் நீட்டிய பேப்பர்களில் கையொப்பமிட்டார். தாள்களின் நகல்களை பாபுவின் கைகளில் தந்து, "எல்லாம் சரியா இருக்குதான்னு ஒரு தரம் பார்த்துக்க... நான் சொல்லலைன்னு அப்புறமா கொறை சொல்லக்கூடாது" அப்படின்னு சாலமன் சொன்னபோது திடுக்கிட்டார் பாபு. எதெல்லாம் சரி என்று தனக்குத் தெரிந்தால்தானே அது சரியாக இருக்கிறதா என்று பார்க்கமுடியும் என்கிற குழப்பத்தை யாரிடம் கேட்பது என்று புரியவில்லை.

மெஷின் இதோ வருகிறது, அதோ வருகிறது என்று சொல்லிக் கொண்டிருந்தாரே தவிர வந்தபாடில்லை. மெஷின் விலையோடு ஒப்பிடுகையில் லோன் போக இன்னமும் ஒன்றரை லட்சம் இருந்தால்தான் உப இயந்திரங்களான டிரில்லிங் மெஷின், கிரைண்டிங் மெஷின், அதற்கான ஸ்டேண்ட், கம்ப்ரஸர் இத்யாதிகளை வாங்கமுடியும் என்று சாலமன் சொன்னபோது, திக்கென்று இருந்தது. இவை எல்லாம் சேர்த்தால் இந்த விலையாகும் என்பது கூட தெரியாமல்தான் இத்தனை நாள் வேலை செய்திருக்கிறோம் என்று நினைத்து வெட்கப்பட்டார். "என்னப்பா இதெல்லாம் உனக்குத் தெரியும்னு நெனச்சேன்" என்று சாலமன் ரொம்ப சாதாரணமாகச் சொன்னார். அவரே மறுபடி-

"நீங்க என்ன பண்ணுவீங்க... மெஷினு, டார்கெட்டு, மெஷர்மெண்ட் அப்படின்னு அதுலேயே ஊறி முங்கிட்டீங்க... எந்த மெஷின் என்ன வெலைன்னு உங்களுக்கு எப்படித் தெரியும்?" என்று சமாதானமாகச் சொன்னார்.

"சரி விடுங்க... அதுக்கும் கவலைப்பட வேண்டாம் பாபு.... நம்ம கிட்ட ஒரு ஆள் இருக்காரு அவரு இந்த மாதிரி சின்ன அயிட்டமெல்லாம் சப்ளை பண்றவர். ஜான்சன்னு பேரு. ரொம்ப நல்ல மனுஷன். கர்த்தருக்கு உண்மையான விசுவாசி... அவர்கிட்ட ஒரு நல்ல பழக்கம் இருக்கு- புதுசா தொழில் தொடங்கற ஆளுக்கு தவணை முறையில பணத்தைத் திருப்பிக் கட்டறமாதிரி ஸ்கீம் எல்லாம் வச்சிருக்காரு. சபையோட ஆளுங்கன்னா முப்பது பர்செண்ட் தள்ளுபடியும் தருவாரு. சபைக்கு வந்துட்டீங்கன்னா இன்னொரு பிரச்சினையும் தானா சால்வ் ஆயிடும். ஜெனிட்டாவை கல்யாணம் பண்ணித்தர அவங்களுக்கும் சங்கடம் எதுவும் இருக்காது. செலவில்லாம சர்ச்சுல கல்யாணத்தை முடிச்சிக்கலாம். நான் கம்பெல் பண்ணலை உங்க விருப்பம்" என்று தயங்கியபடியே சாலமன் சொன்னார். பாபு பதிலெதுவும் சொல்லாமல் யோசிப்பது போல பேசாமல் இருந்தார்.

"ஆமா நீங்க என்ன மதம்? என்ன கேஸ்ட்?. இதுவரைக்கும் நான் கேட்டதே இல்லை."

"தெரியலை சார்" என்ற பாபுவை அதிர்ச்சியுடன் பார்த்தார் சாலமன்.

11. அடையாளமற்றவன்

2000ஆம் ஆண்டு டிசம்பர் மாதம்.

"என்னப்பா தெரியலைன்னு சொல்றே? என்ன வெளையாடறியா?"

"இல்லை உண்மையிலேயே சொல்றேன்... எனக்குத் தெரியாது."

"அப்பன்னா உனக்கு அப்பா அம்மா?"

"அவங்க எல்லாம் 83 கலவரத்துல இறந்துட்டதா சொன்னாங்க. அப்ப எனக்கு ரெண்டு வயசு."

"83 கலவரமா?"

"ஆமா இலங்கையில நடந்த கலவரத்துல அவங்க இறந்துட்டாங்க. அகதியா குடும்பத்தோட இந்தியாவுக்குத் தப்பிச்சு வந்த ஜப்பார் பாய் என் மேலே பரிதாபப்பட்டு என்னையும் இங்க கூட்டிட்டு வந்துட்டார். ரொம்ப நாளா நான் முஸ்லீம்னு நெனச்சிக்கிட்டு இருந்தேன். ஒரு பதினஞ்சு வயசாகும்போது மண்டபம் அகதி முகாம்லேர்ந்து ஒரு பெயிண்டிங் வேலைக்காக வெளியே வந்தப்ப ஜப்பார் இந்த உண்மையை எல்லாம் சொல்லி 'திரும்ப முகாமுக்கு வந்தாலும் வேற வேலைக்கு நாமெல்லாம் போக முடியாது. நமக்கு எந்த ஐடண்டி கார்டும் இல்லை. அதனால திரும்பத் திரும்ப நமக்கு பெயிண்டர் வேலை, பள்ளம் தோண்டற வேலை இப்படித்தான் கிடைக்கும். அதனால எப்படியாச்சும் சென்னைக்குப் போயி இந்த

அடையாளம் இல்லாம வேற தொழிலைக் கத்துக்க' அப்படின்னு அனுப்பி வச்சார்.''

"83 கலவரம்னு சொல்றே உன்னோட அப்பா அம்மா யாராச்சும் போராளிகளா இருந்தாங்களா? அந்த பாய் என்னதான் சொன்னாரு உன்கிட்ட?'' அவரது முகத்தில் கிலி தெரிந்தது.

"ஒண்ணும் பயப்படாதீங்க... எங்க அம்மா அப்பா சாதாரணமானவங்க. சிங்கள மக்களைத் தமிழர்கள் அடிச்சிட்டாங்கன்னு வந்த வதந்தியை நம்பி பல அராஜகம் நடந்தது. அதுல ஒரு வேன்ல வந்த தமிழர்களை ஒரு கும்பல் அப்படியே வேனோட எரிச்சிடுச்சு. பின்னால நாங்க வந்த வேன்ல இருந்தவங்க அதைப்பாத்து வேனை நிறுத்திட்டு அவசரமா இறங்குனாங்க. அதுல சில பேரு மட்டும் தப்பிச்சாங்க. அப்ப ஜப்பார் பாய் மடியில தூங்கிட்டு இருந்த என்னையும் தூக்கிக்கிட்டு அவங்க குடும்பம் இறங்கிடுச்சு. எங்க அப்பா அம்மா வேன்ல பின்னாடி இருந்திருக்காங்க. அவங்க இறங்கறதுக்குள்ளே வேன் கதவைச் சாத்திட்டு கலவரக்காரனுங்க கொளுத்திட்டாங்க.

நார்வேயிலேர்ந்து இலங்கைக்கு அப்ப வந்திருந்த எலி ஸ்கார்ஸ்டைன் அப்படிங்கற அம்மாதான் எங்களைக் காப்பாத்தி தூதரகத்துல மறைச்சு வச்சிருந்தாங்க. அவங்க பேரை நானும் பாய் குடும்பமும் மறக்கவே மாட்டோம். அந்தச் சம்பவத்தை பாய் என்கிட்டே நூறு தரமாவது சொல்லி இருப்பாரு. கலவரம் நின்னப்புறம் இனி அங்க வாழ முடியாதுன்னு பாய் குடும்பம் கிளம்பி போட்டுல ராமேஸ்வரம் வந்து முகாம்ல தங்கிட்டாங்க.

அப்ப அவங்க கூப்பிட்ட பேருதான் பாபு. அது அவங்க வச்ச பேரு. என் ஒரிஜினல் பேரு கூட எனக்கும் தெரியாது, அவங்களுக்கும் தெரியாது. அந்த வேன் ஏதோ லோக்கல் ட்ரிப் அடிக்கிற வேன். தூங்கிட்டு இருக்கற பிள்ளையை, பின் சீட்டுல தூக்கிப் போடுதுன்னு முன்னாடி சீட்டுல உக்காந்திருந்த பாய் வாங்கி என்னை மடியில படுக்க வச்சிருந்திருக்காரு. மத்தபடி அவருக்கு எங்க அப்பா அம்மாவைப் பத்தி எந்த விவரமும் தெரியாது. நான் ஒரு அடையாளமற்றவன்.''

"அப்ப உன்னோட ஒரிஜினல் ஜாதி மதம் எதுவுமே உனக்குத் தெரியாதா?''

"ஆமாம் தெரியாது பாய்தான் வளர்த்தாரு. ஆனா எனக்கு சுன்னத்லாம் பண்ணலை. எனக்கு விவரம் தெரிஞ்ச பிறகு எனக்கு எந்த மதம்

இஷ்டமோ அதுல இருக்கட்டும்னு பாய் அப்படியே சுதந்திரமா விட்டுட்டார். நானா நோன்பு இருந்தேன் தொழுகை செய்வேன். அதை ஒரு விளையாட்டுப் போல செய்தேன். பட்டினி கெடக்குறது எல்லாம் முகாம்ல ஒரு விஷயமே இல்லை. உண்மையில் வருடத்தில் பல நாட்கள் நோன்புதான். சில சமயம் கஞ்சிகூட கிடைக்காத நோன்பு. ரம்ஜான் வருதுன்னா கஞ்சி உறுதியா கிடைச்சிடும்."

"இப்படி ஒரு ஆளை நான் சந்திப்பேன்னு என் கனவுல கூட நான் நெனைக்கலை. முகாம்ல இருக்கறவங்களுக்கு ரேஷன்லாம் குடுப்பாங்கன்னு கேள்விப்பட்டிருக்கேனே."

"ஆமா அதெல்லாம் குடுப்பாங்க. ஆனா எங்களுக்கு கார்டு கிடையாது. முகாம் பொறுப்பாளர்கிட்ட இத்தனை பேரு இங்க இருக்காங்கன்னு லிஸ்ட் இருக்கும். அதை வச்சி அரிசி பருப்பு சர்க்கரை இத்யாதி எல்லாம் குடுத்திடுவாங்க."

"அப்ப என்னதான் படிச்சே?"

"சும்மா ஸ்கூல் வரை படிக்கலாம், அதுவும் பிரயோஜனமில்லை. மேல் படிப்பு படிக்க முடியாது. அரசாங்க உத்தியோகம் போக முடியாது. வளர்ந்துட்டா பெயிண்டிங் வேலை கட்டட வேலைக்குப் கூப்புடுவாங்க அதுக்குப் போகலாம். அவ்வளவுதான். இது மாதிரி உடல் உழைப்பு சார்ந்த வேலைகளுக்குத்தான் எங்களைக் கூப்பிடுவாங்க."

"அடக் கடவுளே. முகாமை விட்டுட்டு எப்படி வந்தே?"

"பெயிண்டர் வேலைக்கு வெளியில வந்தவன் அப்படியே அதே வேலை தொடர்ச்சியா செஞ்சிக்கிட்டு இருக்கறேன்னுதான் கணக்கு. என்னைத் தமிழ்நாட்டுக்குக் கொண்டு வந்து வளர்த்த ஜப்பார் குடும்பம் இன்னும் முகாம்லதான் இருக்காங்க... அவங்களைப் போயி பார்த்துட்டு அவங்க கூட தங்கிட்டு வருவேன். எனக்குத் தெரிஞ்சு அவங்கதான் எனக்கு அப்பா அம்மா..."

"அவங்க முறை சாமி கும்புடறது எல்லாமே வேற மாதிரி இருக்குமே..?"

"எனக்கு நினைவு தெரிஞ்ச நாள்லேர்ந்து அவங்ககிட்டதானே வளர்ந்தேன். அவங்க பழக்கவழக்கம் எல்லாம் எனக்கு ஒண்ணும் வித்தியாசமில்லை சார். தொழுகறது, ரமலான் நோன்பு எல்லாம் அப்படியே அவங்களைப் பார்த்துச் செய்யறதுதான். ஒண்ணும் சரியாத் தெரியாது. எதிலேயும் ஈடுபாடு இல்லை. குளிக்கிறது சாப்புடறது

மாதிரி... அது ஒரு வேலை அவ்வளவுதான். உண்மையில் எனக்கு ஆன்மீகம் எல்லாம் வராது சார். அதுல எனக்கு ஆர்வம் இல்லை..."

"நீ ஒரு விசித்திரமான ஆளுதான்யா!"

"எனக்கு இலங்கைப் பேச்சுத்தமிழ் இல்லை; அதனால இங்க எனக்குப் பொழப்பு ஓடுது. முகாமை விட்டு வந்த பிறகு நான் எந்தக் கோயிலுக்கும் போனதே இல்லை. எந்த சாமியையும் கும்பிட்டதில்லை. ஏன்னா எனக்கு சாமியை எப்படிக் கும்பிடறதுன்னு கூட தெரியலை. இல்லைன்னா தோணலை அப்படின்னு வச்சிக்கங்களேன்."

"அப்படியா அதுவும் நல்லதுக்குத்தான்யா. தண்ணி மாதிரி இருக்கே எதுல வேணும்னாலும் அடைச்சிக்கலாம். ஆனா நீ ஒரு கட்டத்துக்கு மேலே கம்பெனியைப் பெரிசா விரிவுபடுத்த முடியாதே... கவர்ன்மெண்டுக்கு டாக்ஸ் கட்டணும். அதுக்கு முறைப்படி பதிவு பண்ணணும். சட்டரீதியான எதுவுமே உனக்குச் சாத்தியப்படாதே. உனக்கு பேங்க் லோன் கூட கிடைக்காதே" தீவிர யோசனையுடன் சொன்னார் சாலமன்.

"இப்ப வாங்குற மெஷினுக்கு எல்லாம் லோன் தர்றேன்னு சொன்னாங்களே சார் அன்னிக்கு வந்த ஆளுங்க."

"யோவ் அதெல்லாம் சேட்டுக்கடை ஆளுங்க அவனுங்கதான் கார், வேன் வாங்க லோன் தர்றவங்க. அவனுங்க கையில பணம் பொரளுது. வாங்குற மெஷினை அவங்ககிட்டயே அடமானம் வச்சிதான் லோன் வாங்குறோம். இந்த இடம் என் பேர்ல பவர் இருக்கு அதுக்காகத்தான் குடுத்திருக்காங்க. இல்லைன்னா நாம என்ன மாமனா மச்சானா வா வான்னு கூப்புட்டு குடுக்கறதுக்கு!" அவருடைய மரியாதை கலந்த சொற்கள் தேய்ந்து மறைந்ததை மெதுவாக உணர்ந்தார்.

"நான் அவங்க எல்லாம் பேங்க்காரவங்கன்னு நெனச்சிக்கிட்டேன் சார்."

"எந்த பேங்க்காரன்யா நம்ம இடத்துக்கு வந்து டாக்குமெண்ட் காமிச்சுக் கையெழுத்து வாங்கிக்கிட்டு போறான். தனியார் கம்பெனிக்காரன்தான் இப்பல்லாம் லோன் வாங்க ஆளைத் தேடி வலைவீசிப் பிடிக்கிறானுங்க. அதுக்கு ஒரு ஏஜெண்ட். அவனுக்கு கமிஷன் உண்டு. அவன்தான் உனக்கு ஸ்டார் ஓட்டல்ல சோறு வாங்கிக் கொடுத்தது. என்ன வட்டிதான் கொஞ்சம் அதிகம் 21 பெர்செண்ட்."

அப்படின்னா எவ்வளவு வரும் என்று கேட்பதற்குப் பயந்து பேசாமல்

இருந்தார் பாபு. இதை எல்லாம் முன்னாலேயே சொல்லலையே என்று அவரிடம் கேட்டால் ‘இதெல்லாம் உனக்கு முன்னாடியே தெரிஞ்சிருக்கும்னு நெனச்சேன்’ அப்படிம்பாரு அதோட ‘இதுகூடவா தெரியலை?’ என்று நக்கலடிப்பார். ‘போனா போகுதுன்னு எல்லாம் ஏற்பாடு பண்ணினா நான் என்னவோ உன்னை ஏமாத்துற மாதிரி கேள்வி எல்லாம் கேக்குறே’ என்று ஒரு முறை அவர் தனது கடைசி அஸ்திரத்தை உபயோகித்தது நினைவுக்கு வந்தது. ஆனால் அவருக்கும் ராமாமிர்தத்துக்கும் ரகசியமான உறவு இருப்பதும் அதன் பிறகுதான் புரிந்தது. ராமாமிர்தம்தான் தன்னை மார்க் செய்து சாலமனிடம் சொல்லி இருக்கலாம் என்று கூட பாபுவுக்குத் தோன்றியது.

சாலமனின் போக்கில் சில மாற்றங்களும் தெரிந்தன. சந்தேகங்களை நிவர்த்தி செய்ய ஏதேனும் கேட்டால் அது அவரையே சந்தேகப்படுவது போல என்று எடுத்துக்கொண்டு, அப்படியாக பதிலளிக்கத் தொடங்கினார். ஆனால், இது இந்தத் தொழிலில் காலம் காலமாகப் பின்பற்றி வரும் தந்திரம்தான் என்று பின்னால்தான் புரிந்தது. வேண்டுமென்றே தவறான கற்பிதங்களை உருவாக்குவது. பின் அவற்றை வலுவாக்குவது ஒரு சாமர்த்தியமான உத்தியாவே பலருக்கு இருந்தது.

ஏதாவது தவறாக நிகழ்ந்துவிட்டால் நான்தான் அன்னிக்கே சொன்னேனே என்ற சொற்றொடர் விதம்விதமாக வெவ்வேறு மனிதர்களிடமிருந்து வரும். என்னிக்கு எப்ப யார்கிட்ட சொன்னே என்று யாரும் கேட்கமாட்டார்கள் என்கிற அசாத்திய நம்பிக்கைதான் காரணம். இன்னும் பல படிப்பினை தரும் சொற்றொடர்கள் இங்கு பிரபலம்.

“அவனையா நம்புனீங்க அவன் பயங்கர பீலாவாச்சே.”

“இதெல்லாம் வேலைக்கே ஆவாதுன்னு அப்பவே எனக்குத் தெரியும்.”

“சார் இதெல்லாம் அவுட் டேட்டட்... இன்னுமா இதை வச்சி யூஸ் பண்ணிக்கிட்டு இருக்கீங்க?”

“எங்க சார் கையில ஜாப்பே இல்லை... இழுத்து மூடிட்டுப் போயிடலாம்னு இருக்கேன்.”

இப்படியான வாசகங்கள் தொடர்ந்து வரைமுறை இல்லாமல் எல்லா தரப்பினரிடமும் சகஜமாகப் புழங்கும்.

சாலமன் தோளைத்தட்டி சமநிலைக்குக் கொண்டு வந்தார். “இங்க

பாரு பாபு... இப்ப நமக்கு ஜான்சனை விட்டா உதவறதுக்கு வேற ஆள் இல்லை. சபையோட ஆளுங்கன்னு சொன்னா நிறைய டிஸ்கவுன்ட் பண்ணித் தருவாரு. நீயும் இப்ப சாமி எல்லாம் கும்புடறது இல்லைன்னு சொல்றே... நமக்கு மெஷினை ரன் பண்ணினாத்தான் காசு. யோசிக்காம சபைக்கு வந்துடு. அதைச்சொல்லி அவர்கிட்ட மிச்ச எல்லாத்தையும் வாங்கிக்கலாம். என்ன சொல்றே?"

பாபு யோசிக்கவே இல்லை "சார் நம்மளை நம்பி சேகரும் காசியும் அவங்க கம்பெனியை விட்டுட்டு நின்னுட்டாங்க... அவங்களுக்காகவாவது உடனே நாம தொடங்கியாகணும். என்ன செய்யணுமோ செய்யுங்க. ஆனா... அதுக்காக ஞாயித்துக்கிழமை இங்க வா அங்க பிரேயர் நடக்குது அங்க போ அப்படின்னு எல்லாம் சொல்லிடாதீங்க... எனக்கு அதெல்லாம் சரி வராது."

"பாபு நான் இதுக்கெல்லாம் ஆள் பிடிக்கிற வேலை எதுவும் செய்யறதில்லை. உனக்கு உதவணும்னு நெனச்சேன் அவ்வளவுதான். கம்பெனிக்காக மட்டுமில்லை; உனக்குக் கல்யாணம்னா அதுக்கும் சேர்த்துதான் இது யூஸ் ஆகும். உனக்கு இஷ்டம் இல்லைன்னா வேண்டாம்."

"இஷ்டம் இருக்கு இல்லை அப்படிங்கறது எல்லாம் பிரச்சினை இல்லை சார். இப்போதைக்கு நமக்கு உதவ ஏதாவது ஒரு கை வேணும். அதுக்காகத்தான். ஆனா நான் என்னிக்கும் பாபுதான். அது பாய் வெச்ச பேரு. பின்னாடி என்ன வேணும்னாலும் சேர்த்து அங்க பதிவு பண்ணிக்கங்க. ஆனா, பாபுதான் என் பேரு."

"அதெல்லாம் பாத்துக்கலாம். மெஷின் எல்லாம் வந்துச்சுன்னு நெனச்சிக்க."

"என்னை இத்தனை வருஷம் பிள்ளை மாதிரி வளர்த்த ஜப்பார் பாய்கிட்ட விஷயத்தைச் சொல்லி ஆசீர்வாதம் வாங்கணும். அப்படியே ஜெனிட்டாவை கல்யாணம் பண்ணிக்கப்போற விஷயத்தையும் அவங்ககிட்ட சொல்லணும்."

"ஆமா கரெக்ட் நீ போயிட்டு வா பாபு... மெஷின் வர்றதுக்கு இன்னும் ரெண்டு மூணு நாளு ஆகலாம். அதனால நிதானமா வா... வந்தபிறகு மத்ததைப் பாத்துக்கலாம்."

பாபு முகாமுக்குக் கிளம்பினார். நீண்ட வருடங்கள் ஆகிவிட்டன. மாதாமாதம் ஒரு தொகையை அவர்களுக்கு அனுப்பிவிடுவார். அடிக்கடி

போவதில்லை. போக்குவரத்துக்கு ஆகும் செலவை அவர்களுக்குக் கையில் பணமாகக் கொடுத்தால் ஏதாவது செலவுக்காவது ஆகும்" என்பது அவர் எண்ணம். ஆகவே தவறாமல் அவர்களுக்கு பணமாக அனுப்பிவிடுவார். தன் வாழ்வில் மிக முக்கிய தருணங்கள் ஒரே சமயத்தில் வருமென்று பாபுவே எதிர்பார்க்கவில்லை

ஆகவே இப்பொழுது அவர்களைப் பார்த்தால் நிச்சயம் பெரிதாக மகிழ்வார்கள். அவர்களின் ஆசீர்வாதமும் துணைக்கு வரும் என்று திடமாக நம்பினார். எந்தத் தகவலும் சொல்லாமல் அவர் அங்கு சென்றபோது ஜப்பாரும் கதீஜாவும் அடைந்த மகிழ்ச்சிக்கு அளவே இல்லை. அவர்களுக்காக எடுத்திருந்த உடைகள், பழங்கள், பிஸ்கட்டுகள் எல்லாவற்றையும் ஜப்பாரிடம் தந்துவிட்டு, அவரது காலைத் தொட்டுக் கும்பிட்டார் பாபு.

"ஏம்பா ஏன் இதெல்லாம்" என்று ரொம்பவும் கூச்சப்பட்டார் ஜப்பார்.

"ஒரு சந்தோஷமான இல்லை ரெண்டு சந்தோஷமான சமாச்சாரம். ஒண்ணு நான் தனியா மெஷின் போட்டு ஃபேக்டரி ஆரம்பிக்கப் போறேன். இன்னொண்ணு நான் ஒரு பொண்ணைக் கல்யாணம் பண்ணிக்கப்போறேன்."

"யா அல்லா உன் கருணையே கருணை! ரொம்ப சந்தோஷம்பா பொண்ணு எப்படி நல்ல பொண்ணா? அழகா இருப்பாளா?"

"எனக்குப் பிடிச்சிருக்கு வாப்பா. அவளுக்கும் என்னைப் பிடிச்சிருக்கு. அப்பா கெடையாது. அம்மா மட்டும்தான். ஒரே பொண்ணு. நல்ல தெறமைசாலி."

"பின்னே உன்னைத் தேடிக் கண்டுபிடிச்சிருக்காளே அப்படின்னா கெட்டிக்காரியாத்தானே இருப்பா... தேதி எல்லாம் முடிவு பண்ணிட்டியா?"

"இல்லை வாப்பா உங்களைப் பாத்து ஆசீர்வாதம் வாங்குனப்புறம்தான் அதைப்பத்தி எல்லாம் அவங்க அம்மாகிட்ட பேசுவேன்னு சொல்லி இருக்கேன்."

"நான் என்ன சொல்லப்போறேன் உனக்குச் சம்மதம்னா எங்களுக்கும் சம்மதம்தான். என்னவோ அங்கேர்ந்து பத்தரமா கூட்டிட்டு வந்தோமே தவிர உனக்குன்னு பெரிசா நான் ஒண்ணும் செய்யலை. நீயா படிச்சு, நீயா வேலை கத்துக்கிட்டு நீயா இன்னிக்கு முதலாளி ஆயிருக்கே.

உனக்கு எல்லாம் தெரியும் பாபு. சரியாத்தான் முடிவு எடுப்பே. எங்களுக்கு முழுச் சம்மதம் பாபு. கல்யாணத்துக்கு வந்துடறோம்.''

''வாப்பா நான் ஜெனிட்டாவை கல்யாணம் பண்ணிக்கப்போறது சர்ச்சில... அதனால உங்களுக்கு அங்க வரத் தயக்கமா இருக்கும். அந்தச் சங்கடத்தை நான் உங்களுக்குக் கொடுக்க விரும்பலை... கல்யாணம் முடிஞ்சபிறகு நானே ஒருநாள் நிதானமா கூட்டிட்டு வந்து உங்க அன்பையும் வாழ்த்தையும் வாங்கிக்கறேன். எனக்குத் தொழில் தொடங்கவும் அவங்க உதவி பண்றாங்க.''

''அப்படியா... நீ சொன்னா சரியாத்தான் இருக்கும். கதீஜாவுக்கும் உடம்பு சரியில்லைதான். ரொம்ப தூரம் பிரயாணம் பண்ண முடியாது. இங்க கூட்டிட்டு வந்தா நாங்க விருந்து வைக்கவும் சௌகரியமாவும் இருக்கும்... நீ சரியாத்தான் சொல்றே.''

வாப்பா எப்பவும் எதையும் நேர்மறையாகத்தான் எடுத்துக்கொள்வார். எதற்கும் கோபித்துக்கொள்ளத் தெரியாது, எதையும் தவறாக எடுத்துக்கொள்ளவும் தெரியாது என்று மனதுக்குள் நினைத்துக்கொண்டார் பாபு.

''சரி பாபு நான் துஆ செய்துட்டு வந்துடறேன். நீ சாப்புடு.''

''இல்லை வாப்பா நானும் உங்க கூட துஆ செய்றேன். துஆ செய்தால் இழந்ததைவிடச் சிறந்தது கிடைக்கும் அப்படின்னு நீங்க எப்பவும் சொல்லுவீங்க அதை ஒருநாளும் மறக்க மாட்டேன் வாப்பா. எனக்கு இப்பவும் எதிலேயும் பெரிசா நம்பிக்கை வரலை வாப்பா. ஆனா... உங்க கூட அப்படிச் செய்யும்போது உங்க பக்கத்துலேயே உக்காரலாம் பாருங்க அது எனக்கு ரொம்பப் பிடிக்கும் வாப்பா. அப்புறமா நாம மூணு பேரும் சேர்ந்து சாப்பிடலாம். ரொம்ப நாளாச்சு வாப்பா.''

''சரி பாபு'' அதுதான் ஜப்பார். அவருடைய வாயிலிருந்து மறுப்போ வெறுப்போ எதுவும் வராது. களங்கமில்லா நதி அவர். அதில் தங்களது பாவமோ புண்ணியமோ எதை வேண்டுமானாலும் கலக்கலாம். புண்ணிய ஆத்மாவாக மாறலாம். நீராடி விட்டு தன்போக்கில் அவரவர்கள் பிரிந்து அவரவர் பாதையில் செல்லலாம். நதி அதன் போக்கில் ஓடிக்கொண்டே இருப்பது போல, அவர் எல்லாவற்றையும் கடந்து போய்க்கொண்டே இருப்பார்.

12. நரகத்தின் சிறு துண்டு

2001ஆம் ஆண்டு மார்ச் மாதம்.

சாலமன் சொன்னது போல மெஷின்கள் உரிய நாளில் வந்தன. தங்கி இருந்த இடத்திலேயே அனைத்தையும் பொருத்த சகல வசதிகளும் இருந்தன. குருராஜனை அழைத்தபோது அவர் தயக்கமின்றிக் கலந்துகொண்டார். தன்னிடம் வேலை பார்த்த தொழிலாளி தனியாக ஒரு தொழில் தொடங்குவதை மகிழ்வோடு வரவேற்று, அதன் தொடக்க நிகழ்விலும் கலந்துகொள்ளும் குருராஜன் போன்ற நல்ல இதயம் கொண்டவர்களும் இருக்கத்தான் செய்கிறார்கள். எப்பொழுதும் அவரை நன்றியோடு நினைத்துக்கொள்வார் பாபு.

இயந்திரங்கள் வந்து அதனை இயக்கும் முன்பாக காசியும் சேகரும் பிரமாதமாக பூஜை எல்லாம் போட்டு சர்க்கரைப் பொங்கல் வைத்துப் படைத்து சந்தோஷமாக எல்லோருக்கும் தந்தார்கள். அவர்களே முதலாளிகள் போல அத்தனை பொறுப்புடன் எல்லா வேலைகளையும் செய்தனர். தனக்கான இடம் தனக்கான இயந்திரங்கள் மிகச் சிறியதானாலும் மேஜை இழுப்பறையின் ஒரு பகுதியைப் பணம் வைக்கும் பெட்டியாக மாற்றி இருந்தனர். முதல் வேலையாக குருராஜனே தனக்கு வந்த வேலை ஆணையை மாற்றித் தந்திருந்தார். மிக மகிழ்வாக அந்த வேலையை மிகத் துரிதமாகச் செய்து முடித்துத் தந்தனர். அது இருசக்கர வாகன உதிரிப் பாகம். ஆனால், அந்த

வண்டி அத்தனை பெரிய சந்தை மதிப்பில் இல்லாத நிறுவன வண்டி. ஆகவே தொடர்ச்சியாக அந்த வேலைகள் கிடைக்கவில்லை. என்றாலும் முதல் வேலையை நல்லவிதமாக முடித்துத் தந்ததை நல்ல சகுனமாக காசியும் சேகரும் சொன்னார்கள்.

சாலமன் தனது நிறுவனத்தின் உதிரிப்பாக வேலை ஒன்றை வாங்கித் தந்தார். அங்கிருந்துதான் பாபு மனிதர்களைக் கற்கும் பாடங்களைப் படிக்கும் வாய்ப்புகள் தொடங்கின. ஒரு லட்சத்து முப்பதாயிரம் ரூபாய்க்கான பணி அது. அதற்கான மூலப்பொருளான ஸ்டீல் இரும்புத்துண்டுகளை வாங்கி அவற்றை வேண்டுமான அளவுகள் அறுத்து பின்னர் அவற்றை போல்ட் மற்றும் நட்டுகளாக அவர்களின் தேவைக்கேற்ற அளவில் செய்து தரவேண்டும். பொதுவாக வாகன உற்பத்தியாளர்கள் செய்யும் வணிகத் தந்திரம் அது. சந்தையில் அதிகமாகக் கிடைக்கும் பரவலான அளவு போல்ட் நட்டுகளைத் தங்கள் தயாரிப்புகளில் பயன்படுத்த மாட்டார்கள். பயனாளர்கள் வெளியில் கிடைக்கும் போல்ட் நட்டுகளை பழுதான சமயங்களில் பயன்படுத்த ஆரம்பித்துவிடுவார்கள்.

ஆகவே திரும்பத் திரும்ப தங்களின் தயாரிப்புகளையே வாங்க வேண்டும் என்பதற்காக அதனுடைய அளவுகளில் சிறிய அளவு மாற்றம் செய்து அல்லது அதன் திருகுகளைத் தனித்துவமாக உருவாக்கி, வாகனங்களில் பொருத்திவிடுவார்கள். பழுதானால் வேறு வழியில்லை- திரும்பவும் அவர்களின் நிறுவனப் பொருட்களைத்தான் அதிக விலை கொடுத்து வாங்கியாக வேண்டும். ஆகவேதான் பிரத்தியேகமாகச் செய்யப்படும் போல்ட் நட்டுகள் இப்படி குறுந்தொழில்காரர்களிடம் தனி வேலையாக வரும். விஷயம் என்னவென்றால் தரமான போல்ட் நட்டுகள் பொதுவான அளவுகளில் என்ன விலைக்கு வெளிச்சந்தையில் கிடைக்குமோ அதைவிட மிகக் குறைந்த விலைக்குத்தான் செய்து தரச்சொல்லி ஆர்டர்கள் வரும். குறுந்தொழில்காரர்களும் வேறு வழியின்றிக் கடனுக்கு வாங்கிய இயந்திரங்களுக்கு தவணைத் தொகைக் கட்டணுமே என்பதால், அவற்றை எடுத்துச் செய்வார்கள். இன்னொன்று இயந்திரங்கள் ஓடாமல் பணியாட்களின் நடமாட்டங்கள் இல்லாமல் இருந்தால் ரொம்ப சுலபமாக ‘ஊத்திக்கிச்சாம் பா’ என்கிற தேநீர்க் கடை விமர்சனங்களைத் தவிர்க்கவும் முடியும்.

அப்படியாகத்தான் எவ்வித ஒப்பந்த அல்லது வேலை ஆணையும் இல்லாமல், சாலமன் வேலை செய்த நிறுவனத்தின் உதிரிப்பாக

வேலையை இரும்புக் கடைக்காரர்கள் தந்த கடன் மூலப் பொருட்களைக் கொண்டு அந்த வேலையைச் செய்து முடித்து நிறுவனத்துக்கு அனுப்பி வைத்தார் பாபு.

2001ஆம் ஆண்டு மே மாதம்.

பாபு பெரிய தொகைக்கான வேலையை வெற்றிகரமாக முடித்து அனுப்பியாகிவிட்டது என்கிற மகிழ்ச்சியான செய்தியைச் சொல்லிவிட்டு- ஜெனிட்டாவிடம் எப்பொழுது திருமணத்தை வைத்துக்கொள்ளலாம் என்று முடிவு செய்ய- அவர்கள் வீட்டுக்குச் சென்றிருந்தார். அப்பொழுதுதான் காசி போன் செய்தான்.

"அண்ணே இங்க ஜாப் ஆர்டர் இல்லாம உள்ள விடமாட்டேங்குறாங்க அண்ணே... நானும் எவ்வளவோ கெஞ்சிப் பார்த்துட்டேன்."

"சரி சாலமன் சாருக்கு போன் போட வேண்டியதுதானே?"

"அவரு போனு சுட்ச் ஆஃப்னு வருது... அதுவும் இல்லாம அவரை பூனே பிராஞ்ச்சுக்கு மாத்திட்டாங்களாம்... அவரு போயி நாலு நாளாச்சுன்னு சொல்றாங்க."

"என்னடா சொல்றே? அவரு ஒண்ணுமே சொல்லலையேடா."

"ஆமாண்ணே கேட்ல இருக்கறவங்க சாலமன் பேரைச் சொன்ன உடனே ஓ அந்த ஆளோட கிராக்கியா நீங்க? அதான்... அந்த ஆளு பூனாவுக்கு ஓடிப் போயிட்டானே அப்படின்னு சிரிக்கிறாங்கண்ணே... எனக்கென்னவோ பயமா இருக்குண்ணே நல்லா யோசிச்சுப் பாருங்கண்ணே, அவங்க கம்பெனியில வேற ஆபீசர் யாருக்காச்சும் நமக்கு ஆர்டர் குடுத்த விவரம் தெரிஞ்சிருக்கா? அது எதாச்சும் உங்களுக்கு ஞாபகம் இருக்கா?"

என்னடா இது புதுக் குழப்பம்? சாலமனை நம்பித்தானே எல்லாமே இருந்துச்சு. அவருதான் டிராயிங் குடுத்தார் அப்புறம் சேம்பிள் பீஸும் அவருதான் வாங்கிட்டுப் போயி ஓகேன்னு சொன்னார். வேற யாரையும் தன்னைச் சந்திக்கவே விடலையே? இன்னும் யோசித்தார் மண்டையைக் குடைந்து குடைந்து யோசித்தார். அந்த ஃப்ளோர் மேனேஜர் அவரு பேரு கூட சே... மறந்துட்டமே என்னமோ சொன்னாரே அவரு கூட ஜாப்பை பார்த்துட்டு சூப்பர்னு சொன்னார் அப்படின்னு ஞாபகமா சொன்னாரே.

ஆமாம். அவர் பேரு ராமானந்தராவ். கரெக்ட் உடனே போனில் காசியை அழைத்தார்.

“டே காசி அவரு பேரு ராமானந்தராவ்... அவர்தான் ஃப்ளோர் மேனேஜர். அவர்தான் சேம்பிள் பீஸ் பார்த்துட்டு ஓகே சொன்னவர். அவரைக் கூப்பிட்டுச் சொல்லுங்க, எனக்கு அவர் நம்பர் எல்லாம் தெரியாது. ஆனா அவருக்கு என் பேரு தெரியும்.”

“சரிண்ணே” போனை வைத்துவிட்டான் காசி.

இருப்பினும் மனம் கேட்கவில்லை. ஜெனிட்டாவிடம் எதுவும் சொல்லத் தோன்றவில்லை. இப்பொழுது திருமணத்தைப் பற்றிப் பேசுவது உசிதமில்லை. ஆகவே சாலமன் வேலை செய்யும் நிறுவனத்துக்குப் புறப்பட்டுச் சென்றார் பாபு.

தன் வாழ்நாளில் இப்படி ஒரு பேரதிர்ச்சியைச் சந்திப்போம் என்று பாபு கனவில் கூட யோசிக்கவில்லை. நிறுவன வாசலில் ஒரு பிச்சைக்காரனைப் போல காசியும் சேகரும் வாயில்காப்போனிடம் கெஞ்சிக்கொண்டிருந்தனர். அங்கிருந்து ராமானந்தராவைத் தொடர்பு கொள்ள அவரது அலைபேசி எண்ணைக் கூட அவர்கள் தர மறுத்தார்கள். பாபு அங்கு சென்றபோது, வண்டிக்காரன் காசியிடம் தகராறு செய்துகொண்டிருந்தான்.

“சீக்கிரம் பொருளை இறக்கிடுங்க... நா வேற வேற சவாரிக்குப் போவத் தேவயில்லே? நீ குடுக்கற நானூறு ரூபாய்க்கு ஒன் கூடவே குந்திக் கெடக்க முடியுமா? சரக்கை எறக்குங்கடா...”

“இதைப்பாரு காளை ஒரு அரை மணி நேரம் பொறு. உள்ளே நான் பேசி எப்படியும் பொருளை இறக்கிடறேன். அவனுங்கதான் உழைப்பாளியோட நெலமை தெரியாம சாவடிக்கறானுங்கன்னா என்னை மாதிரி நீயும் பாட்டாளி உனக்குப் புரியாதா எங்க கஷ்டம்” என்று ஒரு மாதிரி தேத்தி அவனை இன்னும் சற்று நேரம் தக்கவைத்தார்.

அப்படியே அடுத்த ஆட்டத்துக்கு நகர்ந்தார் பாபு.

“அண்ணே உங்க கம்பெனிக்குன்னு ரூல்ஸ் இருக்கு. உங்களுக்குன்னு ஒரு பாஸ் இருக்காரு. அதும்படிதான் நடக்கணும். அது எல்லாம் எங்களுக்குத் தெரியும்ணே. நாங்க உங்களுக்கு சங்கடத்தைத் தர விரும்பலை. எங்க நெலைமை என்னன்னா இங்க வேலை பாக்குற ஒருத்தரை நம்பி இத்தனை ஜாப் செஞ்சிட்டோம். அவரு இப்ப

பூனாவுக்குப் போயிட்டாருன்னு நீங்க சொல்லித்தான் தெரியும். எங்களுக்கு வேற யாரையும் தெரியாது. கிட்டத்தட்ட ஒன்றரை லட்ச ரூவா கடனா கொடுத்த பீஸுங்களை வச்சிக்கிட்டு செஞ்ச ஜாப் இது. நீங்க நம்புவீங்களோ இல்லையோ இந்த ரெண்டு பேரும் ராத்திரி பகலா வேலை செஞ்சு முடிச்ச ஜாப். உள்ளே போயி பேமெண்ட் ஆனாத்தான் இவங்களுக்குச் சம்பளமே போட முடியும். கரண்ட் பில்லு கட்ட முடியும்

இப்ப நாங்க திருப்பி எடுத்துட்டுப் போயிட்டம்னா அப்புறம் எங்க பர்மிஷன் இல்லாம எடுத்துட்டு வராதீங்கன்னு சொல்லிடுவாங்க. எங்க உழைப்பு, பணம் எல்லாம் இரும்புச் சாமானா எங்க வொர்க்ஷாப்புல தொங்கல்ல கெடக்கும். அப்புற வேற ஜாப் செய்ய முடியாதுண்ணே. கொஞ்சம் மனசு வெச்சு உள்ள விடுங்க. நான் எப்படியாவது அவங்க கையில கால்ல விழுந்து ஜாப்-ஐ அப்ரூவ் பண்ண வச்சிடறேன். தப்பா நெனச்சுக்காதீங்க... நீங்களும் அன்னாடங்கூலி, நாங்களும் அன்னாடங்கூலி. நமக்குள்ள புரிஞ்சுக்கலைன்னா வேற யாருண்ணே புரிஞ்சுக்கப்போறா?" என்று அடிமேல் அடி வைத்து அந்த அம்மியை நகர்த்தினார்.

"சரி நான் ராவ் சாருக்கு போன் பண்றேன்... அவரு பர்மிஷன் குடுத்தா உள்ளே அனுப்பறேன்."

"ஒரு நிமிஷம் என்கிட்ட குடுங்க. நான் அவர்கிட்ட பேசறேன்" என்று மறுபடி ஒரு தூண்டிலைப் போட்டார் பாபு. அரைகுறையாகத் தலையை அசைத்துப் பின்னர் கொடுத்தார் அந்தக் காப்பான்.

"நாங்க ஒண்ணும் ஆர்டர் குடுக்கலையே" எடுத்த உடனே முறுக்கினார் ராவ்.

"நீங்க குடுத்தீங்கன்னு சொல்லலை சார். ஆனால், சாலமன் பேச்சை நம்பி பெரிய அளவுல கடன் வாங்கி இந்த ஜாப்பை செஞ்சிருக்கோம். அவரு பூனா போனது எங்களுக்குத் தெரியாது. இப்ப எங்களுக்கு இருக்கற ஒரே நம்பிக்கை நீங்கதான் சார். நீங்க உள்ளே வராதேன்னு சொன்னீங்கன்னா எங்களால ஒண்ணும் செய்ய முடியாது சார். உங்களுக்குத்தான் எல்லா ரைட்டும் இருக்கு. ஆனா நீங்க மனசு வச்சு ஜாப்பைப் பார்த்தீங்கன்னா ஒருவேளை உங்களுக்குத் திருப்தியா இருந்தா எங்களுக்கு லைஃப் கிடைக்கும் சார். உங்க கையிலதான் எல்லாம் இருக்கு" ராமானந்தராவ் இளகினார்.

“சரி உள்ளே எடுத்துக்கிட்டு வாங்க. ஆனா, நான் எந்த கேரண்டியும் குடுக்க முடியாது. உள்ளே வந்துட்டோம் பேமெண்ட் குடுன்னு எல்லாம் தகராறு பண்ணக்கூடாது.”

“சார் இவ்வளவு பெரிய உபகாரம் பண்றீங்க... நாங்க தகராறு பண்ணுவமா? அடுத்தடுத்து எங்களுக்கு ஜாப் கிடைக்கணும்லே.”

“சரி போனை கேட்கீப்பர்கிட்ட குடுங்க” என்று அவர் சொன்னபோது உயிர் வந்தது. சேகர் ரகசியமாக அவரது கைகளைப் பிடித்துக் குலுக்கினான். உள்ளே சென்றதும் பாபு, ராவ் இடம் தனக்கு சாலமன் தந்த ட்ராயிங் நகலை எடுத்துக் காண்பித்தார்.

“பாபு இது ஈசாக் கம்பெனிக்காரனுக்குக் கொடுத்த ட்ராயிங். அவங்க எங்களுக்கு ரெகுலர் சப்ளையர். கீழே சின்னதா பொடி எழுத்துல டூ ஈசாக் இஞ்சினியரிங் கம்பெனின்னு போட்டிருக்கு பாருங்க.”

கையில் வாங்கிப் பார்த்தார். ஆமாம். ரொம்பச் சின்ன எழுத்தில் அத்தனை சீக்கிரத்தில் கண்களுக்குப் புலப்படாத மாதிரி அந்தச் சொற்கள் இருந்தன.

“சார் இந்த நிமிஷம் வரைக்கும் இதை நான் பாக்கலை. சாலமனை நம்பி இவ்வளவு பண்ணிட்டோம் சார்.”

“சாலமன் யாருங்க அவரு? சாதாரண அக்கவுண்ட் கிளார்க்கு... ஒரு தரம் வொர்க்ஷாப்புல ஹேமரிங் பண்ணும்போது நெஞ்சுவலி வந்து ஹாஸ்பிட்டல்ல அட்மிட் ஆனாரு. உடம்பு சரியில்லாத ஆளு கொஞ்சம் கணக்கு வழக்கு பாக்கத் தெரியும்னு ஆபீஸ்ல உக்கார வச்சிருக்கோம். ஜாப் பெண்டிங் இருந்தாலோ யாராவது எங்களுக்கு அமௌன்ட் பெண்டிங் வச்சிருந்தாலோ அந்தந்த கம்பெனிக்கு அனுப்பி வைப்போம். மத்தபடி ஜாப் குடுக்க எல்லாம் அவருக்கு அதிகாரம் இல்லை. ஈசாக் கம்பெனிக்கு அறுபதாயிரம் பீஸ் ஆர்டர் குடுத்திருந்தோம். அவனுங்ககிட்ட எப்படியோ பேசி அதுல பத்தாயிரம் பீஸ் ஆர்டரை உங்களுக்குக் குடுத்துருக்காரு சாலமன். சாம்பிள் பீஸ் வந்துச்சு... ஆனா அது ஈசாக் கம்பெனிக்காரன் பீஸுதான் சாலமன் குடுத்தார். ம் ம் இப்ப புரியுது நீங்க செஞ்ச பீஸை காமிச்சு எங்கக் கிட்ட அப்ரூவல் வாங்கிட்டு, ஈசாக் ஆர்டரை ப்ரொசீட் பண்ணி இருக்காரு அந்த ஆளு....”

ராவ் ஒவ்வொரு பீஸாக எடுத்துப் பார்த்தார். வெர்னியர் வைத்து அளந்தார். எடைபோட்டு எண்ணிக்கைக்கும் எடைக்கும் சரியாக

இருக்கிறதா என்று பார்த்தார். பின்னர் "ஜாப் பரவாயில்லை... இருந்தாலும் எங்க ஆளுங்க அசெம்ப்ளிங் செக்ஷன்ல போட்டுப் பார்க்கச் சொல்றேன். உங்களுக்கு ஒரு அதிர்ஷ்டம் இருக்குது. போன வாரம் ஈசாக் இஞ்சினியரிங் கம்பெனி அனுப்புன ஜாப் பாதிக்கு மேல ரிஜக்டட். இப்ப எங்களுக்கு பீஸ் தேவைப்படுது. நான் ஜிஎம்கிட்ட பேசறேன். நீங்க ஜாப்பை வச்சிட்டுப் போங்க" அவ்வளவுதான் அத்தனை நேர மனஉளைச்சலும் கரைந்து அவரது வியர்வையோடு கலந்து உடலெங்கும் ஒழுகியது.

"ரொம்ப நன்றி சார்... ரொம்ப நன்றி நீங்க என் ஜாப்பை மட்டும் காப்பாத்தலே... எங்க ஃபேக்டரி, எங்க மெஷினு, எங்க பொழப்பு எல்லாத்தையும் காப்பாத்திட்டீங்க" என்று கையெடுத்துக் கும்பிட்டார். அவசர அவசரமாக வண்டியில் இருந்து கள்ளிப்பெட்டிகளை இறக்கி எடை பார்க்கும் இயந்திரத்தில் வைத்தனர். கணினி வழியாக அதனைக் கணக்கிட்டு பின்னர் உள்ளே வைக்கச் சொன்னார் ராமானந்தராவ்.

எல்லாவற்றையும் வைத்துவிட்டு இன்வாய்ஸ் பெற்றுக்கொண்டு அங்கிருந்து நகர்வதற்காக எத்தனித்தபோது, மேலிருந்து சிவப்பு வண்ண பெயிண்ட் அவர் மீது சொட்டுவதை உணர முடிந்தது. அண்ணாந்து பார்த்தார்... தெரிந்த முகம் ஒன்று மேல்சட்டை கால்சட்டை தலையில் கட்டியிருந்த டங்க்ரி துணி எல்லாவற்றிலும் பல வண்ணப்பொட்டுக்களுடன் தமிழரசன் ஏணி மீது நின்றிருப்பது தெரிந்தது. பாபு ஒருமுறை திரும்பிப் பார்த்தார். ராமானந்தராவ் தனது அலுவலக அறைக்குச் சென்றுவிட்டார் என்பதை உறுதிப்படுத்திய பிறகு, "டேய் தமிழரசா என்னடா இங்கேயா வேலை பாக்குறே? ஆளு மாறவே இல்லை அப்படியே இருக்கே" என்றார் பாபு கூடுதல் சந்தோஷத்துடன்...

"வேலையும் மாறலை... அதே பூச்சு வேலைதான். இல்லைன்னா க்ளீனிங் வேலை. குப்பை கூட்டறதுல எனக்கு எட்டு வருசம் எக்ஸ்பீரியன்ஸ் அண்ணன். நீ பரவாயில்லை கொஞ்சம் டீசண்டா இருக்கே..."

"எங்கடா தங்கி இருக்கே?"

"இதே அரண்மனையிலதான். பின்னாலுக்கா ஒரு ஓட்டு வீடு இருக்கு லெத்ரீனைவிட கொஞ்சம் பெரிசாவே இருக்கும்."

"நான் கிண்டி எஸ்டேட்ல இருக்கேன். எப்ப உனக்கு ஷிஃப்ட்டு முடியும்?"

“சாயந்திரம் ஆறு மணிக்கு.”

“அப்படின்னா ஒரு எட்டு மணிக்கா எங்க இடத்துக்கு வர்றீயா? நம்ம கூட சாப்பிட்டு, தூங்கிட்டு காலையில வரலாம்.”

“அதுக்கென்ன வந்துட்டா போச்சு. உள்ளே எந்த இடத்துல இருக்கு வீடு.”

“வீடுல்லாம் இல்லை. அதும் ஃபேக்டரிதான். அங்கேயே தங்கி இருக்கோம்.”

“எஸ்டேட் எண்ட்ரன்ஸ் வந்துட்டு... அங்க மாரிமுத்துன்னு ஒரு வாட்ச்மேன் இருப்பாரு... அவர்கிட்ட என் பேரைச் சொன்னா கொண்டு வந்து விட்ருவாரு.”

“வந்துடறேன் அண்ணன். சாப்பாடு வாங்கிக் குடுப்பேல்ல.”

“உறுதியா.”

“அப்ப சரி டாண்ணு எட்டு மணிக்கு வந்துடறேன்” அங்கிருந்து கிளம்பினார்கள்.

வருகிற வழியெல்லாம் சேகரும் காசியும் வண்டிக்காரனுக்கும் கேட் கீப்பருக்கும் கைகொடுத்து நன்றி சொல்லியபடி வந்தனர். அந்தக் குதூகலம் எல்லாம் முடிந்து இரவு உணவை திருப்தியாகச் சாப்பிட்டுக் கொண்டிருந்தபோதுதான் சாலமன் ஏன் அப்படிப் பண்ணினார் என்று அவர்கள் யோசிக்க ஆரம்பித்தனர். ஆனால் பாபு அதற்கு முன்பாக யோசித்துதான் தமிழரசனை அங்கு வரச்சொல்லி இருந்தார். தமிழ் புத்திசாலி எதையும் கூர்மையாகக் கவனிப்பான். தெளிவாக யோசிப்பான். நிச்சயம் அவனுக்கு சாலமன் பற்றிக் கூடுதலாகத் தெரிய வாய்ப்பிருக்கிறது. பேசுவதற்கு இது சரியான இடமில்லை என்று பாபுவுக்குத் தோன்றியது. அதனால்தான் தம் இருப்பிடத்துக்கு அவனை வரவழைத்தார். தமிழும் அவரோடு முகாமில் இருந்தவன்தான். பெயிண்டிங் வேலைக்காக வெளியே வந்தவன். ஆனால், அதற்கு மேல் எதையும் புதிதாகப் பழகாமல், இருப்பது போதும் என்று அலட்சியமாக இருந்துவிட்டவன். உண்மையில் பாபுவைவிட புத்திக்கூர்மையும் எதையும் நுட்பமாகச் செய்யும் ஆற்றலும் கொண்டவன். அலட்சியமும் எதிர்காலம் பற்றிய விழிப்பும் இல்லாதவன். அவனிடம் தெரிய வந்த விஷயங்கள் குறுந்தொழில் உலகின் புதிய மர்மக் கதவுகளைத் திறந்துவிட்டன.

13. கெய்சான்

2001ஆம் ஆண்டு மே மாதம்.

“எத்தனை வருஷமா தமிழு இந்தக் கம்பெனியில இருக்கே?”

“அது ஒரு ஆறேழு வருஷம் இருக்கும். அதுக்கு முன்னால நிலையா ஒரு எடத்துல இல்லை. வேலை அதேதான். ஆனா சம்பளம் கூட கிடைக்காது. அப்புறம்தான் யோசிச்சேன், ஒரே கம்பெனியில இருந்துட்டோம்னா சம்பளம் கூடும்லே அதான் எங்கேயும் போகலை. நான் என்ன உன்னை மாதிரி மெஷினிஸ்ட்டா இல்லை வெல்டரா இல்லை எலக்ட்ரீஷியனா? கம்பெனி கம்பெனியா மாற...? ஆனா பரவாயில்லைண்ணே நீ ஒரு முதலாளி ஆயிட்டே எனக்கு ஒரு வேலை போட்டுக் குடு. வேற எங்கேயும் போகாம உன் கூடவே கூட்டி, பெருக்கிட்டு இருந்துடறேன். பெயிண்ட் வேணாம்ணே உடம்பு சூடாயி சூச்சு போற இடத்துல ஒண்ணுக்கு கட்டிக்குது.”

“நானே இன்னும் நிலைப்படலைடா. இருக்கறதை விட்டுராதே... ஒரு நாள் கூப்புடறேன் அப்புறமா வரலாம்.”

“கொத்து பரோட்டா அருமைண்ணே. ரொம்ப நாளாச்சுண்ணே இப்படி சாப்பிட்டு. அவல் வாங்கி வச்சிட்டு அப்பப்ப உப்புமா இல்லைன்னா சோத்தை வடிச்சுத் வச்சி தண்ணி ஊத்திச் சாப்பிடுவேன். இட்லி கடையில நாலு சட்னி வச்சுத் தருவாங்க எப்பவாச்சும் சாப்பிடுவேன். தோசை பூரி எல்லாம் நமக்கு ஆடம்பரம்ணே கட்டுப்படியாவாது” என்று தமிழ் சொன்னபோது, பாபுவுக்குக் கண்கள் கலங்கின. ஈழத்தில் இவன் எந்தப் பண்ணைக்காரன் வீட்டுப் பிள்ளையோ இல்லை

பணக்காரன் வீட்டுப் பிள்ளையோ யாருக்குத் தெரியும்? இங்கு வந்து ஒரு வேளை சாப்பாட்டுக்கு உயிரையும் உடம்பையும் செதுக்கிச் செதுக்கி விற்றுக்கொண்டிருக்கிறான்.

“நீ முகாமிலேர்ந்து வந்தவன்னு கம்பெனியில தெரியுமா?”

“அய்யய்யோ அவ்வளவுதான். இங்க இருக்கறவன் குண்டு வச்சிருக்கியா துப்பாக்கி வச்சிருக்கியான்னு கிண்டல் பண்ணுவானுங்க. ஏதாச்சும் கலவரம் என்றால் உடனே நீ ஏதாச்சும் பண்ணிட்டியான்னு கேப்பானுங்க. வேலை செய்யற இடத்துல தொழிலாளிங்க ஏதாவது சலுகை வேணும் வசதி வேணும்னு போராட்டம் பண்ணினா, நீதான் தூண்டிவிட்டியான்னு கேப்பானுங்க. நல்லவேளையா சின்ன வயசுலேயே இங்க வந்துட்டோம். அதனால நம்ம ஊரு தமிழ் நமக்கு வர்றதில்லே. முகாம்லே பெருசுங்க கிட்ட பேசி சில சமயம் ஏதாச்சும் மறந்தாப்புல வாயில வந்துட்டாலே ஒருமாதிரி பாப்பானுங்க. நான் அப்பல்லாம் படாதபாடுபட்டு சமாளிப்பேன்.

சினிமா தியேட்டர்ல அஞ்சு நிமிஷம் கரண்டு போயிடுச்சுன்னா ஓய் டோய்னு குதிப்பானுங்க. ஒரு சின்ன அசவுகர்யத்தைக் கூட பொறுக்க முடியாதவனுக நாம என்னமோ கொழுப்பு புடிச்சுப் போராடுனோம்னு சொல்றப்ப வலிக்கும் அண்ணன். நமக்கு நேரடியான அனுபவம் இல்லைதான். ஆனா துயரத்தை அனுபவிச்சவங்க சொல்றதைக் கேக்கும்போதே பதறுதே... கொஞ்சம் கூட மனிதாபிமானம் இல்லாம ஈவு இரக்கம் இல்லாம வசைபாடுறதெல்லாம் பொழப்பாண்ணன்?

“ஆனா இந்த அண்ணன்னு அழுத்திச் சொல்ற பழக்கம் இன்னும் இருக்கே?”

“அது உங்களைப் பாத்த பிறகு வந்த பழைய பாசம்... அங்க போனா வராது. நம்மாளுக வருசக் கணக்குல கரண்டு இல்லாம, நல்ல சாப்பாடு இல்லாம, பஸ் இல்லாம காலத்தை ஓட்டி இருக்கோம் அப்படின்னு நடேசலிங்கம் தாத்தா அடிக்கடி சொல்லுவார். கூசாம பொழைக்கப் போன இடத்துல ஏண்டா பிரச்சினை பண்ணணீங்கன்னு இதுக்கு முந்தி வேலை பாத்த கம்பெனியில என்னைக் கேட்டானுங்க அண்ணன்.”

“இன்னும் ஒரு தலைமுறைக்குப் பல அவச்சொல்லைத் தாங்கிட்டுத்தான் ஆகணும். வசதியா வாழ்ந்தவனுக்கு வறுமையில வாழறவன் துயரம் புரியாது.”

“முகாமிலேர்ந்து வந்தவன்னு சொன்ன மொத நாலு வருசத்துல எனக்கு எல்லா துன்பமும் வந்தது அண்ணன். அதுல உஷார் ஆயிட்டேன். ஊரு தனுஷ்கோடி பக்கம் அப்படின்னு சொல்லிடுவேன். அதுதான் இங்கேயும் ஓடிக்கிட்டு இருக்கு.”

“சரி உனக்கு சாலமனைத் தெரியுமா?”

“நல்லா தெரியுமே.”

“அந்த ஆளு எப்படி? தில்லுமுல்லு பண்றவனா?”

“உங்களுக்கு எப்படி அந்த ஆளு பழக்கம்?” பாபு ஆதியில் இருந்து நிதானமாகச் சொன்னார்.

எல்லாவற்றையும் கேட்டுவிட்டு, “அவன் வெறும் அம்புதான். அவனை ஏவிவிடறது நிர்வாகம். நீ வேலை பார்த்தேன்னு சொன்னீல்லே, அந்தக் கம்பெனியை உடைக்கறதுக்காக அனுப்பப்பட்ட ஆளுதான் அவன். நீதான் அந்த கம்பெனியில மெயின் வேலைக்காரனா இருந்திருப்பே. அதனால உன்னைக் குறி வச்சி அங்கேர்ந்து நகர்த்திட்டாங்க... அந்த ஆளுக்கு உங்களை காலி பண்றதுதான் கெய்சான்.”

“கெய்சானா அப்படின்னா?”

“அப்படின்னா என்னன்னு சின்ன கம்பெனியில வேலை செஞ்சவங்களுக்கு அதிகம் தெரியாது. பெரிய கம்பெனிகள்ல வேலை செய்யற ஒவ்வொரு எம்ப்ளாயிக்கும் ஒவ்வொரு வருஷமும் ஒரு டார்கெட் ஃபிக்ஸ் பண்ணிக்கணும். அவங்க கம்பெனிக்குத் தனிப்பட்ட முறையில காசை மிச்சம் பண்ணித் தரணும். இல்லைன்னா ப்ராடக்ட்டை ஏதாவது ஒரு வகையில அதிகம் சேல் பண்ணி காமிக்கணும். இதை அந்தந்த எம்ப்ளாயி தனக்குத்தானே ஃபிக்ஸ் பண்ணிக்கலாம். சாலமன் தனக்குத் தானே ஃபிக்ஸ் பண்ணின கெய்சான் குருராஜன் கம்பெனியை உடைச்சு காலி பண்றது. சாலமனோட கெய்சான் அசைன்மெண்ட் முடிஞ்சிடுச்சு. அதனாலதான் அவனை பூனாவுக்கு அனுப்பிட்டாங்க, அவனுக்குத் தேவையான பணம், புரொமோஷன் எல்லாம் கிடைச்சிருக்கும்.”

“பண்றதே அடுத்துக் கெடுக்குற வேலை... இதுக்கு கௌரவமான பேரு வேற.”

பெரிய கம்பெனியில எல்லாம் இப்படி அடுத்துக் கெடுக்குற வேலைக்குன்னு சில பேரை வச்சிருப்பாங்க. அவனுங்களுக்கு

கம்பெனில வேலை அதிகமா இருக்காது. சும்மா ஒரு ஃபைலைத் தூக்கிக்கிட்டு வண்டியிலே வெளியிலே சுத்திக்கிட்டே இருப்பானுங்க. ஆடிட்டரைப் பாக்க, லாயரைப் பாக்க இன்கம்டாக்ஸ் ஆபீசுக்குப் போறேன்னு ஏதாச்சும் கதை விட்டுட்டு சுத்திக்கிட்டு இருப்பானுங்க. அவனுங்க வேலை பூரா இப்படி வளர்ந்து வர்ற கம்பெனியை எப்படி உடைக்கலாம் நசுக்கலாம் அப்படின்னுதான் இருக்கும்.

அக்கவுண்ட் செக்ஷன்ல இதுக்கு முன்னால பாலகிருஷ்ணன்னு ஒருத்தர் இருந்தார். அவரு கெய்சான் என்ன தெரியுமா வெச்சிருந்தாரு? சப்ளை பண்ணின பொருளுக்கு பேமெண்ட்டை 90 நாள் கழிச்சுதான் கொடுக்கறது அப்படின்னு ஒரு ரூலை இண்ட்ரடியூஸ் பண்ணினாரு. அதனால கம்பெனிக்கு மணி ரொட்டேஷன்ல மூணு லட்ச ரூபாய் வட்டி மிச்சம் பண்ணி காமிச்சாரு. ஆனா சிறுதொழில் பண்றவங்க நிலைமை என்னாகும்னு யோசிச்சுப் பாருங்க? அவங்க எப்படி சம்பளம் போடுவாங்க? ஈபி பில்லு கட்டுவாங்க? இதை எல்லாம் அந்த ஆளு யோசிக்கவே இல்லை. தனக்கு ப்ரொமோஷனும் இன்சன்டிவும் கிடைச்சா போதும்னு மனசாட்சி இல்லாம அப்படி செஞ்சாரு... நல்லவேளை கவர்மெண்ட் அதுக்கப்புறம் பில் க்ளியரன்ஸை பதினஞ்சு நாள்ல முடிச்சு பேமெண்ட் பண்ணிடனும்னு சர்க்குலர் அனுப்பிட்டாங்க.

சாலமனை எதுக்கு பூனாவுக்கு அனுப்பி இருக்காங்கன்னு ரொம்ப யோசிக்க வேணாம். தேவையில்லாம உங்களுக்கு பதில் சொல்லிக்கிட்டிருக்க வேணாம்லே... அதுக்காகத்தான் அவனை அங்க அனுப்பிட்டாங்க. இல்லன்னா அங்க இருக்கற வேற ஒரு கம்பெனியை டார்கெட் பண்ணி இருப்பானுங்க. இப்ப நீ மறுபடியும் உன் கம்பெனிக்குத் திரும்ப முடியாது. உனக்கு மொதலாளி போதையை ஏத்திவிட்டுட்டானுங்க அது அவ்வளவு சீக்கிரத்துல எறங்காது."

"அடப்பாவி இப்படியெல்லாமா திட்டம் போடுவானுங்க?"

"இதுக்கே அசந்துட்டா எப்படி இன்னும் நெறைய இருக்குண்ணே. ஜாப் எடுத்துக்கிட்டாங்கன்னு சந்தோஷப்படறியா... பாரு அதுல என்னவெல்லாம் பண்ணி உன்னைக் காயடிப்பானுங்கன்னு."

"என்னடா சொல்றே?"

"அரசியல்வாதி வீட்டுலேயும், வக்கீல் வீட்டு வாசல்லேயும், கார்ப்பரேட் ஹாஸ்பிடல் முதலாளிங்க வீட்டுலேயும் வேலை பாக்குறவங்க கிட்ட

ஒருநாள் பேசிப்பாரு கதறக் கதற கசக்கிப் பிழிஞ்ச கதைங்க நிறைய கிடைக்கும். அதுமாதிரி கதை எழுதறவன் கூட யோசிக்க முடியாது.''

"நாங்க உங்க கம்பெனியில கொடுத்த ஜாப்புல வர்ற பணத்தைத்தாண்டா ரொம்ப நம்பிக்கிட்டு இருக்கோம்.''

"நான் உன்னை பயமுறுத்தலை... உஷார் படுத்தறேன். எனக்கும் அவனுங்க என்ன செய்வானுங்கன்னு தெரியாது. ஆனா அவ்வளவு சீக்கிரம் யாருக்கும் நல்லது பண்ண மாட்டானுங்க. கவனமா இருந்துக்கங்கன்னுதான் சொல்றேன். பயனீர் ஃபோர்ஜிங் அப்படின்னு ஒரு கம்பெனி இருந்துச்சே அது உங்களுக்குத் தெரியுமா?''

"ஆமா நல்லாத் தெரியும்... அவரு பேரு கூட பழனி. இப்ப அவரு அபுதாபியில இருக்காரு.''

"அவரு அபுதாபிக்கு ஏன் போனாருன்னு தெரியுமா?''

"கம்பெனி சரியா போகலைன்னு கேள்விப்பட்டேன்.''

"இனிமே இந்தத் தொழில்ல எதைப்பத்தியாச்சும் கேள்விப்பட்டா அதை முழுசா என்ன ஏதுன்னு ஆராய்ச்சி பண்ணித் தெரிஞ்சுக்க. நீ லேத் மெஷின்ல என்ன வேலை செஞ்சே சி.என்.சி. மெஷின்ல என்ன கத்துக்கிட்டே அப்படிங்கறது எல்லாம் மேட்டரே இல்லை. ஒருத்தன் தொழில் பண்ண ஆரம்பிச்சு எப்படி நசிஞ்சு போனான் எவன் அவனைக் கெடுத்தான் அப்படிங்கறதைக் கத்துக்குற பாரு அதுதான் அனுபவம். தெறமைங்கறது கையில இருக்கற தொழில்ல இல்லை இந்த மாதிரி மொள்ளமாரிங்க என்ன பண்றானுங்க அவனுங்களை எப்படி அடையாளம் கண்டுபிடிக்கிறது. அவனுங்க கிட்டேர்ந்து எப்படித் தப்பிக்கிறது இதுதான் தெறமை.''

"சரி... நீ சொல்லு... பழனிக்கு என்ன ஆச்சு?''

"பழனி தானா ரெண்டு மெஷினை வாங்கிப்போட்டு வேலையை ஆரம்பிச்சாரா இல்லை எவனாச்சும் இப்படி அவரைத் தூண்டிவிட்டு கம்பெனி ஆரம்பிச்சாரா அது தெரியாது எனக்கு. ஆனா அவருக்கு இதே சாலமன்தான் ஜாப் கொடுத்து இந்தப் பக்கம் இழுத்தான். டிலைட் ஆக்சில் கம்பெனி ஜாப் தர்றேன்னு சொல்லித்தான் தனியா மெஷின் போட்டாரு. ஆனா சாலமன் அவரு முப்பதாயிரம் பீஸ்தான் தருவாரு... நான் உனக்கு அம்பதாயிரம் பீஸ் ஜாப் வாங்கித்தரேன்னு கூட்டிட்டு வந்தான். அவரும் உஷாரா உங்க ஜி.எம். கிட்டதான் பேசுவேன்னு சொன்னாரு.

அதனால வேற வழியில்லாம ஜி.எம்.கிட்ட கூட்டிட்டு வந்தான். ஜி.எம்மும் அவனுக்கு ஜாப் அலாட் பண்ணினார். ஆனா அது ஃபாரின் அசைன்மென்ட். அமெரிக்கன் கம்பெனி அவனுங்க கொடுத்த ஜாப்பை எங்க கம்பெனி ஆளுங்க ஏற்கனவே செஞ்சி அவன் மொத்தத்தையும் ரிஜக்ட் பண்ணின வொர்க். திரும்ப ஒரேயொரு சான்ஸ் அப்படின்னு கேட்டு வாங்கி அந்த வேலையைப் பழனி தலையில கட்டிட்டாங்க. ரொம்ப க்ளவரா ஒரு அக்ரிமென்ட் போட்டாங்க. அதாவது ஜாப் ஓகேன்னு அமெரிக்கன் கம்பெனி சொன்னாத்தான் பேமென்ட் இல்லைன்னா ரிஜக்ஷன் அப்படின்னு ஒரு வரி. ஆனா முன்னாடி நாங்க செஞ்சி குடுத்தோம் அது ரிஜக்ட் ஆயிடுச்சுன்னு ஒரு வார்த்தை அவர்கிட்ட சொல்லலை.

பணம் டாலர்ல வரும் ஜாப் அக்செப்ட் ஆயிடுச்சுன்னா அடுத்த வேலைக்கு அமெரிக்கா போயி அங்க அக்ரிமென்ட் போடணும்னு ஏகப்பட்ட ஆசை வார்த்தைகளைச் சொல்லிக் கையெழுத்துப் போட வெச்சாங்க. மொத ரவுண்ட்ல ஜி.எம்.மைப் பார்த்துட்டுத்தான் ஜாப் அக்செப்ட் பண்ணுவேன்னு உஷாரா இருந்த பழனி, ரெண்டாவது ரவுண்ட்ல ஏமாந்துட்டார். பாக்சிங் மாதிரிதான் அண்ணன் இவனுங்க அட்டாக் இருக்கும்... நீங்க சுதாரிக்கறதுக்குள்ளே அடுத்த ரவுண்ட் அடுத்த ரவுண்ட் அப்படின்னு போயிக்கிட்டே இருப்பானுங்க...''

“அப்புறம் என்னாச்சு?''

“அமெரிக்க கம்பெனி சாம்பிள் பீஸுக்கு ஒரு டெட்லைன் வச்சிருந்தாங்க. அதை இவனுங்க பழனிக்கிட்டே சொல்லலை. அவரு அது தெரியாம அந்தத் தேதி தாண்டிக் கொண்டு வந்து குடுத்திருக்காரு. சாம்பிள் பீஸை இவனுங்களே பார்த்து ஓகே சொல்லிட்டானுங்க. முதல் கன்சைன்மென்ட் செஞ்சி எடுத்துட்டு வந்து பாக்சை எல்லாம் இறக்கிட்டாரு. அவ்வளவையும் ரங்கசாமின்னு ஒரு மார்க்கெட்டிங் மேனேஜர் அவனோட ஆஃபீஸ் ரூம்ல அவன் உக்காந்திருக்கிற டேபிளுக்குக் கீழேதான் வச்சிருந்தானுங்க. டேபிள் கிளாத் மறைச்சுக்கிட்டு இருந்தது. ஆனா பேமென்ட்க்கு பழனி வந்தப்ப இன்னும் அமெரிக்க கம்பெனி க்ளியர் பண்ணலைன்னு சொல்லிச் சொல்லி, திருப்பி அனுப்பிட்டானுங்க. கடைசியா தாங்க முடியாம ஒரு நாள் கத்துனாரு. அதுக்குத்தானே காத்திருந்தானுங்க. ரெண்டு நாள் கழிச்சு வா ஃபைனல் பண்ணிடறோம்னு சொல்லி, அவரு அது மாதிரி வந்தப்ப உன்னோட ஜாப் ரிஜக்ட் ஆயிடுச்சு, பொருளை எடுத்துட்டுப் போன்னு சொல்லிட்டானுங்க.''

"அது பெரிய ஜாப் லட்சக் கணக்குல பணம் வந்துருக்கும்னு பேசிக்கிட்டாங்க."

"உண்மையிலேயே அவரு செஞ்ச ஜாப்பை அந்தக் கம்பெனிக்கு அனுப்பி இருந்தா ஒருவேளை அக்செப்ட் ஆகி இருக்கலாம். அடுத்தடுத்த ஜாப் கூட கிடைச்சிருக்கும். எங்க முதலாளி கிருஷ்ணய்யாவுக்கு மூளை தனியா வேலை செய்யும். அப்படி வந்திருந்தா அடுத்தடுத்த வேலைகளுக்கும் பழனியைத்தான் நம்ப வேண்டியிருக்கும் அப்புறம் அந்தத் திமிர்ல அவனே நேரடியா ஆர்டர் புடிப்பான் கூட வந்து சரிசமமா உக்காருவான். இன்னிக்குக் கிடைக்கற லட்சத்தைப் பார்த்தா பழனி வளர்ந்துட்டா அப்புறம் இவங்க ஜாப் அவனுக்குப் போக ஆரம்பிச்சிடும் அது பெரிய நஷ்டம் ஆயிடும்னு கணக்குப் பண்ணினார். அதனாலதான் அந்த ஜாப் சாம்பிளை மூவ் பண்ண அவரு முயற்சியே பண்ணலை. கொஞ்சம் டைம் வாங்கி சேம்பிள் பீஸைத் தர்றேன்னு சொல்லி இருந்தா அவங்க ஒத்துக்கிட்டு இருந்திருக்கலாம். ஆனா இவருதான் பர்ப்பசா அதைச் செய்யலை."

"தலை சுத்துது தமிழ்."

"நீங்க இப்படியெல்லாம் யோசிக்கவே முடியாது. ஆயிரம் தேன் தடவுன வார்த்தைங்க... உங்களுக்கு அவசரத்துக்குத் தேவைப்பட்ட சின்னச் சின்ன உதவிகள்... ஓரளவுக்கு வேலைப்பாக்குற கம்பெனி மேல கொஞ்சம் அதிருப்தியைத் தூண்டிவிடறது அவ்வளவுதான் அவங்களோட முதலீடு வேலைக்காரவங்களையும் சிறு தொழில் முதலாளிகளையும் காலி பண்ணிடுவாங்க."

"இதெல்லாம் தெரிஞ்சு நீங்கல்லாம் ஏண்ணே சும்மா இருக்கீங்க?" என்றான் தமிழ் சொல்வதைக் கேட்டு அதிர்ந்த காசி....

"யாரு? நாங்க...? நாங்கதான் அதை எல்லாம் எதிர்த்துப் போராடணுமா? நாங்க இதை எல்லாம் எதிர்த்துப் பேசிட்டா உடனே நாற்காலிப் போராளிகள் எல்லாம் ஒண்ணு சேர்ந்து இவனுங்க யாரோட கைக்கூலிங்கன்னு அவங்களே கற்பனையா ஒரு பிம்பத்தை உருவாக்கி கதை கட்டிடுவாங்க. ஆனா கோயில் தரிசனக் கவுண்டர்ல கொஞ்சம் கூட்டம் இருந்துச்சுன்னா கூட... இந்த அரசு என்ன செய்கிறது? எதிர்த்துப் போராடணும்னு ஊளையிடுவானுங்க."

"நாற்காலிப் போராளிகளா?"

"ஆமாம். உக்காந்திருக்கிற நாற்காலியை விட்டு எந்திரிக்கக் கூட

மாட்டானுங்க. ஹோட்டல் காபியில சர்க்கரை கம்மியாயிடுச்சுன்னா பொங்கி எழுந்துருவானுங்க. ஆனா ஊருக்கெல்லாம் உபதேசம்... வெறுப்பா இருக்குண்ணே.”

“சரி தமிழ் ஆவேசப்படாதே... இது உங்க தப்பு இல்லை.”

சிறிது ஆசுவாசப்படுத்திக்கொண்டு “முதல்ல இதை எல்லாம் புரிஞ்சிக்கறதுக்கே ரொம்ப வருஷம் ஆகும். அதுவும் உத்துக் கவனிக்கணும். இன்னொண்ணு இதுக்கெல்லாம் என்ன ஆதாரம் அப்படின்னு யாராச்சும் கேட்டா யாராலேயும் பதில் சொல்ல முடியாது. அதுக்கும் மேல இவங்க நடவடிக்கை எதையுமே நீங்க சட்ட ரீதியா தப்புன்னு உங்களால ப்ரூஃப் பண்ண முடியாது. அதையும் தாண்டிப்போனா தப்புன்னு ஒருவேளை நீங்க நிரூபிச்சிட்டா யாராவது ஒரு இளிச்சவாயனை இல்லைன்னா ஒரு விசுவாசியை பலி கொடுத்துடுவாங்க. அவன்தான் எல்லா தப்பையும் பண்ணினான்னு. அப்புறமா அவனுக்கு ஏதாச்சும் குடுத்து காம்பென்சேட் பண்ணிடுவாங்க... இது ஒரு வகை மாஃபியா கும்பல். போகபோகத்தான் உங்களுக்கு எல்லாம் புரியும்...

ஊர்ல உள்ள மொதலாளிங்க ஒண்ணு சேர்ந்து வருஷப் பொறப்பு அன்னிக்கு ஒரு ரகசியக் கூட்டம் போட்டாங்க. வழக்கமா எங்க முதலாளி கிருஷ்ணய்யா மிதமிஞ்சிக் குடிச்சிட்டாருன்னா வாந்தி எடுத்து அதும் மேலேயே படுத்து உருள்வாரு. அதனால அன்னிக்கு அவர்கூடப் போயி கிளீன் பண்ணி, பத்திரமா கூட்டிட்டு வா அப்படின்னு அவங்க வீட்டுக்காரம்மா என்னையும் அனுப்பி வச்சுது. நான்தானே கம்பெனி கிளீனர். அதுவுமில்லாம அந்த வேலைக்கு எக்கச்சக்க சம்பளம், டிப்ஸ் எல்லாம் கிடைக்கும். அன்னிக்கு அந்த பார்ட்டியில சாப்பாடு, சரக்கு சப்ளை பண்ண ஆள் பத்தலைன்னு என்னையும் உள்ள வரச்சொல்லிட்டாங்க... அந்த மீட்டிங் ஆரம்பிச்சதிலேர்ந்து முடியற வரைக்கும் அங்கதான் இருந்தேன். அப்பத்தான் புரிஞ்சுது அவனுங்க வெட்டிக்குடி குடிக்கறதுல்லே... அங்கேயும் அவனுங்க மூளை வியாபாரத்தைத்தான் யோசிக்குதுன்னு புரிஞ்சுது.

14. விருந்தில் பலியாடுகள்

*2000*ஆம் ஆண்டு ஜனவரி மாதம் ஒன்றாம் தேதி.

மல்லிநாத் வர்த்தமான், ஆனந்த் மித்தல், ஜனார்த்தன் மிஸ்ரா, கிருஷ்ணய்யா, ராமானுஜம், வானதி பெருமாள், மல்கோத்ரா என்று சென்னையின் அதி முக்கியமான முதல்நிலைத் தொழிலதிபர்கள் கிட்டத்தட்ட 30-க்கும் மேற்பட்டோர் அந்தக் குளிரூட்டப்பட்ட அறையில் குழுமியிருந்தனர். பகலாய் இருந்தாலும் சாண்டலியர் விளக்குகள் மிக மென்மையாக எரிந்துகொண்டிருந்தன. அறையின் ஒவ்வொரு பத்தடிக்கும் விதம்விதமான கலைப்பொருட்கள் நேர்த்தியோடு வைக்கப்பட்டிருந்தன. உணவு மேஜையின் நடுவில் சிங்கத்தின் வாயிலிருந்து மிகச்சிறிய நீர்வீழ்ச்சி, வண்ண விளக்குகளின் பின்னணியோடு வழிந்து திரும்ப அதன் வயிறு வழியே உள்சென்று சுழன்று கொண்டிருந்தது. பேரழகியின் நீள் விரல்கள் அவரவர் மேனியில் வளைத்து வருடுவது போல, சன்னமான குளிர் படர்ந்திருந்தது. வர்த்தக அல்லது தொழிலதிபர்களின் வழக்கமான கூட்டம் அல்ல இது. வடிவமைக்கப்பட்ட தட்டையான அலங்கரிக்கப்பட்ட மேடை. வரிசையான இருக்கைகள் என்றில்லாமல் சுற்றிலும் அமர்ந்து அல்லது வசதியாக சாய்ந்துகொண்டு உரையாடும் அளவு சொகுசு இருக்கைகள் போடப்பட்டிருந்தன.

அதுவுமல்லாமல், அறையின் பாதி இடத்தில் மிகப்பெரிய பரந்த மெத்தை போடப்பட்டு சாய்ந்து கொள்ளவோ படுத்துக்கொள்ளவோ

வசதியாக விரிக்கப்பட்டிருந்தது. உயர் ரக மது வகைகள் மற்றும் உணவு வகைகள் மேஜை மீதும் மெத்தையின் நடுவிலும் பரிமாறப்பட்டிருந்தன. ஒரு கேளிக்கைக் கூடுகையின் தோற்றம்தான் அந்த அரங்கில் காட்சியளித்தது.

ராமானுஜம் முதலில் பேச ஆரம்பித்தார் "ஹேப்பி நியூ இயர்... நோ ஃபார்மாலிட்டீஸ் அதனால வரவேற்புரை வோட் ஆஃப் தேங்க்ஸ் இதெல்லாம் இங்க இல்லை. சிட் ஆர் ஸ்டேண்ட் ஆர் லே யுவர் பாடி அக்கார்டிங் டு யுவர் கன்வீனியன்ஸ். ரொம்ப நாளாச்சு நாம இப்படிக் கூடி.... ஒரு எண்டர்டெயின்மென்ட் அதே நேரம் சில முக்கியமான விஷயங்களை டிஸ்கஸ் பண்றதுக்காகவும் நாம இங்க கூடி இருக்கோம்... மல்லிநாத் வர்த்தமான்ஜி உங்களுக்கு டீட்டயிலா சொல்லுவார்."

அங்கும் இங்குமாக நடந்தும் ஓடியும் சுறுசுறுப்பாக எல்லோருக்கும் சேவை செய்துகொண்டிருந்த தமிழைப் பார்த்து,

"தம்பி நீ யாரு?" என்று சந்தேகத்துடன் கேட்டார் மல்லிநாத்.

"நான் கூட்டிட்டு வந்த பையன்தான்" என்று சங்கோஜத்துடன் சொன்னார் கிருஷ்ணய்யா.

"ஓ... உங்க கேர் டேக்கரா?" நக்கலாக சிரித்துக்கொண்டார் மல்லிநாத். கூட்டமும் சிரித்தது.

மறுபடியும் மல்லிநாத் கூட்டத்தைப் பார்த்துப் பேசினார் "யாருக்கு என்ன டிரிங்க் வேணுமோ யாருக்கு என்ன டிஷ் வேணுமோ சர்வ் பண்றவங்ககிட்ட சொல்லுங்க... உடனே அரேஞ்ச் பண்ணுவாங்க... ஓகே இப்ப நாம வெவ்வேறு விதமான ஃபேக்டரிஸ் வச்சிருக்கோம்... கிட்டத்தட்ட மூணு தலைமுறையா நாங்க ஆட்டோமொபைல் மேனுஃபாக்சரிங் பண்ணிக்கிட்டு இருக்கோம். இங்க இருக்கற பல பேரு அப்படித்தான்னு எனக்குத் தெரியும். இன்னிக்கு ஒரு லேத் மெஷின் ரெண்டு வெல்டிங் செட் வச்சிருக்கவன் எல்லாம் நான் இண்டஸ்ட்ரியலிஸ்ட் அப்படின்னுட்டு வர்றான். கவர்ன்மென்ட் ஒரு டிஸ்கஷன் மீட்டிங் வச்சா அவனும் வந்து உக்காந்துகிட்டு ஆளாளுக்கு வாய்ஸ் குடுக்கறானுங்க.

ஸ்மால் ஸ்கேல் இண்டஸ்ட்ரீஸ் ஈசல் கணக்கா வந்த பிறகு மூர்மார்க்கெட் பிசினஸ் மாதிரி ஆயிடுச்சு. அரசாங்கம் அதை கண்ட்ரோல் பண்ணாது. இன்னும் சொல்லப்போனா அவங்களை

என்கரேஜ் பண்ணுவாங்க. நாமதான் கண்ட்ரோல் பண்ணணும்.''

''அது கரெக்ட்தான் ஜி போன மாசம் இம்போர்ட் அயிட்டத்துக்கு டாக்ஸ் போடறது பத்தி கவர்ன்மென்ட் கிட்ட பேசறதுக்குப் போலாம்னு அசோசியேஷன் டிசைட் பண்ணினா. அவங்களும் ஒரு கும்பலைக் கூட்டிக்கிட்டு அங்க வந்துட்டாங்க. நாம எப்படி மத்த விஷயங்களை பெர்சனலா பேச முடியும்? அன்னிக்கு மினிஸ்டர் அப்பாயின்மென்ட் டோட்டல் வேஸ்ட்'' வருந்தினார் ராமானுஜம்.

''அதை எல்லாம் யோசிச்சுப் பார்த்துதான் நான் சில விஷயங்களை உங்ககூட டிஸ்கஸ் பண்ணணும்னு நினைக்கிறேன். இப்ப எங்க கம்பெனி பர்ச்சேஸ் டிவிஷன்லேயும் சரி சப் காண்ட்ராக்ட் டிவிஷன்லேயும் சரி எங்க வெண்டார் லிஸ்ட் எடுத்துப்பார்த்தா வோட்டர் லிஸ்ட் மாதிரி அத்தனை பேரு இருக்கான். ஒரே ஒரு டிரில்லிங் மெஷினை வச்சிக்கிட்டு ஓட்டை போட்டுக்கிட்டு இருக்கறவனெல்லாம் லெட்டர் பேட் அடிச்சிக்கிட்டு வந்து நம்மக்கிட்ட கொடுத்து, அவனும் சப்ளையர் அல்லது வெண்டார் அப்படின்னு லைன்ல நிக்கிறான். ஒரு போல்ட்டை நாம வாங்கணும்னா நூறு பேரு கொட்டேஷன் குடுக்கறான். நாம இத்தனை பேரோடையும் மல்லுக்கட்ட வேண்டி இருக்கு. அப்புறம் அவனுங்களைக் கூப்பிட்டு நெகோஷியேஷன் பேச வேண்டி இருக்கு. வேட்டி கட்டுனவன் எல்லாம் நம்ம கூட சரிசமமா உக்காந்துகிட்டு லா பேசறான்... ரிடிகுலஸ்.''

''ரொம்ப நாள் தலைவலி இது.''

''அதுக்குத்தான் நான் ஒரு யோசனை சொல்றேன் ஐ.எஸ்.ஓ 9000 இருக்கறவங்ககிட்ட மட்டும்தான் நாங்க நேரடியா பொருள் வாங்கறதோ அல்லது சப் காண்ட்ராக்ட் விடவோ கொட்டேஷன் கேப்போம்னு ஒரு ரூல் கொண்டு வந்துடுவோம். கவர்ன்மென்ட்டும் அப்ஜக்ட் பண்ண மாட்டாங்க, நாமும் அவங்களைக் கழிச்சுக் கட்டிடலாம்.''

''சரி ரெண்டு மாசம் டைம் குடுங்க, இல்லை மூணுமாசம் டைம் குடுங்க அப்படின்னு கேட்டுக்கிட்டு எல்லாரும் கையிலே சர்ட்டிபிகேட்டோட வந்துட்டானுங்கன்னா?''

''அவ்வளவு சீக்கிரம் கவர்ன்மென்ட் சர்ட்டிபிகேட் வாங்க முடியுமா? அதுவும் நாம இப்படிக் கேக்கறோம்னு தெரிஞ்சா புரோக்கர்ஸ் எல்லாம் வழியை அடைச்சு டைட் ஆக்கிடுவானுங்க... ரேட் ஏறிடும் புரோக்கர்ஸ் எல்லாம் நம்மளை மனசார வாழ்த்துவாங்க.''

"இது நல்ல யோசனைதான்... அப்ப நாம் எல்லாருமா சேர்ந்து ஒரே நாள்ல அனவுன்ஸ் பண்ணிடலாம். வெண்டார்ஸ் லிஸ்ட் பார்த்தா டஸ்ட் பின் மாதிரி இருக்கு. கிளீன் பண்ணணும். எண்ணிக்கையைக் குறைச்சாதான் நாம நிம்மதியா இருக்கலாம்" மல்கோத்ரா ஒரு தீர்மானத்தின் முன்வடிவு மாதிரி சொன்னார். அவர் மல்லிநாத் வர்த்தமானின் இணைகுரல் அவருக்கான அஜெண்டாவே மல்லிநாத் வர்த்தமான் எந்தக் கூட்டத்தில் ஒரு புதிய விஷயத்தைக் கொண்டுவந்தாலும் அதை உறுதிசெய்யும் இரண்டாவது குரலாக அவரது குரல் இருக்கும்.

"ஆனா நம்ம சர்க்குலர்ல எந்த இடத்துலேயும் வெண்டார்ஸ்-ஐ குறைக்கப்போறோம்னு ஒரு சின்ன இண்டிகேஷன் கூட தெரியக்கூடாது. தரத்தை மேம்படுத்தப்போறோம்... கஸ்டமர்களுக்கு க்வாலிட்டி அஷ்யூர் பண்ணப்போறோம்னு மட்டும்தான் இருக்கணும். உங்க டைரக்டர்கள் கிட்ட கூட சொல்லிடாதீங்க... ரிட்டையர் ஆன பிறகு ஹிண்டுவிலே கட்டுரை எழுதிடுவானுங்க... இந்த அறையை விட்டு இந்த மேட்டர் என்னன்னு வெளியே கசியக்கூடாது."

"இப்ப வெண்டார் லிஸ்ட்ல ஒரு ஐநூறு பேர் இருந்தாக்கா நூறு பேருக்குக் குறையுமா?"

"பத்தாது" என்ற மல்லிநாத்தை ஒரு கணம் எல்லோரும் திகைப்பாகப் பார்த்தார்கள்.

"குறைக்கறது பத்தாது. இருபது முப்பது பேர் இருந்தா போதும். அப்பத்தான் ஈசியா ஹேண்டில் பண்ணமுடியும். நேத்து பேஞ்ச மழை காளான்களைக் கிட்டத்தட்ட டெஸ்ட்ராய் பண்ணவும் முடியும். கொஞ்சம் வளரவிட்டா நம்ம கூட கவர்ன்மென்ட் டெண்டர்ல உக்கார ஆரம்பிச்சிடுவான். அவனை நமக்குப் போட்டியா வர்றதுக்கு யோசிக்க டைம் குடுக்கக் கூடாது. சர்ட்டிபிகேட் வாங்கவும் கூட இருக்கறவனைப் போட்டியா நினைச்சு சண்டை போடவும் விடணும்."

"தேங்க்ஸ் மல்லிநாத்ஜி அதனாலதான் நீங்க கிங் ஆக இருக்கீங்க. நாங்க இந்த சைட் யோசிக்கவே இல்லை. நீங்க எப்பவும் திங்க் அஹெட்தான்" புகழ்ந்தார் மல்கோத்ரா.

"இன்னொரு முக்கியமான விஷயத்தை நாம எல்லோரும் நம்ம கம்பெனிகள்ல அறிமுகப்படுத்தணும் அதைப்பத்தி எங்க ஹெச் ஆர் டிவிஷன் சுகேஷ் உங்களுக்குச் சொல்லுவார்."

சுகேஷ் மிக பவ்யமாக அவர்களுக்கு முன்பாக நின்றான். மிக அழகான நீல வண்ணச் சட்டையை ஆழ்ந்த கறுப்பு வண்ண பேண்டில் உள்ளே நேர்த்தியாகச் செலுத்தி இருந்தான். முகம் முழுக்க கவனமாகப் பார்த்துப் பார்த்து மழித்திருந்தது மெலிதாக ஓடிய பச்சை நரம்பில் தெளிவாகத் தெரிந்தது.

“குட் மார்னிங் சார் ஹேவ் எ நைஸ் டே.... ஜப்பான்ல அறிமுகப்படுத்தப்பட்ட கெய்சான் அப்படிங்கற ஒரு சிஸ்டம் அங்க பிரமாதமான லாபத்தைக் குடுத்துருக்கு. வேலை செய்ற ஒவ்வொரு எம்ப்ளாயிக்கும், அட்மினிஸ்ட்ரேடிவ் ஸ்டாஃப், எக்சிகியூட்டிவ், மேனேஜர் எல்லோருக்கும் வருஷத்துக்கு ஒரு கெய்சான் டாஸ்க் அவங்களே ஃபிக்ஸ் பண்ணணும். அவங்க கம்பெனிக்குத் தனிப்பட்ட முறையில பணப்பயன், க்வாலிட்டி இம்ப்ரூவ்மென்ட் அல்லது கம்பெனிக்குப் பெரிய நேம் வாங்கிக்கொடுக்கணும்... அதை சக்சஸ்ஃபுல்லா பண்ணினா அவங்களுக்கு ப்ரொமோஷன், இல்லன்னா இன்செண்டிவ் ஒன்டைம் கேஷ் பிரைஸ் இப்படி மேனேஜ்மென்ட் ஏதோ ஒண்ணு கொடுக்கும். எவ்வளவுக்கு எவ்வளவு கெய்சான் பாயிண்ட்ஸ் எடுக்கறாங்களோ அதைப் பொறுத்து அவங்களுக்கு ஃபாரின் டூர் மாதிரி ஒரு கிரான்ட் ஆஃபர். கெய்சான் எதுவுமே பண்ணலைன்னா கம்பெனிக்கு அவங்க தேவையில்ல அனுப்பிடலாம். தட்ஸ் ஆல் சார். தேங்க் யூ மை ரெஸ்பெக்டட் எம்.டி. சார் அண்ட் தேங்க் யூ ஒன் அண்ட் ஆல்....”

“சூப்பர் சார் ஆனா இந்த ஃபாரின் டூர் எல்லாம்....” என்று இழுத்தார் வானதி பெருமாள்

“மேடம் அதெல்லாம் உங்க விருப்பம்தான். வொர்க்கர்ஸ்குள்ள ஒரு காம்பெட்டீஷனை க்ரியேட் பண்ணணும். லஞ்ச் டைம் டீ டைம் இதுல எல்லாம் கம்பெனிக்கிட்ட என்ன கம்ப்ளெயின்ட் இருக்குன்னு பேசிக்கக் கூடாது. யார் என்ன கெய்சான் ஃபிக்ஸ் பண்ணி இருக்கோம்னு பேசிக்கணும். முக்கியமா அவங்களுக்குள்ள ஒரு ரகசியத்தை உருவாக்கணும். ஒருத்தன் இன்னொருத்தனுக்குத் தெரியாம ஒரு விஷயத்தை மறைக்கிற ஹேபிட்டை வளர்க்கறோம். அவங்க யூனிட்டியை உடைக்கிறோம் அதுக்கும் மேல கம்பெனிக்கு மானிட்டரி பெனிஃபிட்டும் கிடைக்குது.”

“வேல்யபிள் பாயின்ட்... அமேசிங் அதனாலதான் ஜப்பான் இன்னிக்கு நம்பர் ஒன்” என்று புகழ்ந்தார் ஜனார்த்தன்.

மல்லிநாத் தொடர்ந்தார் "எதுக்கும் நமக்கு கவர்ன்மெண்ட் சப்போர்ட் வேணும். நம்ம ஸ்டேட், சென்ட்ரல் மினிஸ்டர்களுக்கு ஏதாச்சும் பிறந்த நாள் திருமணநாள் வருதான்னு பார்த்து வாழ்த்துச் சொல்லிட்டு அப்படியே காதுல போட்டு வைப்போம். அவங்க ஏதாவது கூட்டத்துல பேசும்போது உற்பத்தியோட தரத்தை எதுக்காகவும் காம்ப்ரமைஸ் பண்ணக்கூடாதுன்னு பேசறதுக்கு ஒரு ஹின்ட் ரெடி பண்ணிக் குடுத்துடுவோம். அதுக்கப்புறம் அவரை கோட் பண்ணி நம்ம சர்க்குலரை ரிலீஸ் பண்ணிடுவோம்."

"பிரமாதம்ஜி என்னிக்குன்னு சொல்லுங்க எல்லோரும் போயி பாத்துடுவோம்."

"அத்தினிபேரும் போனா மீடியா உஷார் ஆயிடும். எதிர்க்கட்சி லீடர் உஷார் ஆயிடுவாங்க. அப்புறம் அவங்களையும் கவனிக்கணும். அதனால ஒரு நாலைஞ்சு பேரு மட்டும் போயி பார்ப்போம். அது பெருசா நியூஸ் ஆகாது" மல்லிநாத் வர்த்தமான் சொற்களில் புரிபடாத இன்னொரு மர்மம் என்ற ஒன்று எப்பொழுதும் இருக்கும். அது திட்டத்துக்குள் மறைந்திருக்கும் இன்னொரு திட்டமாக இருக்கக் கூடும். அதுபற்றி யோசிக்க முடியாதபடி ஐந்தாவது சுற்று மது விநியோகம் முடிந்திருந்தது.

அப்படியே அங்கு அன்று என்ன நடந்ததோ அதை இம்மி மாறாமல் தமிழ் சொல்லி முடித்தபோது, பாபுவும் காசி மற்றும் சேகரும் உறைந்துபோயினர்.

15. உழைப்பவனின் உழக்கு

2001ஆம் ஆண்டு மே மாதம்.

இரண்டு நாட்கள் கழித்து ராமானந்தராவ் வரச் சொன்னார். சேகரையும் காசியையும் கூடவே அழைத்துச் சென்றிருந்தார் பாபு. அவர்களை வெளியே இருக்கும்படி ராவ் சொன்னதால் பாபு மட்டும் உள்ளே சென்றார்.

“அவங்க ரெண்டு பேரும் உங்க கம்பெனி டைரக்டர்ஸா?” நக்கலாகக் கேட்டார் ராவ்.

“அவங்க என்கிட்ட வேலை பாக்குறவங்கதான். ஆனா சொந்தத் தொழிலுக்குன்னு வந்தபிறகு அவங்க செஞ்ச உதவி அதிகம். அதனால கூட கூட்டிக்கிட்டு வந்தேன்.

“சொந்தத் தொழிலை ஆரம்பிச்சு என்ன ஒரு ஆறுமாசம் இருக்குமா?”

“மூணு மாசம் ஆகுது சார்.”

“எங்க கம்பெனி ஆரம்பிச்சு அறுபத்தி அஞ்சு வருஷம் ஆகுது. எனக்கே 28 வருஷம் சர்வீஸ். எங்களுக்குன்னு ஒரு டிகினிட்டி இருக்கு. எல்லார்கிட்டயும் உக்காந்து பேச முடியாது. கூட்டிட்டு வந்தா கார்னர்ல ஒரு டீக்கடை இருக்கு... அங்க உக்கார வச்சிட்டு நீங்க மட்டும் வாங்க.”

பாபு அமைதியாக உட்கார்ந்திருந்தார். பிறகு "ஜாப் எப்படி சார் இருந்தது?"

"ம்... ம்... ஓகே யூஸ் பண்ணிக்கலாம்."

"அப்ப எங்க பேமெண்ட் எப்ப சார் கிடைக்கும்?"

"உங்க பேமெண்ட்டை என்கிட்ட ஏன் கேக்கறீங்க?"

"சார் புரியலை."

"இங்க பாருங்க பாபு... எங்க அக்ரிமெண்ட் ஈசாக் கம்பெனி கூடத்தான்... நீங்களும் நானும் நோ வே கனெக்டட். ஆக்சுவலா அன்னிக்கு ரொம்ப ப்ளீஸ் பண்ணிக் கேட்டீங்க... அதனால மெட்டீரியலை அன்லோட் பண்ணச் சொன்னேன். உங்களுக்காக பீஸை செக் பண்ணினேன்... ஓகேன்னு சொல்லிட்டேன். யோசிச்சுப் பாருங்க ஒரு வார்த்தை நான் ரிஜக்டட்னு சொல்லிட்டா நீங்க இங்க உக்காந்து பேசவே வழியில்லை."

"ரொம்ப நன்றி சார் நீங்க எவ்வளவோ ஹெல்ப் பண்ணியிருக்கீங்க இல்லைன்னு சொல்லலை. ஆனா பேமெண்டை நாங்க யார்கிட்ட வாங்குறது நீங்களே சொல்லுங்க."

"ஈசாக் கம்பெனிகிட்டதான் வாங்கணும். நான் வேணும்னா சிஐஆரென் கையெழுத்துப் போட்டுத்தாரேன். இத்தனை பீஸ் ஓகேன்னு டெஸ்ட் சர்ட்டிஃபிகேட்டும் தர்றேன். நீங்க ஈசாக் கம்பெனியில காட்டிப் பணத்தை வாங்கிக்கங்க. நாங்க அவங்களுக்கு பில் பாஸ் பண்ணிடறோம்."

"சார் நாங்க எப்படி சார் அவங்க கிட்ட கேக்க முடியும்? உங்களுக்கும் எனக்கும் சம்பந்தமே இல்லைன்னு அவங்க சொல்லுவாங்களே."

"சொல்லக் கூடிய ஆளுதான். நான் இல்லைங்கலை. ஆனா அவங்க ஜாப் ரிஜக்ட் ஆயிடுச்சு. இப்ப அவங்களுக்கு உங்களை விட்டா ஆளே இல்லை. ஆக்சுவலா நீங்க அவங்களுக்குப் பெரிய அளவு கெயின் பண்ணித் தந்திருக்கீங்க. ரா மெட்டீரியல் நீங்களே ஆர்டர் பண்ணி ஜாப்பை முடிச்சு ட்ரான்ஸ்போர்ட் பண்ணி எங்க கிட்ட ஒப்படைச்சிட்டீங்க. ஆகையினால் அவங்க கண்டிப்பா ஒத்துக்குவாங்க."

"சார் நாங்க அவங்ககிட்ட பேசி ஆர்டர் வாங்கலை. அதனால அவங்ககிட்ட கேக்க முடியாது. நீங்கதான் சார் எப்படியாவது...."

கண்ணாடியைத் தூக்கிவிட்டு கீழ்க்கண்ணால் பார்த்தபடி, "அப்ப

எங்ககிட்ட பேசி ஆர்டர் வாங்கனீங்களா?'' என்று ராவ் மீண்டும் நக்கலாகக் கேட்டார்.

"அய்யோ இல்லை சார். சாலமன்தான் இப்படி ஒரு குழப்பம் பண்ணிட்டாரு. அவரு போன் சுவிட்ச் ஆஃப்னு வருது. அவரோட புது நம்பர குடுத்தீங்கன்னா அவர்கிட்ட பேசி நிலைமையைப் புரிய வைப்பேன்.''

"இதோ பாருங்க அவர்கிட்ட பேசி ஒண்ணும் ஆகப் போறதில்லை... அவர் புது நம்பர் என்கிட்ட இல்லை. நீங்க ஈசாக் கம்பெனிக்குப் போங்க... அவரைப் பாருங்க. அவர் நினைச்சாத்தான் எதுவும் பண்ண முடியும். எங்க அக்கவுண்ட் செக்ஷன்ல க்ளியர் பண்ண மாட்டாங்க. அக்ரிமெண்ட்டை பேஸ் பண்ணித்தான் பில் அமௌன்ட் க்ளெயிம் ஆகும். இல்லைன்னா மெட்டீரியலை எடுத்துட்டுப் போங்க அவுட்பாஸ் போட்டுத் தர்றேன்.''

இனி அவரிடம் பேசிப் பயனில்லை என்று புரிந்தது. அவர் வெறும் மவுத் பீஸ்தான். ஏற்கனவே அவர்கள் பேசி முடிவெடுத்துவிட்டுத்தான் பேசுகிறார்கள் என்பது தமிழிடம் பேசிய பின்னர் பெற்ற ஞானத்தால் தெளிவாகப் புரிந்தது.

"நல்லது சார் நான் அவங்ககிட்ட பேசறேன்'' கையெடுத்துக் கும்பிட்டுவிட்டுக் கிளம்பினார். அறைக்கதவைச் சாத்திவிட்டு வெளியே வந்த பின்னர் கதவில் பதிக்கப்பட்டிருந்த கண்ணாடி வழியே அவரைப் பார்த்தார். ஒருவேளை அவரது முகத்தில் கருணையின் கடைசிச் சொட்டு ஏதேனும் தென்படுகிறதா என்கிற நப்பாசையுடன் பார்த்தார். அது பற்களில் சிக்கியிருந்த ஏதோ ஒன்றைக் குத்தியபடி கண்களை மூடிக்கொண்டு சுவாரசியமாக அதனை ரசித்துக் கொண்டிருந்தது. இரக்கம் நியாயம் அனைத்தையும் ஒரு நகமளவு கூட ஒட்டிக்கொள்ளாமல் ஜாக்கிரதையாக வீட்டிலேயே உதறித் துடைத்த பிறகுதான் அலுவலகச் சீருடையைப் போடுவார்கள் என்று தோன்றியது.

ஈசாக் கம்பெனி ஜாபர்கான்பேட்டையில் ஒரு குறுக்குச் சந்தில் இருந்தது. சேகரையும், காசியையும் திரும்பவும் கிண்டிக்கே போகச் சொல்லிவிட்டார். அவர்கள் ஏன் வீணாக அலையவேண்டும். மனச்சங்கடங்களை அடைய வேண்டும்? அவர்களாவது சில மணி நேரங்கள் மன அமைதியோடு இருக்கட்டும் என்று தோன்றியது.

ஈசாக் பச்சை வண்ணத்தில் தடிப்பான மேல்சட்டையும் அதே நிறத்தில்

கால்சராயும் அணிந்திருந்தார். அது அவரது பாணி போலும். அவருக்குப் பின்னே காணப்பட்ட பல புகைப்படங்களில் ஒரே வண்ணத்தில் சட்டையும் கால்சராயும் சீருடை மாதிரி அணிந்திருப்பதைக் காண முடிந்தது. கட்டையான மீசை, கோழியின் கண்கள் போல பிதுங்கிய கண்கள் என்று அவர் தோற்றமே அவர் இறுக்கமானவர் என எண்ண வைத்தது. முன்னே சென்று தன்னை அறிமுகப்படுத்திக் கொண்டார் பாபு. உட்காரக் கூட சொல்லாமல் அதே இறுக்கமான பார்வையால் அவரைப் பார்த்தார்.

“ஒரு பத்து நிமிடம் உங்க கிட்ட பேசணும்.”

“ம்.... சொல்லுங்க.”

“சாலமன் உங்களைப் பத்தி நிறைய சொல்லி இருக்காரு.”

“என்ன சொன்னான் அந்த ஃபிராடு?” என்று அலட்சியமாக ஈசாக் சொன்னபோது, திடுக்கிட்டுப் போனது பாபுவுக்குத் தம் முதல் அஸ்திரமே பரிதாபகரமாகத் தோற்றுப்போனதைக் கண்டு திகைத்தார்.

“நீங்க ரொம்ப எக்ஸ்பீரியன்ஸானவர். பெரிய பெரிய ஜாப் எல்லாம் எடுத்துப் பண்ணுவீங்க அப்படின்னு சொன்னார்” இது ஜோசியக்காரர்களின் டெக்னிக் மாதிரி. தன்னிடம் ஜாதகக்கட்டை யார் எடுத்து வந்தாலும், “நீங்க எல்லாருக்கும் நல்லது செய்வீங்க ஆனா உங்களைச் சுத்தி இருக்கறவங்க உங்களுக்கு துரோகம் பண்ணுவாங்க அப்படின்னு ஒரு போடு போடுவாங்க... எவனும் அப்படி எல்லாம் இல்லையேன்னு சொல்லமாட்டான். கரெக்டுங்கம்பான் அதுமாதிரிதான் இந்த வார்த்தைகளும்...”

“உக்காருங்க உங்களுக்கு என்ன வேணும்?”

“சாலமன் உங்க ஜாப்ல எனக்குக் கொஞ்சம் ஷேர் பண்ணிக் கொடுத்துச் செய்யச் சொன்னார். அதை கரெக்டா செஞ்சு முடிச்சேன். ஜாப் சேம்பிளையும் கம்பெனியில ஓகே சொல்லிட்டாங்க. ஆனா அக்ரிமெண்ட் உங்க கூடத்தான் அப்படிங்கறதாலே பில் உங்க பேர்லதான் வரும், அதனால பேமெண்ட் உங்ககிட்டதான் வாங்கணும்னு கம்பெனியில சொல்லிட்டாங்க.”

“எங்க கம்பெனி ஜாப்பை உங்ககிட்ட கொடுக்க சாலமன் யாருங்க?”

“கரெக்டான கேள்விங்க... உண்மையில உங்ககிட்ட கொடுத்த ஜாப்புன்னு என்கிட்ட சாலமன் சொல்லவே இல்லைங்க. கம்பெனி

குடுத்த ஜாப்புன்னு சொல்லிட்டார்... அதை நம்பி நாங்களும் கடன் வாங்கி செஞ்சிட்டோம்... இப்ப நீங்கதான் ஹெல்ப் பண்ணணும்."

"அப்ப என்னோட மெஷினையும் ஆளுங்களையும் என்ன பண்ணச் சொல்றீங்க? வித்துட்டு வீட்டுக்கு அனுப்பிடட்டுமா?"

"சார் நீங்களும் தொழில் பண்ணணும் நானும் தொழில் பண்ணணும். நீங்க பெரிய ஜாப் எல்லாம் எடுக்கறவர் நான் சும்மா ரெண்டு மெஷினை வச்சிக்கிட்டு ரெண்டே ரெண்டு பேரை வேலைக்கு வச்சிட்டு பொழப்புக்காக எதையோ பண்ணிக்கிட்டு கெடக்கேன். நான் ஏன் சார் உங்களை மூடிட்டுப் போகச் சொல்றேன்?"

"ஜாப்பை பண்ணினவர் என்கிட்டதானே வந்து குடுத்திருக்கணும். நேரே கம்பேனிக்குப் போயிட்டீங்க? இப்பதாங்க பெரம்பூர்ல பெடல்ல காலை வச்சீங்க. அடுத்த நிமிஷம் பெங்களூரு வந்துருச்சான்னு கேக்கறீங்க? நானெல்லாம் அந்த கம்பெனி கேட்டை மிதிக்க ஆறு வருஷம் ஆச்சு."

"சார் நான் தொழிலுக்குப் புதுசு. உங்க அளவுக்கு அனுபவம் இல்லை. அவரும் என்னமோ சொன்னாரு நானும் வெள்ளந்தியா செஞ்சிட்டேன். நீங்கதான் இப்ப கைதூக்கி விடணும்."

"சரி எத்தனை பீஸ் செஞ்சு குடுத்திருக்கீங்க?"

"பத்தாயிரம் பீஸ் சார்."

"பீஸுக்கு மூணு ரூபா அம்பது காசு."

"சார் கம்பெனியில ஆறு ரூபா இருபது காசு தர்றாங்க சார்."

"அப்ப அங்கேயே குடுத்துட்டு துட்டை வாங்கிக்கங்க."

"அதுக்குன்னு பாதிக்குப் பாதி ரேட் சொல்றீங்களே?"

"இல்லைங்க நல்லா கணக்குப் பண்ணிப் பாருங்க நாற்பது காசு கூட சொல்லி இருக்கேன்."

"சார் மெஷினு, இரும்பு பீஸ், டிரில்லிங் மெஷின் வரைக்கும் எல்லாத்தையும் கடனுக்கு வாங்கிப் போட்டுச் செய்றேன் சார்... கொஞ்சம் மனசு வையுங்க."

"ஃபைனலா மூணு ரூபா எழுவத்தி அஞ்சு காசு. இஷ்டம்னா நாளைக்கு வந்து பணத்தை வாங்கிக்கங்க. ஆர்டர் வாங்கறதுக்காக அவனவனுக்கு

சரக்கு, சைடிஷ், செல்போனு எல்லாம் வாங்கிக் குடுத்திருக்கேன் சும்மா ஒண்ணும் கெடைக்கலை.”

“புரியுது சார். ஒரு அஞ்சரை ரூபாவாவது குடுங்க சார். வட்டி கட்டணும் சார். இல்லைன்னா கட்டுப்படியாகாது சார்.”

“ரேட் ஃபிக்ஸ் பண்ற இடத்துல நீங்க இல்லை.... உங்க பேரு....”

“பாபு.”

“ஆங் பாபு நீங்க கம்பெனிகாரன்கிட்ட பேசி குட்டிக்கரணம் போட்டு ஆறு ரூபா இருவது காசுன்னு ஃபிக்ஸ் பண்ணலை. நானும் பேசலை” சொல்லிவிட்டு பாபுவின் முகத்தையே உற்றுப் பார்த்தார்.

“யாரு பேசுனது?” என்று மறுபடி கேட்டார். பாபு எதுவும் பேசாமல் அமைதியாக இருந்தார்.

“பூக்கடை விஜயக்குமாரி தெரியுமா உருண்டை மூஞ்சி, கண்ணு பூரா மை வுட்டுக்கிட்டு, ஆறு மொழம் பூ வச்சிகிட்டு, வாட்ட சாட்டமா குதிரை மாதிரி இருப்பாளே... அவதான் ஒரு நாள் ராத்திரி முழுக்க உழைச்சிப் பேசி முடிச்சா. அவளுக்கு மட்டும் தனியா பத்தாயிரம் குடுத்தேன். அப்புறம் ஜானிவாக்கர் தலப்பாக்கட்டி பிரியாணி, காருக்கு டீசல்னு ஏகப்பட்ட செலவு... அந்த விஜயக்குமாரிக்கு நாம செய்யற பீஸ் எப்படி இருக்கும் என்ன சைஸ்னு கூடத் தெரியாது. ஆனா அந்த பீஸுதான் நாம செய்யப்போற பீசுக்கான வெலையைப் பேசி முடிச்சுது. வேடிக்கையா இல்லை? சும்மா வாங்கலை பாபு செம உழைப்பு.”

அப்பொழுதும் பாபு மௌனமாக இருந்தார்.

“அவ்வளவும் பண்ணினேன். டெஸ்டிங் செக்‌ஷன்ல இருந்தவனை கரெக்ட் பண்ண முடியலை, ஃபெயில் பண்ணிட்டான்.”

“சார் நீங்க அந்தக் கவலையை என்கிட்ட விடுங்க... நான் மிச்ச ஜாப்பையும் நல்லா செஞ்சு ஓகே பண்ண வச்சிடறேன். கொஞ்சம் கூட போட்டுக் கொடுங்க....”

“அதைத்தான் எல்லாம் பண்ணிக்கிட்டு இருக்காங்களே... சரி மிச்ச ஜாப்புல பாதி உனக்குத் தாரேன்... கடைசியா நாலே கால்னா பேசுங்க, இல்லாட்டி எடத்தை காலி பண்ணுங்க” என்று அவசரமாக எழுந்தார் ஈசாக்.

“சரிங்க சார். நாளைக்கு வர்றேன் மிச்ச ஜாப்பும் குடுங்க சார் எனக்கு வட்டி கட்டுனா போதும்.”

தலையை ஆட்டிவிட்டு அங்கிருந்து கிளம்பினார். நாலே கால் என்றால் எவ்வளவு வரும் என்று மனசுக்குள் கணக்குப் போட்டபடி பாபுவும் அங்கிருந்து கிளம்பினார், ஒரு பீஸுக்கு ஐம்பது காசு நின்றது. நாம செய்யற வேலையை அப்படியே கம்பெனிகிட்ட கொடுத்து ஒன்றுமே செய்யாமல் ஈசாக் சுளையாக ஒரு பீஸுக்கு ரெண்டு ரூபாய் அள்ளப் போகிறான். நாம ஐம்பது காசுக்கு மாங்கு மாங்குன்னு உழைக்கணுமா என்று நினைத்தபோது, நெஞ்சம் விம்மியது. இப்போதைக்கு வட்டி கட்டணும் காசிக்கும் சேகருக்கும் வேலை கொடுக்கணும் எல்லாவற்றுக்கும் மேலாக மெஷின் ஓடிக்கிட்டு இருக்கணும் அப்பதான் அடுத்த வேலைகளை அதைக்காட்டி வாங்க முடியும். மீள வழியில்லாத புதைகுழிக்குள் சாலமன் இழுத்துவிட்டதை அப்பொழுதுதான் பாபுவால் உணரமுடிந்தது.

16. கடந்த காலத்தின் காயங்கள்

2015ஆம் ஆண்டு.

“அப்புறம் எப்படி கிண்டியை விட்டுட்டு எர்ணாவூர்ல வொர்க்ஷாப் போடற அளவுக்கு ஆச்சு?” என்று ஆச்சரியமாகக் கேட்டார் அறிவு.

“துரோகத்தோட கத்தி முதுகுல மட்டுமில்லே அப்படியே உள்ளாடி பரவி நெஞ்சு வரைக்கும் வந்துடுச்சு அறிவு. ஒரு மூணு மாசம் ஈசாக் வேலையைச் செஞ்சிகிட்டு இருக்கேன். வேடிக்கை என்னன்னா அப்ப எனக்குக் கிடைச்ச பணம் எல்லா செலவும் போக கையில நின்னது வெறும் அஞ்சாயிரம் ரூபாய்தான். ஆனா குருராஜன் கம்பெனியில வேலை பார்த்தப்ப ஓம்பதாயிரம் குடுத்தாரு. அது இல்லாம இபிஎஃப் வேற கட்டினாரு. அப்பப்ப வெளி வேலைக்கு பெட்ரோல் செலவுக்குப் பணமும் குடுப்பாரு. எட்டு மணிநேரம் மட்டும்தான் வேலை. ஆனா நான் ரெண்டு மெஷினைப் போட்டு ராப்பகலா ஒழைச்சு, ஈசாக்கு கிட்ட மல்லுக்கட்டித்தான் செஞ்ச வேலைக்குப் பணத்தை வாங்க முடியும். கெடைச்சது என்னவோ அஞ்சாயிரம்தான். எல்லாத்தையும் யோசிச்சு யோசிச்சு மண்டை முழுக்க டென்ஷன்ல கொதிச்சு, போதும் இந்த வேலைன்னு எர்ணாவூர் போயிட்டேன் வாடகை கம்மி செலவு கம்மி. அங்க சும்மா கேட் செய்யற வேலை, டூ வீலர் கார் மெக்கானிக்குகள் குடுக்கற ஸ்பேர் பார்ட் ரிப்பேர் வேலை அப்படின்னு பொழப்பு ஓடிக்கிட்டு இருந்துச்சு.”

“ஜெனிட்டாவை எப்ப கல்யாணம் பண்ணினே.”

“தனியா கம்பெனி ஆரம்பிச்ச அந்த நெருக்கடியிலதான் அதையும் பண்ண வேண்டியதாயிடுச்சு. ஏதோ கம்பெனி ஓனர்னு சொன்னதால அவங்க வீட்டுல கல்யாணத்துக்கு சரின்னு சொல்லிட்டாங்க... எனக்கு ஜாப் இல்லை வருமானம் பத்தலைன்னு சொன்னா அவங்க அம்மா அன்னிய நிலைமைக்கு என்னை ஒத்துக்க மாட்டாங்க. அதனால என்னுடைய கஷ்ட நிலைமையைத் தெரிஞ்சே கல்யாணத்தை நான் ஒத்துக்கிட்டேன். அது இன்னும் சிரமத்தைத்தான் குடுத்துச்சு. பணம் பத்தலை குடும்ப செலவுக்கே தண்டல்காரன்கிட்ட கடனுக்கு நிக்க வேண்டியதாயிடுச்சு. ஜெனிட்டா போட்டிருந்த நகைகளை அடகு வெச்சித்தான் அந்தக் கடன்ல கொஞ்சம் அடைக்க முடிஞ்சுது. கல்யாணத்துக்கு குருராஜன் சாரைக் கூட கூப்பிடலை. சாலமன் என்னை ஏமாத்துன விஷயம் எல்லாம் அவருக்குத் தெரிஞ்சு போச்சு. அவரு முகத்துல முழிக்க சங்கடமா இருந்துச்சு.”

“அது சரி பாபு... போன வாரம் திருவேங்கடம் வந்து பார்த்தான்னு கேள்விப்பட்டேன் என்ன விஷயமா வந்தான்?”

“அவனுக்கு ஜேஆரெம் ஆக்சில் கம்பெனியில ஒரு ஜாப் கிடைக்கற மாதிரி இருக்காம்... அது கிடைச்சா சப் வொர்க்கா செஞ்சுத் தரமுடியுமான்னு கேட்டான்.”

“அந்த வேலைக்கு ஆள் வேணும்னா தர்றேன்னு ஏதாச்சும் சொன்னானா?”

“ஆமாம் ஒரு ஆள் இருக்காரு அவரை வச்சிக்கங்க அவருக்கான சம்பளத்தை நான் குடுத்துடறேன்னு சொன்னான்.”

“அவனை நம்பாதே அது அவனோட ட்ராக்டிஸ். அவனுக்குக் குடுக்கற வேலை எப்பவும் கிரிடிக்கலா இருக்கும். அது மாதிரி வேலையைத்தான் தேடிப்போயி எடுப்பான். யாரால அதைச் செய்ய முடியும்னு தேடிப் பிடிப்பான். அப்படித்தான் அவன் என்கிட்ட வந்தான்.”

2011 பிப்ரவரி மாதம்

“சார் வணக்கம் என்ன திடீர்னு நீங்களே நேரா வந்துட்டீங்க? சொல்லி இருந்தா நானே உங்களைப் பாக்க வந்திருப்பேன்.”

வரதராஜனை அறிவழகன் உண்மையில் எதிர்பார்க்கவில்லை என்பதால் அவரால் ஆச்சர்யத்தை அடக்க முடியவில்லை.

“முன்ன மாதிரி நீ ஆக்வா கம்பெனி எம்ப்ளாயியா இருந்தா உன்னைக் கூப்புடலாம். இப்ப நீ முதலாளி, நான் இப்பவும் ஆக்வா கம்பெனி தொழிலாளி நான்தானே உன்னை வந்து பாக்கணும்.”

“சார் கலாய்க்காதீங்க என்னவோ ஆசைப்பட்டு மெஷினைப் போட்டுட்டேன். வேணும்னா சொல்லுங்க மெஷினை நிறுத்திட்டு மறுபடி அங்கேயே வந்துடறேன்.”

“நல்ல கதை... நல்லபடியா தொழிலை ஆரம்பிச்சிருக்கே இன்னும் அமோகமா வளர்ந்து பத்துப் பேருக்கு வேலை குடுப்பா. உக்காரலாமா?”

“அய்யோ சார் உங்களை இங்க பார்த்ததுலே... கையும் ஓடலை காலும் ஓடலை... மன்னிச்சுக்கங்க” நாற்காலியை அவசரம் அவசரமாகத் துடைத்தான்.

வசதியாக அமர்ந்த வரதராஜன், “நல்ல சேதியோட வந்திருக்கேன்... நம்ம மணிக்கடை ஃபில்டர் காஃபி ஒண்ணு சொல்லு.”

“இப்பவே” என்று ஒரு பையனை மணிக்கடைக்கு அனுப்பினான்.

“ஆபீஸ் ரூம் எல்லாம் பக்காவா இருக்குய்யா... இப்படித்தான் ஓனர்னா தனி ரூம்ல இருக்கணும் அதான் கெத்து... நம்மாளு இருக்காரே அவரு காமன் ஆஃபீஸ் ஹால்லயே அப்படியே பப்பரக்கான்னு நடுவாந்திரமா உக்காந்துக்குவாரு அசந்து மறந்து பல்லு குத்த முடியாது. குறுகுறுன்னு பார்த்துக்கிட்டே இருப்பார். ஜப்பானியன் மெத்தெடாம்... பொழுதன்னிக்கும் வேலை செய்யற மாதிரியே எப்படிப்பா நடிக்கறது?”

“சார் அப்படியெல்லாம் பார்த்துதான் இன்னிக்கு 130 கோடிக்கு மேல டர்ன் ஓவர் பண்றாரு சார்.”

“அட போய்யா எந்த நேரமும் சிசிடிவி முன்னாடி உக்காந்து வேலை பாக்குற மாதிரியே இருக்கு. அரிக்குதுன்னு சொறியக் கூட சங்கடமாயிருக்குய்யா” சொல்லிவிட்டு ஹா ஹா ஹாவென்று சிரித்தார். அது அவரது வழக்கம். அவர் சொல்வது மகத்தான சிரிப்புத் துணுக்கு என்று திடமாக நம்பி விழுந்து விழுந்து சிரிப்பார். கண்கள் சுருங்கும் காது மடல்களில் அதீதமாக வளர்ந்திருக்கும் ரோமங்கள் அவரது தலையாட்டலில் கூட சேர்ந்து படபடக்கும். பார்ப்பதற்கு

வினோதமாக இருக்கும். அந்தச் சமயம் காபி வந்தது.

அதை ஒரு கையில் எடுத்து உறிஞ்சியபடியே "மல்கோத்ரா கம்பெனியில உன்னோட ஜாப் புரஃபைல்ல குடுக்கலாம்னு இருக்கியா?"

"எப்படி சார் அதுக்குள்ள உங்களுக்குத் தெரிஞ்சுது? நேத்துதான் அவங்க சீஃப் ஜெனெரல் மேனேஜரை மீட் பண்ண அப்பாயிண்ட்மென்ட் கேட்டிருந்தேன்."

"ஒண்ணும் கம்பசூத்திரமில்லை அவங்க டெஸ்பாட்ச் செக்‌ஷன்ல கேசவன்னு ஒருத்தன் இருக்கான். அவன்தான் அங்க அப்பாயிண்ட்மென்ட் ஃபிக்ஸ் பண்றது. அவன்கிட்ட வேற ஒரு விஷயமா பேசினப்போ அவன் சொன்னதுதான். இல்லாட்டி எனக்கு எப்படித் தெரியும்? ஆனா நேத்தி எனக்குத் தெரிஞ்சது ஒருவிதத்துல நல்லதா போச்சு"

"எப்படி சார்?"

"அவங்க கம்பெனிக்கு அவசரமா கியர் அசெம்ப்ளிக்காக 12-க்கு 35 ஜி.அய் போல்ட் நட் தேவைப்படுது. மார்க்கெட்டுல 12-க்கு 30 கிடைக்கும்... இவனுங்கதான் ஒரு கான்செப்ட் வச்சிருக்கானுங்களே ஸ்பெஷலி மேனுஃபாக்ட்சர்டு போல்ட் நட் அதுல ஒரு ஓட்டைபோட்டு ஒரு காட்டர் பின்னை செருகித் தரணுமாம். அப்பத்தானே மறுபடியும் அவங்ககிட்டயே வாங்க முடியும்? எல்லாம் திருட்டுத் தாயோளி பசங்க...." என்று சிரித்தவர் இன்னொரு வாய் உறிஞ்சினார்.

"இப்ப நம்ம கம்பெனி மெஷின் ரெண்டு ஓவராயிலிங்கு போயிருக்கு... இருக்கற அஞ்சு மெஷினுக்கும் ஏற்கனவே வாங்குன ஜாப்பை செய்யறதுக்குத்தான் டைம் இருக்கும். அதான் நான் என்ன நினைச்சேன் நாம செய்ய முடியலனாலும் நமக்கு வேண்டப்பட்டவங்களுக்கு அந்த ஜாப் போகணும் அதான் நம்ம எயிம். என்ன பிரச்சினைன்னா அந்த ஜாப் ரொம்ப மைன்யூட்டானது. உனக்கே தெரியும் அதைச் செய்யறதுக்கு மார்க்கெட்டுல மிஞ்சிப்போனா அஞ்சாறு பேருதான் இருக்காங்க... அதுல ஒரு ஆளு நீதான். அதே மாதிரி ஒரு ஜாப்பை நீதான் அதிகம் ரிஜக்ட் பீஸ்ங்க வராம செய்வே ஆனா அந்த ஜாப்பை இப்ப திருவேங்கடம்னு ஒருத்தன் நான் செய்யறேன்னு வாங்கி இருக்கான். அவன்கிட்ட இருந்த ஆளு இப்ப திடீர்னு சிங்கப்பூர் போயிட்டான். அதனால வொர்க் ஹெல்டப் ஆகி நிக்குது. நான் அவனை உன்கிட்ட வரச்சொல்றேன்... அவன்கிட்ட ரேட் டெர்ம்ஸ் அண்ட் கண்டீஷன் எல்லாம் நீ பேசிக்க... நான் இங்க வந்த விஷயம்

என் முதலாளிக்குத் தெரியக் கூடாது. அவ்வளவுதான் மேட்டர்.''

''ரொம்ப நன்றி சார் என் ஞாபகம் வந்துச்சே உங்களுக்கு.''

''நல்ல கதை அது எப்படிப்பா மறக்க முடியும்? எப்பேர்ப்பட்ட வேலைக்காரன் நீயி'' என்று சொன்னபடி எழுந்தார்.

''அப்புறம் அந்த மல்கோத்ரா கம்பெனி ஜிஎம்மை பாக்கப்போறியா?''

''அதான் அவங்க கம்பெனி வேலையை நீங்களே நேரா எனக்கு வாங்கிக் குடுத்துட்டீங்களே.''

''போறது பத்தியில்லை ஒருவேளை அது திருவேங்கடம் காதுல விழுந்துச்சுன்னா நீ ஏதோ தனியா ரூட் எடுக்கறேன்னு நினைச்சுக்குவான். அப்புறம் அந்த வேலைக்கு வேற ஆளை பிடிப்பான்.''

''சே சே வேணம் சார் நமக்கு எந்த பாலிடிக்ஸூம் வேணாம். நான் போயி பாத்தா அப்புறம் நீங்க சொல்ற மாதிரி ஏதாவது பின்விளைவுகள் வரும். நான் அந்த ஜி.எம்.மை பாக்கலே.''

''அவ்வளவுதான். நானும் அதான் நினைக்கிறேன். நீயும் அதான் நினைக்கிறே.... வரட்டுமா?'' என்று அவசரமாகக் கிளம்பினார்.

அடுத்த நாளே திருவேங்கடம் வேலைக்கான வரைபடங்கள், பணி ஆணையின் நகல் என எல்லாவற்றையும் எடுத்துக்கொண்டு அறிவழகனிடம் வந்தான். அவன் கூட ஒரு ஆளு முழுக்கைச் சட்டை போட்டுக்கிட்டு கழுத்து பொத்தானையும் இறுக்கப் போட்டுக் கொண்டு தலையில கிரிக்கெட் தொப்பி மாதிரி ஒரு வெள்ளைத் தொப்பியோட வந்திருந்தான்.

''சார் அந்த கிருஷ்ணனை நம்பித்தான் இந்த ஜாப்பை எடுத்தேன். திடுக்குன்னு சிங்கப்பூர் போறேன்னு கிளம்பிட்டான். என் கிட்ட வேற ஆளுங்க இருக்காங்க. ஆனா அவனவன் வேற வேற ஜாப்புல ஹெல்டப் ஆகிட்டானுங்க. மல்கோத்ரா பறக்குறான். மூணு மாசத்துக்குள்ள ஒன்றரை லட்சம் பீஸ் குடுக்கணும்கறான். ரொம்ப கஷ்டப்பட்டு இந்த ஜாப்பை வாங்கி இருக்கேன்.''

''அதெல்லாம் முடிச்சிடலாம் கவலைப்படாதீங்க. பீஸூக்கு எவ்வளவு?''

''அதெல்லாம் இனிமேதான் பேசி முடிக்கணும் நிச்சயம் அமௌன்ட் நிறைய கிடைக்கும். ஒரு ரெண்டு நாள்லே கணக்குப் போட்டுச் சொல்லிடறேன்.''

“சரி பாத்துக்கலாம்.”

“இவரு எனக்குத் தெரிஞ்சவரோட பையன் ஜெயராஜுன்னு பேரு. ரொம்ப கஷ்டவாளி சாப்பாட்டுக்கே கஷ்டம் நீங்கதான் ஏதாச்சும் வேலை போட்டுக் குடுக்கணும்... எந்த வேலையா இருந்தாலும் பரவாயில்லை. என்னடா ஜாப்பையும் குடுத்துட்டு ஆளுக்கு வேலையும் கேக்கறானேன்னு நினைக்காதீங்க. நாந்தான் அந்த வேலையைச் செய்யப்போறேங்கற நம்பிக்கையில இவங்க அப்பா அம்மாகிட்ட நான் வேலை போட்டுத்தரேன்னு கூட்டிட்டு வந்துட்டேன். இப்ப திருப்பி அனுப்ப மனசு இல்லை.”

“அப்படியா என்கிட்ட இப்ப ஆளுங்க கரெக்டா இருக்காங்க... சரி நீங்க சொல்றதைப் பார்த்தா பாவமா இருக்கு. வரட்டும்” அறிவழகனுக்கு அவனை ஏனோ பிடித்திருந்தது.

அடுத்த நாளே ஜாப்புக்கு வேண்டிய மூலப்பொருட்கள் இறங்கின. ஜெயராஜ்தான் கொண்டு வந்து இறக்கினான். கழுத்து வரை தொங்கும் முடி.... வேலை செய்யும் சமயங்களில் நாக்கு வாயை விட்டு வெளியே வந்து அவ்வப்பொழுது பாம்பின் நாவு ஆடுவது போல ஆடுவது பார்க்க வேடிக்கையாக இருக்கும். ஆனால், அவனது உடை அணியும் பழக்கம் எப்பொழுதும் மாறுவதே இல்லை. அதே கழுத்து வரை போடப்பட்ட பொத்தான். முழுக்கைச் சட்டை. கிரிக்கெட் தொப்பி அதுதான் அவன் ஸ்டைல் போல என்று எல்லோரும் அதைப் பொருட்படுத்துவதில்லை.

பத்தே நாட்களில் முதல் தவணையாக இருபதாயிரம் பீஸை அதிரடியாகச் செய்து அனுப்பினார்கள். கம்பெனி பரிசோதனையில் முன்னூற்றி எழுபது பீஸ்கள் மட்டுமே ரிஜக்ட் ஆகின. இத்தனை பெரிய ஆர்டரில் இது பெரிய சாதனைதான். ஜாப் செய்யத் தேவையான மூலப்பொருட்கள் தீர்ந்துவிட்டன. திருவேங்கடம் மறுபடி கொண்டு வந்து இறக்கினால்தான் உண்டு.

இரண்டு நாட்களாயிற்று. நான்கு நாட்கள் ஆயிற்று. பொருள் வந்தபாடில்லை. ஜெயராஜும் ஆளைக் காணும். அலைபேசியில் அழைத்தால் அணைத்து வைக்கப்பட்டிருப்பதாகத் தகவல் தொடர்ந்து வந்தது. சந்தேகப்பட்டு திருவேங்கடத்தைத் தேடி அவன் சொல்லிய விலாசத்துக்குப் போனால் அவன் வீடு பூட்டிக் கிடந்தது.

நல்லவேளையாக ஒரு பார்சலை எடுத்துக்கொண்டு திருவேங்கடத்தைத்

தேடி வந்த ஒரு ஆள் எதேச்சையாக அறிவழகன் போன நேரம் அங்கிருந்து யாரிடமோ பேசிக்கொண்டிருந்தான்

“என்னங்க இங்க வீடு பூட்டிக்கிடக்கு? அப்படியா ஃபேக்டரிக்கு வரணுமா? அது எங்க பூந்தமல்லியில இல்லே இருக்கு. அவ்வளவு தூரம் வரணும்னா அதுக்குத் தனியா சார்ஜ் குடுத்துடணும். ஆமா” என்று பேரம் பேசிக்கொண்டிருந்தான். அவனும் திருவேங்கடத்தைத்தான் தேடி வந்திருக்க வேண்டும் என்று யூகித்து அவனிடம் பேச்சுக் குடுத்தான் அறிவு.

“பூந்தமல்லின்னா பகவதி சினிமா தியேட்டர் இருக்குல்லே குமணஞ்சாவடியாண்டே அதுக்குப் பின்னால நாலாவது தெருவுல அவரோட ஃபேக்டரி இருக்கு. கொஞ்ச நாளா மூடியேதான் இருந்துச்சு. இப்ப மறுபடி தொறந்துட்டாங்கன்னு சொல்றாரு.”

“யாரு திருவேங்கடமா?”

“இல்லைங்க... அவருக்கு ஒரு அல்லக்கை இருக்கான். லூசு பையன். கழுத்து வரைக்கும் முடி வச்சிருப்பானே. ஜாக்கிசான் படத்துல கராத்தே குரு மாதிரி அவன்தான் இப்பப் பேசினான்.”

ஏதோ ஒன்று சரியில்லை என்பது போலத் தோன்றியது.

“அவனைத்தான் நான் தேடிக்கிட்டு வந்தேன்... அவன் நம்பரை விட்டுட்டேன். கொஞ்சம் குடுங்க” அவர் என்ன ஏது என்று கேட்காமல் அவனது எண்ணைக் கொடுத்தார். ஜெயராஜின் அலைபேசி எண் என்று அவர் கொடுத்தது அவன் வழக்கமாகப் பயன்படுத்தும் எண் இல்லை. சந்தேகம் மேலும் வலுத்தது.

“பார்சலை வேணும்னா நானே குடுத்துடட்டுமா.... நான். அந்த ஆளைத்தான் பாக்கப் போறேன்.”

“அப்படிங்கறீங்க? சும்மா குடுத்தா போதும். கையெழுத்து எல்லாம் வாங்கத் தேவையில்லை. உங்களைப் பார்த்தது நல்லதா போச்சு குடுத்துட்டு என் நம்பருக்கு போன் பண்ணிச் சொல்லிடறீங்களா? கொஞ்சம் வாஷர்தான் வேற ஒண்ணும் பயப்பட வேணாம்.”

“அட குடுங்க நான் குடுத்துடறேன்” அவரிடம் வாங்கிக்கொண்டு அவர் சொன்ன விலாசத்துக்குப் பறந்தான் அறிவழகன். அந்த இடத்தை அடையும்போது மெஷின்கள் ஓடும் சத்தம் கேட்டது. ஆட்கள் உள்ளே மும்முரமாக வேலை செய்து கொண்டிருந்தனர். பார்சலுடன் அங்கு

போய் நின்றதும் ஜெயராஜ் வெலவெலத்து நின்றான்.

“என்ன ஜெயராஜ் முதலாளி ஆயிட்டே போலிருக்கு?”

“நான் எல்லாம் முதலாளி ஆக முடியுமா சார்?”

“அதெல்லாம் ஆகலாம் என்னை மாதிரி இளிச்சவாயன் நாலு பேரு மாட்டணும்... அவனை நம்பவச்சு கழுத்தறுக்கணும் அவ்வளவுதான். திருவேங்கடத்துகிட்ட இருக்கில்லே அதெல்லாம் ஈசியா கத்துக்கலாம்.”

“என்ன சார் இப்படிப் பேசறீங்க. நான் ஒரு சாதாரணக் கூலி ஆளு வாடான்னா வருவேன். போடான்னா போவேன்.”

“இப்ப என்ன வேலை பண்ணிக்கிட்டு இருக்கீங்க?”

“அதான் சார் மல்கோத்ரா கம்பெனி வொர்க்.”

“எங்க அந்தத் திருட்டு மொள்ளமாரி?”

“அவரு கோயம்புத்தூர் வரைக்கும் போயிருக்காரு சார்.”

“என்கிட்டே வந்து வேலையைக் கத்துக்கிட்டு அப்புறம் தனியா ஜாப் பண்ணுவீங்களா? ஏண்டா உங்களுக்கு எல்லாம் வெக்கமாயில்லை.”

“நான் என்ன சார் வேலை கத்துக்கிட்டேன்? பெயிண்ட் அடிப்பேன் ஒட்டடை அடிப்பேன் மெஷின் தொடைப்பேன் டீ வாங்கிட்டு வருவேன் அதைத்தவிர வேற என்ன வேலை சார் எனக்குக் குடுத்தீங்க?” இந்தப் பூச்சியை நொந்து என்ன பண்றது? வரட்டும் அந்தப் பேமானி என்று மனதில் நினைத்துக்கொண்டு, கையில் இருந்த பார்சலை மேஜை மீது தூக்கி எறிந்துவிட்டு, வீடு திரும்பினான் அறிவு.

17. கள்ளக்காசு

2011 பிப்ரவரி மாதம்.

ஏனோ அப்பாவின் நினைவு வந்தது. அப்பா தமிழாசிரியராக வேலை பார்த்து ஒரு ஆசிரியராகவே ஓய்வு பெற்றவர். அவர் ஒரு தலைமை ஆசிரியராகவோ அல்லது உதவி தலைமையாசிரியராகவோ பதவி வகிக்க எல்லா தகுதிகள் இருந்தும் தன் வாழ்நாளில் அப்பதவியைத் தொட்டவரில்லை. அந்தப் பதவியை ஏற்றவர்கள் சில சமயம் இவரைவிட வயதில் குறைந்தவராகக்கூட இருப்பார்கள். ஆங்கிலப் பாடம் எடுப்பவராக அல்லது கணிதப் பாடம் எடுப்பவராக அவர்கள் இருக்கும் காரணத்தால் அந்த வாய்ப்பு வழங்கப்பட்டதாகக் காரணம் சொல்லப்படும்.

பதவி உயர்வுக்கான குழுவில் அப்பாவின் நீண்ட நாளைய நண்பர் ராகவன்தான் இருந்தார். ஒவ்வொரு முறை குழு கூடும்போதும் நம்பிக்கையுடன் சொல்லிவிட்டுச் செல்வார்.

"புவியரசன் இந்தமுறை நீங்கதான் ஹெட்மாஸ்டர். வேற யாருமே லிஸ்ட்ல தகுதியான ஆளே இல்லை" என்று நம்பிக்கையோடு சொல்லிவிட்டுத்தான் செல்வார்.

வந்தபிறகு நிர்வாகத்தையும் குழு உறுப்பினர்களையும் சகட்டு மேனிக்குத் திட்டுவார் ராகவன்.

“என்ன அநியாயம்... உன் சர்வீஸ் என்ன எக்ஸ்பீரியன்ஸ் என்ன உனக்குப் பின்னாடி ஜாயின் பண்ணின கிருஷ்ணமூர்த்திக்கு பேனல்ல ஆறு பேர்ல நாலு பேர் சப்போர்ட். ஸ்கூல் நிர்வாகத்துலேயும் அவனுக்கு சப்போர்ட் என்னதான் கொல்லைப்புற வேலை பாப்பானுங்களோ தெரியலை. கேட்டா அவரு இங்கிலீஷ் மாஸ்டர்... சர்க்குலர் க்ரியேட் பண்றது ஆபீஸ் ஃபைல் டிராஃப்ட் ரெடி பண்றது எல்லாம் அவரு ஈசியா பண்ணிடுவாராம். போன தடவை செல்வகுமாருக்கு கம்ப்யூட்டர் நாலேட்ஜ் இருக்குன்னு ரீசன் சொன்னானுங்க... அடுத்த முறை பேனல்ல என்னைப் போடாதீங்கன்னு ஸ்ட்ரிக்ட்டா சொல்லிட்டேன்... மனசாட்சி இல்லாம எப்படிப்பா அதுல சைன் பண்றது?” என்று கோபமாகப் பொரிந்திருக்கிறார்.

நிர்வாகத்தின் மற்றொரு நிறுவனமான அறிவியல் கலைக் கல்லூரியின் முதல்வராக இருக்கும் ராகவனுக்கு பள்ளியின் தலைமை ஆசிரியரைத் தேர்வு செய்யும் குழுவிலும் ஆசிரியர் நியமனக் குழுவிலும் நிரந்தர இடம் உண்டு. ஒவ்வொரு முறையும் தாம் அடுத்த முறை இருக்கப் போவதில்லை என்றுதான் சபதம் செய்வார். ஆனால் அடுத்த முறை நாம இருக்கும்போதே மத்த ஆளுக இத்தனை தில்லுமுல்லு பண்றானுங்க இல்லன்னா இன்னும் ஆட்டம் போடுவானுங்க என்று சொல்லி மறுபடி தேர்வுக்குழுவில் ஐக்கியமாகி விடுவார்.

தலைமை ஆசிரியர் பதவிக்கு ராகவன் தன்னிடம் ஒரு லட்சம் கேட்டதாக ரத்தினசபாபதி பகிரங்கமாகப் போட்டு உடைத்தபோதுதான் அவர் இத்தனை காலமும் பணம் வாங்கித்தான் எல்லா பதவிகளையும் நிரப்ப, தமது சிபாரிசுகளை வலிந்து நிலைப்படுத்தி இருக்கிறார் என்பது புரிந்தது. கிருஷ்ணமூர்த்தியும் செல்வகுமாரும் தனிப்பேச்சில் அதை உறுதிப்படுத்தினார்கள்.

ராகவன் அப்பாவுக்கு பள்ளித் தோழன். சினிமா என்றாலும் திருவிழா என்றாலும் இருவரும் சேர்ந்துதான் போவார்கள். அப்பா தனக்கு பதவி உயர்வு கிடைக்காத துக்கத்தைவிட, நண்பன் செய்த துரோகத்தை நினைத்துதான் அதிகம் புழுங்கி இருக்கிறார்.

ராகவனைப் பற்றிப் பேசும்போதெல்லாம் அவர் சொல்லும் அகநானூற்றுப் பாடல் இப்பொழுது அறிவுக்கு நினைவுக்கு வந்தது. அப்பா போல தனக்கு ஞாபகசக்தி இல்லை; ஆனால் இந்தப் பாடல் மட்டும் எப்படியோ மனப்பாடமாகிவிட்டது.

'தொல்புகழ் நிறைந்த பல்பூங் கழனிக்
கரும்பமல் படப்பைப்
பெரும்பெயர்க் கள்ளூர்த்,
திரு நுதல் குறுமகளணி
நலம் வவ்விய அறனிலாளன்
அறியே னென்ற திறனில் வெஞ்சூளரிகரி கடாஅய்,
முறியார் பெருங்கிளை செறியப் பற்றி
நீறு தலைப்பெய்த ஞான்றை
வீறுசாலவையத்து ஆர்ப்பினும் பெரிதே'

இது மட்டும் அறிவுக்கு மறக்கவே மறக்காது.

கள்ளூர் அப்படிங்கற ஊர்ல ஒரு வாலிபனால் காதலிக்கப்பட்டு துரோகம் இழைக்கப்பட்ட இளம்பெண் ஒருத்தி ஊரின் சான்றோர் நிரம்பிய அவையிடம் முறையிடுகிறாள். அவளது முறையீட்டை ஏற்றுக்கொண்ட ஊர்ப் பெரியவர்கள், காதலனை விசாரிக்கிறார்கள். இந்தப் பெண்ணை தான் விரும்பவே இல்லை என்று அறம் தவறி மறுக்கிற காதலனின் வாக்கு பொய்யென சாட்சிகள் மூலம் உறுதி செய்கிறார்கள். அந்த இளைஞன் குற்றவாளி என நீதிசபை அறிவித்து, மூன்று கிளைகளாகப் பிரிந்து செல்கிற மரக்கிளைகளில் அவனைக் கட்டி வைத்து அவன் தலையில் சாம்பலைக் கொட்டி ஊர் மக்கள் யாவரும் அவனைத் தூற்றி வசை பாடும் தண்டனையை அறிவிக்கிறார்கள். இதுதான் அந்தப் பாடலின் பொருள். துரோகம் செய்பவர்கள் தலையில் சாம்பலை அல்ல, நெருப்பை அள்ளித்தான் கொட்ட வேண்டும் என்று அறிவுக்கு அப்பொழுது தோன்றியது. மலர்விழியைப் பார்த்தால் தேவலாம் போலிருந்தது. அலைபேசியை எடுத்து அவளது எண்ணை ஒற்றினான்.

"சொல்லு அறிவு."

"உன்னைப் பாக்க முடியுமா? எங்க இருக்கே?"

"கே.கே. நகர்ல இருக்கேன். சிவன் பார்க்குக்கு வரமுடியுமா?"

"உன்னால வெயிட் பண்ண முடியுமா அரை மணி நேரம் ஆகும்."

"பரவாயில்லை வா. நானும் இப்ப ஒரு க்ளயின்ட் வீட்டுலதான் இருக்கேன். அங்க வந்துட்டு ஒரு போன் பண்ணு."

சிவன் பார்க்

மலர்விழியிடம் எல்லாவற்றையும் கொட்டியபிறகுதான் அறிவழகனுக்கு மனம் லேசானது. மலர்விழிக்கு திருவேங்கடம் பற்றி முன்பே தெரிந்திருந்தது.

“திருவேங்கடம் வேலையே அறிவைத் திருடறதுதான். க்ளோபல் பவர் ஸ்டீயரிங் கம்பெனி என்கிட்ட ஒரு ஜாப் குடுத்துருந்தான். ஒரு பீஸ் பனிரெண்டரை ரூபாய். மூணு மாசத்துக்குள்ள ஒன்றரை லட்சம் பீஸ் அவனுக்குத் தேவைப்பட்டுச்சு. பீஸுக்கு செலவெல்லாம் போக நாலேகால் ரூபா நிக்கும். அந்த வேலையை செஞ்சு முடிக்கணும்னா வேலை தெரிஞ்ச ஒருத்தனாலதான் மைன்யூட்டா மூணு மாசத்துல செய்ய முடியும்.

அந்த வேலைக்கு திருவேங்கடம் முட்டி மோதறான். ஆனா ஜயந்த்லால் கம்பெனியில நெடுமாறன்னு ஒரு நல்ல மனுஷன் இருந்தாரு. அவருக்குத் தெரியும் அந்த வேலையை எங்க கம்பெனியாலதான் செய்யமுடியும்னு. ஏன்னா அவங்க அதுக்கு முன்னால கொடுத்த ஜாப்பை செஞ்சப்ப அவங்க கேட்ட நாளுக்கு முன்னாடியே முடிச்சுக் கொடுத்தேன்.

அந்த ஞாபகத்துலதான் அவரு என்கிட்டதான் ஜாப்பை குடுக்கணும்னு பிடிவாதமா இருந்தார். அப்பதான் நான் மெஷின் போட்டிருந்தேன். அப்படி ஒரு ஜாப் அங்க குடுக்கப் போறாங்கன்னுகூட தெரியாது. அவங்க ஜி.எம் என்னைக் கூப்பிட்டாரு. போயி பார்த்தா அந்த ஜாப்பை நான் கேக்காமலேயே அன்னிக்கே குடுத்தாரு. கம்பெனி ஆரம்பிச்ச நேரம் இப்படி ஒரு வேலை கிடைச்சிருக்கேன்னு சந்தோஷமா ஜாப்பை எடுத்துக்கிட்டோம்.

அதே கம்பெனியில பாண்டியராஜுன்னு ஒரு குடிகாரன் டர்னரா வேலை பார்த்தான். அவன் இந்த மேட்டரை அப்படியே திருவேங்கடத்துகிட்ட போட்டுக் குடுத்துட்டான். திருவேங்கடமும் எப்படி எப்படியோ குட்டிக்கரணம் போட்டுப் பார்த்திருக்கான். ஒண்ணும் நடக்கலை. நெடுமாறன் பேச்சுக்கு அங்க நல்ல ரெஸ்பெக்ட் இருக்குன்னு அப்புறம்தான் கேள்விப்பட்டேன். அவரு ஸ்ட்ராங்கா இருந்துட்டாரு. புரொடக்ஷன் மேனேஜர் அவரு. சொன்ன தேதிக்கு டார்கெட்டை முடிக்கலைன்னா அவருதானே பதில் சொல்லணும். அதனால அவனால ஒண்ணும் பண்ண முடியலை. எனக்குப் பின்னாடி

இத்தனை எட்டப்ப வேலையைப் பார்த்தானே அவன் யாருன்னு நினைக்குறே? என் ஹஸ்பண்ட் படிச்ச காலேஜ்ல அவர்கூட ஒண்ணா படிச்சவன்தான். எனக்கும் அவன் பழக்கம்தான் ஆனா அன்னிக்கு எனக்குத் தெரியலை அவன்தான் எனக்கு ஜாப் கிடைக்காம பேக்ட்ராப் வேலை பார்த்தவன்னு.

எங்க கம்பெனியில வேலைபார்த்த ஒரு ஃபிட்டர் செம திறமைசாலி ஆனா சீட்டாட்டத்துல பயங்கர வீக். சம்பளம் வாங்கிட்டா நாலு நாளைக்கு வேலைக்கு வரமாட்டான் சீட்டாட்ட கிளப்புல அவனை எப்படியோ பிடிச்சுப் பணம் கடனா குடுத்து எங்க கம்பெனி ஜாப் டிராயிங்கை எல்லாம் அவன் மூலமா திருடி ரொம்ப நுணுக்கமான வேலையை எல்லாம் அப்படியே காப்பி அடிச்சு செஞ்சிகிட்டே இருந்திருக்கான். நம்ம கம்பெனி ஆளுங்கதான் அந்த ஃபிட்டரை கையும் களவுமா பிடிச்சாங்க. அந்த ஆளுக்கு கம்ப்யூட்டர் ஆப்பரேட் பண்ணலல்லாம் தெரியும். எப்படியோ டெண்டர் கொட்டேஷனை எல்லாம் சிஸ்டத்துலேர்ந்து எடுத்து அவனுக்குக் குடுத்துருக்கான். அவன் ஒரு ஜாப் குடுக்கறான்னா என்னை ஒரு வார்த்தை கேக்கறதில்லே? என்ன அப்படி ஒரு அவசரம் உனக்கு?" மலர்விழி கடுப்பாகத் திட்டினாள்.

"சரி அந்த ஜாப்பை உன்னாலதான் செய்ய முடியும் அப்படின்னு தெரிஞ்சும் எந்த தைரியத்துல அவன் தனியா வேலையை ஆரம்பிச்சிருக்கான்னு யோசிச்சியா?" மறுபடியும் கோபமாகக் கேட்டாள்.

"அதான் என்கிட்டே ஒரு ஆளை அனுப்பி அவன் மூலமா கத்துக்கிட்டான்னு சொன்னேன்லே."

"உனக்கு யாருடா அறிவுன்னு பேரு வெச்சது? ஒரு கிளீனர் ஒரு பெயிண்டர் எப்படி ஒரு மெஷினை ஆப்பரேட் பண்ற அளவுக்கு அதுவும் பத்து நாள்ல கத்துக்கிட்டான்?"

"லாஜிக்கான கேள்விதான்."

"தோக்கறது தப்பில்லை. ஆனா எப்படி தோத்தோம்னு நமக்குத் தெரியணும். இல்லைன்னா மறுபடி மறுபடி தோத்துக்கிட்டுத்தான் இருப்போம்."

"உண்மையில அவ்வளவு டீப்பா நான் யோசிக்கலை."

“ஃபேக்டரியில சிசி டிவி வச்சிருக்கியா?”

“நான் அவ்வளவு ஒண்ணும் பெரிய ஆளு இல்லை.”

“சிசி டிவி அந்தஸ்துக்கான அடையாளம் இல்லை உன் கம்பெனியில என்ன நடக்குதுன்னு உனக்குத் தெரியணும். மொதல்ல சிசிடிவி கேமராவை வை. நல்லா யோசிச்சுப்பாரு உன்னோட ஃபேக்டரி பூஜை போடறப்போ, இல்லை ஆயுத பூஜை சமயத்துல போட்டோ வீடியோ ஏதாவது எடுத்த ஞாபகம் இருக்கா?”

“ஆமாம்... அந்த ஜாப்பை சொன்ன நேரத்துக்கு முன்னால முடிச்ச பிறகு பசங்க கொஞ்சம் போட்டோ எடுத்தாங்க... அது என் மொபைல்ல இருக்கு.”

“ஒரு நிமிஷம் அதை எல்லாத்தையும் காமி.”

அறிவு தன் அலைபேசியை எடுத்து அவற்றைக் காண்பித்தான். எல்லாவற்றையும் பெரிது பண்ணி நிதானமாகப் பார்த்தாள் மலர்விழி.

சிறிது நேரத்துக்குப் பிறகு “ஓ மை காட் நீ பேக்குன்னு நினைச்சுக்கிட்டு இருந்தியே அந்த ஜெயராஜ் அவன் என்ன பண்ணி இருக்கான் தெரியுமா?”

“தெரியலையே.”

“அவன் தன்னோட சட்டைக் காலர்ல ஒரு கேமரா வச்சிருந்திருக்கான். உங்க ஆளுங்க வேலை செய்யறப்ப கூடவே நின்னுக்கிட்டு கேமராவை ஆன் பண்ணி அவங்க எப்படிச் செய்றாங்கன்னு அத்தனையும் ரெக்கார்ட் பண்ணி இருக்கான் அவ்வளவையும் திருவேங்கடத்துகிட்ட குடுத்துட்டான்.”

“என்ன நீ கூட இருந்து பார்த்தா மாதிரியே சொல்றே?”

“இந்த ரெண்டு போட்டோவைப் பாரு அவன் சட்டை காலர்ல கறுப்பா வட்டமா தெரியுது பாரு... அது மைக்ரோ சைஸ் கேமரா. ரொம்ப கவனமா தெரியாமத்தான் வச்சிருக்கான். ஆனா போட்டோ எடுக்கும்போது எப்படியோ நழுவி வெளிய வந்திருக்கு” என்று போட்டோவை பெரிதுபடுத்திக் காண்பித்தாள்.

“இன்னும் புரியலையா ஒரு சிவப்புப் பொட்டு தெரியுது பாரு... மொபைல் கேமராவுல எடுக்கும்போது அதுல ரிஃப்ளக்ட் ஆகியிருக்கு.”

அறிவு அந்த போட்டோவை உற்றுப்பார்த்த பொழுது அவனது காலர் அருகே ஒரு ஒயர் தொங்கிக் கொண்டு இருப்பதும் அதன் முடிவில் ஒரு சிவப்புப் பொட்டு இருப்பதும் தெரிந்தது. ஜெயராஜை செல்லாக் காசு என்று கிண்டலடிப்பார்கள். உண்மையில் அவன் செல்லாக் காசு இல்லை. கள்ளக்காசு என்பது புரிந்தது. அவன் தினமும் கழுத்து வரை பொத்தான்கள் போட்டிருந்ததற்கும் முழுக்கைச் சட்டை அணிந்து வந்ததற்கும் காரணம் இப்பொழுதுதான் புரிந்தது.

எத்தனை முட்டாளாக இருந்திருக்கோம் என்பதை நினைக்கும் போது தன் மீதே தனக்கு வெறுப்பு வந்தது போல உணர்ந்தான் அறிவு. இப்படி எல்லாம் அறிவுத் திருட்டு இங்கே நடக்கும் என்பது அதிர்ச்சி அளித்தது. அப்பா அடிக்கடி சொல்லுவார்... காசு என்பதை நாணயம் என்றும் சொல்லலாம் சில்லறை என்றும் சொல்லலாம். ஆனால் ஒரு சொல்லை உச்சரிக்கும்போதும் அதனை எந்த இடத்தில் பயன்படுத்துகிறோம் என்பதைப் பொறுத்தும் ஒரு நிகழ்வின் செயல் மதிப்பை உணரவைத்துவிடுகிறது.

18. குற்றியலுகரம்

2011 பிப்ரவரி மாதம்.

மலர்விழி மற்றும் அறிவழகன் இருவரும் வடபழனி க்ரீன் பார்க் ஹோட்டலில் அமர்ந்திருந்தார்கள்.

“ஏதாச்சும் ஆர்டர் பண்ணு அறிவு.... டிரிங்க்ஸ் சாப்பிடறியா?”

“என்ன கேட்டே?’

“சரக்கு சாப்பிடப்போறியா? வேணுமான்னு கேட்டேன்.”

“அது என்ன அப்படிக் கேட்டுட்டே நான் என்னவோ குடிகாரன் மாதிரி.”

“வழக்கமா தோற்கும்போது ஏமாற்றப்படும்போது துரோகம் அரங்கேறும்போது அங்கதானே போயி சரண்டர் ஆவீங்க... அதான் கேட்டேன்.”

“அப்படி எல்லாம் நான் இருக்க மாட்டேன்.”

“குட்... தோற்கும் போதும் தண்ணி அடிக்காதே. ஜெயிச்சப்புறமும் தண்ணி அடிக்காதே. அது மூளையை மழுங்கடிச்சிடும். இப்ப யோசிக்க வேண்டிய நேரம். நல்லா யோசி எப்படி இதைச் சரிபண்ணலாம்னு யோசி. சரிபண்ணு.... எதுவும் நடக்காம லைஃப் டிரையா இருக்கும் பாரு, அப்ப தண்ணி அடி. அரவிந்தை வேணும்னா கம்பெனி குடுக்கச் சொல்றேன்.”

“உன்னைப் புரிஞ்சுக்கவே முடியலை மலர்.”

“அதனாலதான் உன்னோட லவ்வை நான் ரிஜக்ட் பண்ணினேன். இப்படி எதையும் புரிஞ்சுக்கவே முடியலைன்னு சொல்றது நாட் குட். புரிஞ்சுக்க முயற்சி பண்ணணும் இல்லே... இது வேலைக்கு ஆவாதுன்னு விட்டுட்டுப் போயிட்டே இருக்கணும். நீ எப்பவுமே திரிசங்குதான், அந்தரத்துலதான் தொங்கிக்கிட்டு இருப்பே....”

“இன்னிக்கு வரைக்கும் என்னால நம்பமுடியாத ஆச்சரியம்... அது காலேஜே ஸ்டன் ஆகி நின்ன விஷயம். ஆக்ஷுவலா எனக்கு காலேஜ் முழுக்க ஒரு ஃபேன் கிளப்பே இருந்துச்சு. பர்ட்டிகுலர்லி கேர்ள்ஸ். உனக்குத் தெரியுமான்னு தெரியலை... அக்கவுண்டன்சி எடுத்த நிம்மி மேம் கூட எனக்கு ப்ரபோசல் பண்ணினாங்க.”

“காலேஜ் பியூட்டி குயின் ஷர்மி கூட உனக்கு ப்ராக்கட் போட்டுக்கிட்டு இருந்தா அப்படிங்கறதும் தெரியும். அறிவு உன்னோட பர்சனாலிட்டி இப்பவும் என்னைத் தடுமாற வைக்குது. உன் கூட கைகுலுக்க என்னால முடியாது. உன்னோட உள்ளங்கையில ஒரு நதி ஓடிக்கிட்டே இருக்கும்... அந்த சில்னெஸ் என் உடம்பெல்லாம் ஒரு மாதிரி சிலிர்க்க வைக்கும். காலேஜ் படிக்கிற காலத்துல எப்ப உன்னைப் பார்த்தாலும் உன் உள்ளங்கையை எடுத்து என் கையில வச்சிக்குவேன்... ஆச்சர்யமா விண்டர் சீசன்ல உன் கையில ஒரு சூடு தெரியும்... அது ஒரு மிராக்கிள் அது என்னவோ தெரியலை! உனக்கு மட்டும்தான் அப்படி. சந்திரகாந்தக் கல்னு சொல்லுவாங்க கேள்விப்பட்டிருக்கியா? அந்தக் காலத்துல சில கோயில் கருவறையில சந்திரகாந்தக் கல்லை வச்சிக் கட்டுவாங்கன்னு சொல்லி இருக்காங்க. அந்தக் கல் அப்படித்தான் வெளியில வெயில் அடிச்சா அதை அந்தக் கல் கிரகிச்சிட்டு உள்ளே குளிர்ச்சியா வச்சிருக்குமாம்... அதே மாதிரி வெளியே மழை பெஞ்சா உள்ளே சூடா இருக்குமாம்னு கேள்விப்பட்டிருக்கேன்! அறிவு நீ சந்திரக்காந்தக் கல் மாதிரி.

உன்னை வெளியில இருந்து பார்த்து மெல்ட் ஆகுறது வேற அது உன் மாநிறம்... முகத்தில் எல்லாம் வந்து விழாத கச்சிதமான கர்லிங் ஹேர். ஒரு சின்ன புள்ளி கூட இல்லாத வசீகரமான முகம்.... சிரிக்கும்போது பூ மாதிரி விரியும் கன்னக்குழி. எல்லாத்தையும் விட அபாரமான குரல் வளம் உனக்கு காலேஜ் ஃபங்ஷன்ல ஒரு தடவை என்னைத் தாலாட்ட வருவாளா அப்படின்னு நீ பாடினது ப்ப்பா.... செம இன்னும் அப்படியே ஒலிக்கிற மாதிரி இருக்குது. அதுலதான்

அட்மையர் ஆனேன். பட் எப்பவும் எதிலேயும் முடிவெடுக்கத் தெரியாத குழப்பவாதி நீ... என்னவாகப் போறே அப்படின்னு கேட்டா பெரிய சிங்கராகப் போறேன்னு ஒரு முறை சொன்னே அதுக்கப்புறம் திடீர்னு கிரவுண்ட்ல பாக்குறேன் ஒரு லெஃப்ட் ஹேண்ட் பேட்ஸ்மேன் ஆகறதுதான் என் லட்சியம் என்னிக்காவது ஒரு நாள் இந்தியன் டீம்ல இருப்பேன்னு சொன்னே. நாலே நாலு மேட்சிலே சிங்கிள் டிஜிட்ல அவுட் ஆனே அவ்வளவுதான் ஃபார்ம் போயிடுச்சின்னு பேட்டைத் தூக்கிப் போட்டுட்டே.

உன்கிட்ட உறுதியான முடிவுகள் கிடையாது அறிவு. டேமேஜ் ஆன ரோட்டுல போற வாகனம் மாதிரி எப்பவும் டேக் டைவர்ஷன்தான். நிலைகொள்ளாத மனம் உன்னுடையது வெளியழகை மட்டும் வச்சிக்கிட்டு உன்னை லவ் பண்ணவோ உன் கூட லைஃப் பார்ட்னராவோ இருக்க முடியாதுன்னு தோணுச்சு. இப்பவும் அது சரிதான்னு நீ ப்ரூஃப் பண்ணிட்டுத்தான் இருக்கே... உன்னை மிஸ் பண்ணிட்டேன்னு ஒரு முறை கூட எனக்குத் தோணினதே இல்லை.''

“உன் மேல பைத்தியமா இருந்தேன் மலர். உன் கூட வேற யாராவது பேசினா கூட எனக்குப் பிடிக்காது. ரொம்ப வருஷத்துக்கு அப்புறம் ஜேசீஸ் மீட்டிங்குக்கு நீ அரவிந்தன் கூட வந்தப்ப உடைஞ்சிட்டேன் மலர். உன்னோட ஹஸ்பண்டா அவரை என்னால பாக்கவே முடியலை. ஆமா நீ ஏன் அவ்வளவு லேட்டா கல்யாணம் பண்ணிக்கிட்டே?''

“ஒரு எண்டர்ப்ரனர் ஆகணும்னு எனக்குள்ள ஒரு வெறி. அதை அச்சீவ் பண்ணிட்டுதான் கல்யாணம்னு முடிவு பண்ணி இருந்தேன். அரவிந்தனை நான்தான் கேட்டேன் என்னைக் கல்யாணம் பண்ணிக்கறியான்னு அவன் ஓகேன்னு சொன்னான் அப்பவே சொல்லிட்டேன் என்னோட எயிம்மை அச்சீவ் பண்ணினப்புறம்தான் கல்யாணம், வெயிட் பண்ணுவியான்னு. அவனும் வெயிட் பண்ணினான்.''

“அவரு உனக்கு அவ்வளவு பொருத்தமில்லையோன்னும் தோணுச்சு.''

“உன்னை ரிஜக்ட் பண்ணிட்டு அரவிந்தனை செலக்ட் பண்ணி இருக்கேன்னா அப்ப அரவிந்தோட க்வாலிட்டி என்ன? நீ எதை மிஸ் பண்ணினே அப்படின்னு யோசிச்சு இருக்கணும். இப்ப நாம பேசினதை அப்படியே அரவிந்தன் கிட்ட போய்ச் சொல்றேன்னு வச்சிக்க, அவன் அப்படியா இன்ட்ரஸ்டிங் அப்புறம் என்னாச்சுன்னு கேட்டுட்டுப் போயிட்டே இருப்பான். அவனுக்குத் தெரியும் உன் மேல இருந்தது இன்ஃபாச்சுவேஷன். அதெல்லாம் காலேஜ் படிச்சு

முடிக்கறதுக்குள்ளேயே போயே போச்சு அப்படின்னு நல்லா தெரியும். பொசசிவ்னெஸ் எல்லாம் காதலோட ஐடன்டி இல்லை அறிவு. ஆக்சுவலா அது ஒரு டிசிஸ். ரொமான்ஸ்ல டிக்டேட்டர்ஷிப்புக்கு இடமே கிடையாது. ஆனா சரண்டர் ஆகலாம். ஆனா அது ஒரு வில்லிங்னெஸ்ல வரணும். ஒரு ஃபங்ஷன்ல உன்னோட குழந்தை எல்லார்கிட்டேயும் போயி விளையாடுது எல்லாரும் அட்ராக்ட் ஆயிடறாங்க. மெஸ்மரைஸ் பண்ணிடுதுன்னு வச்சிக்குவோம் உன்னோட ரியாக்ஷன் எப்படி இருக்கும்? நீ பயங்கரமா எக்சைட் ஆயிடுவே. ஏன்னா உனக்குத் தெரியும். கூட்டத்துல உன்னைக் காணும்னா உன் குழந்தை அழுது தேம்ப ஆரம்பிச்சிடும். அப்புறம் உன்னைத்தேடும். அதுக்கப்புறம் அந்தக் கூட்டம் அது கண்ணுலேயே படாது. மறுபடி உன்னைப் பாத்தாதான் நார்மலாகும். திரும்பி உன்னைத் தேடித்தான் வரும் அப்படிங்கற கான்ஃபிடன்ட் உனக்கும் இருக்கும் அதுதான் லவ். ஆனா எல்லா லவ்வர்ஸூம் ஏன் அப்படித் தன்னோட பார்ட்னர்ஸை நம்பலை? நம்ம லவ் கண்டினியூ ஆகி இருந்தா நான் எப்பவும் என்னை உன்கிட்ட ப்ரூஃப் பண்ணிக்கிட்டே இருக்கணும்.”

“ஓகே உன் ஃபைண்டிங்க்ஸ் வெர்டிக்ட் எல்லாம் ஓகே. மனதின் காயங்கள் தர்க்கங்களால் ஆறுவதில்லை மலர். அது உனக்குப் புரியாது. அறிவுமலர் என்ன ஒரு அருமையான பெயர்ப்பொருத்தம் இல்லே? மரத்துல எல்லாம் செதுக்கி வச்சேன். லாஸ்ட் இயர் அலுமினி மீட்டிங்ல கூட போயிப்பார்த்தேன்... அப்படியே இருக்கு மலர்.”

“பேரு பொருத்தம் நட்சத்திரப் பொருத்தம்....” அடக்கமாட்டாமல் சிரித்தாள். “ஜோசியக்காரனாடா நீ... ஸ்கூல் பிள்ளைங்க மாதிரி மரத்துல காம்பஸ் வச்சி செதுக்கிக்கிட்டு” மீண்டும் சிரித்தாள். “உன்னோட வொயிஃப் பேரு ஜோதிதானே? அறிவுஜோதி இது கூட நல்லாத்தான் இருக்கு ஒளிருதே” சிரிப்பு இன்னும் தொடர்ந்தது.

“நக்கலு? சரி பொழைச்சுப் போ... ஏதோ என்னால உன்னைச் சிரிக்க வைக்க முடிஞ்சுதே? எங்கப்பா சொல்லுவார் நீ எப்பவும் குற்றியலுகரம் மாதிரிதான் அப்படின்னு.”

“புரியலை எனக்கு அவ்வளவு தமிழிலக்கணம் தெரியாது.”

“வல்லின எழுத்து கூட உகரம் சேர்ந்து சொல்லின் கடைசி எழுத்தா இருந்தா அதனுடைய வலிமை குறைஞ்சுடும். அதாவது ஒரு மாத்திரையில் இருந்து அரை மாத்திரை ஆயிடும்.”

“ம்...ஹூம் அந்த சைடு எனக்குச் சுத்தமா ப்ளாங்க்.”

“என்னோட இயல்பு- தனியா ஒரு விஷயத்தை செஞ்சா நான் பலமானவனா இருப்பேன். அதுவே யாரையாவது அண்டி இருந்தா என்னோட பலம் குறைஞ்சிடும். காதல்லயும் அப்படித்தான் தொழில்லயும் அப்படித்தான். உன்னைத்தான் லவ் பண்ணினேன் அதுவரைக்கும் எனக்குத் தனி அடையாளம்... பலம் எல்லாம் இருந்துச்சு... ஆனா காதல்னு ஒண்ணு உள்ள நுழைஞ்சபிறகு உன் கூட இருக்கறப்ப எல்லாம் நான் பலகீனமானவனா இருக்கேன். உன்கிட்ட காதலிக்கிறியான்னு கடைசி வரைக்கும் யாசகம் கேட்டுக்கிட்டுதான் இருந்தேன். பிசினஸ் ஆரம்பிச்சப்புறம் பெரிய பெரிய கம்பெனிங்ககிட்ட ஆர்டர் கேட்டு கெஞ்சிக்கிட்டு இருக்கேன். வெளியில நானும் முதலாளிதான்னு முரண்டுகிட்டு கெடக்கேன். எப்பவும் நான் கடைசி எழுத்து வல்லினம்... அதுவும் உகரம் சேர்ந்த வல்லினம்.”

“சரி ஓகே கண்டெயினர் பிசினஸ் பண்றியா? எனக்கு அதுல ஐடியா இருக்கு... ஒருவேளை உனக்கு அதுல இன்ட்ரஸ்ட் இருந்தா நாம ட்ரை பண்ணிப் பாக்கலாம். நீ முதலாளிகளைச் சார்ந்து பிசினஸ் பண்ண வேண்டியதில்லை... வந்தா கூட நீ கெஞ்ச வேணாம். உன் பிசினஸ் உன் கையில.”

“லாஜிஸ்டிக்ஸ் மாதிரியா?”

“இல்லையில்லை பழைய கண்டெயினரை வாங்கி மாடிஃபை பண்ணி ஆஃபீஸ், ரெஸ்ட் ஷெட், பூத் டெம்பரரி ஹவுஸ் இந்த மாதிரி மாடிஃபை பண்ணி விக்கிறது.”

“அதெல்லாம் செட் ஆகாது மலர்.”

“இந்த செட் ஆகாதுங்கற வார்த்தையைக் கண்டுபிடிச்சவனைத் தேடிப் பிடிச்சுக் கொல்லணும். சரி உன்னிஷ்டம் உனக்கு ஏதாச்சும் ஹெல்ப் வேணும்னா சொல்லு நானோ அரவிந்தோ முடிஞ்சதைச் செய்வோம். கிளம்பலாமா?”

“ஓகே தேங்க் யூ... எந்த டயத்துல உன்னை கால் பண்ணலாம்?”

அமர்ந்திருந்த நாற்காலியில் இருந்து எழுந்து நடந்துகொண்டே காரின் கதவுகளைத் திறந்தவள், உள்ளே அமர்ந்து கண்ணாடியை இறக்கிவிட்டு, “எப்ப வேணும்னாலும் கால் பண்ணு ஒருவேளை

பிசியா இருந்தா திரும்பி நானே உன்னைக் கூப்பிடுவேன்'' வண்டி பெரிதாக ஓலமிடாமல் மென்மையாக ஸ்டார்ட் ஆனது.

மறுபடி அவன் பக்கம் குனிந்து மிக மெதுவாக, "இந்த ஹார்ட் போட்டு மெசேஜ் அனுப்பறது... இமொஜி போடறது, இதை எல்லாம் பண்ணிடாதே... ஐயாம் வெரி மச் லவ் வித் அரவிந்தன்.'' கொஞ்சம் இடைவெளிவிட்டு, "இன் பெட் ஆல்ஸோ... சின்னப்பிள்ளைத்தனமா எதாச்சும் பிஹேவ் பண்ணிடாதே வேற வழியில்லாம நான் கட் பண்ண வேண்டி வரும். ஃபோகஸ் ஆன் யுவர் பிசினஸ். இதுலேர்ந்து எப்படி வெளியில வர்றதுன்னு உருப்படியா திங் பண்ணு. நீ போன் பண்ணினதும் மனசுக்கு ஒரு ஆறுதலா இருக்குமேன்னுதான் வந்தேன். கர்ட்டிசி விசிட் அப்படின்னு வச்சிக்க. அதுக்கு மேல எதுவும் இல்லை. குட்பை அறிவு'' கார் கிளம்பியது அவள் எப்பொழுதும் பிரமிப்பூட்டுபவள்தான்... கார் சென்ற திசையைப் பார்த்தபடி அங்கேயே சிறிது நேரம் நின்றிருந்தான்.

பொதுவாக மனம் உடைந்தால் யாராவது ஒரு நண்பனைத் தேடி அடைக்கலமாகி ஏதேனும் ஒரு மதுபானக் கூடத்தில் தாக சாந்தி செய்தால்தான் மனம் ஆறுவது போலத் தோன்றும். மலர்விழி அப்படிச் சொன்ன பிறகு அப்படிச் செல்வது கேவலமான ஒன்றாக மனம் நினைக்க ஆரம்பித்துவிட்டது. 'என்ன அப்படிச் சொல்லிட்டா அத்தனை பலவீனமான ஆளா நாம்? அதை உடைக்க வேண்டும்' என்று மனதுக்குள் ஆவேசமானான். மறுபடி ஒரு புதிய களத்துக்குத் தயாராக வேண்டும். ஒரு வைராக்கியத்துடன் தன் சட்டைப்பையில் இருந்த சிகரெட்டையும். தீப்பெட்டியையும் தூக்கிப்போட்டான்

19. திருகாணிகள்

2015ஆம் ஆண்டு.

“அவ்வளவுதான் பாபு... ஆளாளுக்கு அலைக்கழிச்சு இப்படி இங்க வந்து படுத்துக்கிடக்கறேன்.”

“அப்போ திருவேங்கடம் உன்னை டார்கெட் பண்ணி ஒழிக்கணும்னு திட்டம் போட்டு வந்தானா?”

“இருக்கலாம். எனக்குத் தெரியலை. ஆனா உன் விஷயத்துல நடந்தது திட்டம் போட்டு காலி பண்ணணும்னு போட்ட ஸ்கெட்ச்தான்னு நினைக்கிறேன். ஆனா அவங்க டார்கெட் நீ இல்லை பாபு. குருராஜன்தான்.... இல்லைன்னா ஒரே கல்லுல ரெண்டு மாங்கா ப்ளானா இருக்கலாம். ஆக மொத்தம் ஒரு குறுந்தொழில் பண்றவன் முன்னேறிக்கிட்டு வர்றான்னா அவன் கிட்ட வேலை செய்றவங்களை வெச்சி உடைக்கறதுதான் பெரிய கம்பெனிகளோட தந்திரம்.”

“இதுல என்ன கிடைக்குது அவங்களுக்கு?”

“சிம்பிள்... அவங்களுக்குத் தேவையான உதிரிப் பாகங்களை உற்பத்தி பண்றவங்க பெருகணும், குறுந்தொழில் பண்றவங்களுக்குள்ள எப்பவும் போட்டி இருக்கணும். அப்பதான் அடிமாட்டு விலைக்கு ஜாப் ஃபிக்ஸ் பண்ண முடியும். அடுத்தது இப்படி வளர்ந்துகிட்டே வந்தா ஒருநாள் அவங்களுக்கு சமமா நம்மாள் ஒருத்தன் போயி

உக்காந்துடுவான். பரம்பரை முதலாளிங்களுக்கு உள்ளே ஒரு வெறி ஓடிக்கிட்டே இருக்கும்... அவங்களால திடீர் முதலாளியை ஏத்துக்க முடியாது. சாலமனுக்கு ஒரு அசைன்மெண்ட் குடுத்துருக்காங்க... அது முடிஞ்சதும் அவனை மும்பைக்கு பேக்கப் பண்ணிட்டாங்க."

"இப்படி எல்லாம் மறைமுக திட்டங்களோட வந்தா நாம எப்படிச் சமாளிக்கிறது?"

"அவனவன் பேக்ரவுண்டை ஆராயணும் பாபு. பச்சை மண்ணு மாதிரி எதையும் அப்படியே நம்பிடக் கூடாது. நம்மகிட்ட வர்றான்னா நம்ம கிட்டெ இருக்கற தெறமை அப்படின்னு நாம நினைச்சிக்கறோம்... அது மட்டுமில்லே, வேற ஏதோ காரணம் இருக்குமான்னு யோசிக்கணும்."

"சரி அறிவு இப்ப நீ என்ன பண்ணப்போறே?"

"பரமபதத்துல கீழ இறங்கியாச்சு. ஆனா, அதுக்காக விளையாட்டை நிறுத்த முடியாது. திரும்பவும் மொதல்லேர்ந்து உருட்ட வேண்டியதுதான். பையனும் வந்துடுவான் அவனையும் கையில வச்சிக்கிட்டா எனக்கும் தெம்பு வந்துடும். அவனுக்கும் ஒரு அனுபவம் கிடைக்கும்."

"கேக்கறனேன்னு தப்பா நினைக்காதே... நீ படிச்சது காமர்ஸ். ஆனா, நீ பண்றது பூரா இஞ்சினியரிங் ஜாப். ஒருவேளை அதுதான் பிரச்சினையா இருக்குமோன்னு நினைக்கிறேன்."

"படிப்பு எல்லாம் ஒரு புரிதலுக்கான வாசல்தான் பாபு... எந்த கார் ஃபேக்டரி ஓனருக்கு தன் கம்பெனி தயாரிக்கிற காரோட தொழில்நுட்பம் தெரியும்? மலர்விழி கூட காமர்ஸ் கிராஜுவேட்தான் ஆனா சக்சஸ்ஃபுல்லா ஃபேக்டரியை நடத்திக்கிட்டுதான் இருக்கா."

"சரி அறிவு நீ மறுபடி உன் கம்பெனியைத் தொடங்கு. எங்களுக்கு ஏதாவது உதவி தேவைப்பட்டா உன்கிட்ட கேக்குறோம்... உனக்குத் தேவைப்பட்டா தயங்காம கேளு" சொல்லிவிட்டு பாபு கிளம்பினார்.

போகும் வழியில் எதிரில் வந்தார் பாய்.

"ஏம்பா எங்கெல்லாம் உன்னைத் தேடறது? எங்கே போயிருந்தே?"

"ஒண்ணுமில்லே பாய்... எலக்ட்ரீஷியன் ஒருத்தரைப் பாக்கப் போயிருந்தேன்... மெஷின் இன்ஸ்டால் பண்றோம்ல அதான் முன்னமே பார்த்துட்டு தேவையானதை வாங்கி சப்ளை அரேஞ்ச் பண்ணிடலாம்னு...."

“ஓ சரி சரி மெஷின் வாங்கறதுக்கு பார்ட்டி வந்தாங்க, உன்னைப் பாக்கணும்னு வெயிட் பண்ணினாங்க. உன்னோட போனுக்கு அடிச்சா ஸ்விட்ச் ஆஃப்னு வருது.”

தனது போனை எடுத்துப் பார்த்தார் பாபு “அட ஆமாம் பாய் கவனிக்கலை.”

“சரியா போச்சு போ... அவனுங்க கேரளா ஆளுங்க... நின்னு பார்த்துட்டு கிளம்பிட்டாங்க.”

“என்ன பாய் இப்படிச் சொல்றீங்க....”

“மெஷின் வாங்கறதுக்குன்னே கோழிக்கோட்டிலேர்ந்து கௌம்பி வந்துருக்கானுங்க அப்படின்னு சேதி கெடைச்சுது. அவ்வளவுதான் போயி புடிச்சிட்டேன். திடீர்னு அவனுங்க இன்னிக்கே போகணும் ட்ரெயின் டிக்கட் ரிசர்வ் பண்ணியாச்சு அப்படின்னு கால்ல கருவ முள்ளு குத்துனாப்புல குதிக்கிறானுங்க... கையிலேயே அட்வான்ஸ் பணம் வச்சிருந்தானுங்க. நீயில்லாம பேசுனா நாளைக்கு நீ ஏதாவது கோச்சுக்கிட்டா என்ன பண்றது.”

“என்ன பாய் நீங்க பேசுனா போதாதா? நான் என்ன சொல்லப்போறேன்? இதுக்காக வந்த பார்ட்டியை விட்டுட்டீங்களே?”

“யாரு நானு? வுட்டுருவேனா? ஒரு அம்பாதாயிரத்தை அட்வான்ஸா குடுத்துடுங்க மிச்சத்தை அப்புறமா பேசிக்கலாம். அப்படின்னு ஒரே அமுக்கு...” சைகையால் அமுக்குவது போலச் செய்து காண்பித்தார்.

“நான்தான் முன்னாடியே ரேட் சொல்லிட்டனே பாய்.”

“அந்த தைரியத்துலதான் மெஷினை ரெண்டேகால் லட்சத்துக்குப் பேசி இருக்கேன். அவனுங்க யோசிக்க டைமே குடுக்கலை. அவனுங்களும் அர்ஜெண்ட்ல இருந்தாங்க. அதான் நமக்குச் சாதகமா போச்சு.”

“நான் மூணு லட்சமாவது போகும்னு நெனச்சேன்.”

“பார்த்தியா... அதுக்குத்தான் பார்ட்டி பக்கத்துல இல்லாம வியாபாரம் பேசறதே இல்லை.... எல்லாருக்குமே அப்படி ஒரு திங்கிங் வந்துடும்.”

“பாய் பாய் கோச்சுக்காதீங்க... யோசனை இல்லாம சொல்லிட்டேன். மன்னிச்சிடுங்க பாய் மேற்கொண்டு சொல்லுங்க.”

“இப்பவும் ஒண்ணும் குடிமூழ்கிப் போகலை. கையிலதான்

அம்பதாயிரம் வச்சிருக்கேன்... ஒரு வார்த்தை சொல்லு அப்படியே திருப்பி அனுப்பிவிட்ருவேன்.”

“அதெல்லாம் ஒண்ணும் வேணாம் பாய்... என்னோட லோன் நம்பர் சொல்றேன். நீங்களே பணத்தை வாங்குங்க... நீங்களே என் லோன் நம்பருக்குக் கட்டிருங்க. கடன் தலைக்கு மேல இருக்கு அதுக்குத்தான் பத்து ரூபா கூட கிடைக்குமான்னு பாக்குறேன் இல்லன்னா அதிக பணத்தை வாங்கி பங்களா கட்டவா யோசனை பண்றேன்?”

“ஒண்ணும் கொறை இல்லில்லே... அப்புறம் பேசி முடிச்சப்புறம் புகார் படிக்கக் கூடாது. அவனுங்க இனிமே கேரளாவுலேர்ந்து வரமாட்டானுங்க. ஆனா மெஷின் அவங்களுக்கு அவசரமா தேவை. நம்ம மெஷினைப் பார்த்துட்டானுங்க. ரொம்ப புடிச்சிப்போச்சு. இங்க அந்த அளவுக்கு யாரும் ரூவா குடுக்க மாட்டானுங்க. அதனால பார்ட்டியை வுட்டா உனக்குத்தான் வட்டி ஏறும். இதே ரூவா ஒனக்குக் கிடைக்கும்னு சொல்ல முடியாது. அதனால அயனான வாய்ப்பு குடுத்துடுவோம். மெஷினை நான் பங்குடா பேக் பண்ணி அனுப்பிடறேன்... பணம் கைக்கு வந்துடும். அதுக்கு நான் பொறுப்பு. பேக்கிங் ட்ரான்ஸ்போர்ட் சார்ஜைக் கழிச்சிட்டு உனக்கு மிச்சத்தைக் குடுத்துடறேன்.”

“சரிங்க பாய் சி.என்.சி மெஷின் நடுவுல கொஞ்சம் கிரைண்டிங் வீல் வச்சிருந்தேன்... புதுசு பேக்கிங் கூட உடைக்கலே... சரி விடுங்க... பரவாயில்லை எவ்வளவோ போச்சு.”

“கிரைண்டிங் வீல்தானே அதை எடுத்து வச்சிடறேன்... பணம் தரும் போது குடுத்துடறேன் இது என்ன பெரிய பிரமாதம். இந்த வாரம் எப்படியும் அனுப்பிடுவேன் பணம் வந்ததும், எடுத்துட்டு வர்றேன் பலராமன் வீட்டுக்கு வந்துடுவீல்லே.”

“ஆமாம் அங்கதான் இருப்பேன்.”

20. 'குணா'திசயங்கள்

2015ஆம் ஆண்டு.

பாபு அலுவலக அறை என்று ஒன்றைத் தனக்காக ஒதுக்கி அதில் நடுநாயகமாக இருக்கை போட்டு அமர்வது இதுதான் முதல்முறை. அதிலும் பலராமன் தன் வீட்டில் இருந்த பழைய ஏசி மெஷின் ஒன்றையும் சக்கரம் பொருத்தப்பட்ட தலை உயர்த்தப்பட்ட நாற்காலி ஒன்றையும் கொண்டுவந்து அந்த அறையில் போட்ட பிறகு அந்த அறைக்கு ஒரு தனித்துவமான பகட்டு கிடைத்து விட்டதாகவே உணர்ந்தார் பாபு. அதில் அமர்ந்து இடப்பக்கமும் வலப்பக்கமும் நாற்காலியைத் திருப்பும்போது ஒரு போதை ஏறத்தான் செய்தது. அதனால்தான் அறிவு சொன்னது மாதிரி முதலாளிகளுக்குப் பிறரை அதில் பார்க்க மனது வருவதில்லை போல....

ஆனால், தமக்கான அறை என்று ஒன்றை அமைத்தபிறகு முதன்முதலாக அவரைச் சந்திக்க வந்தது குணாவும் அவனது கைத்தடிகளும்தான். அவனது ஆறடி உயரமும், நூறு கிலோவுக்குக் குறையாத உடல் பருமனும் கைகளில் கழுத்தில் அதீதமாகக் காணப்பட்ட தடிமனான நகைகளும் ஒரு அச்சத்தை திட்டமிட்டு உருவாக்குவதற்கான யுக்தியாக இருந்தன.

அவன் தனக்கு முன்னால் இருந்த நாற்காலியில் அமர்வதற்கும் முன்பே அங்கே ஒரு அச்சத்தைத் தற்காலிகமாக உருவாக்கி இருந்தான்.

“ஏய் சொல்றா?” பக்கத்தில் இருந்தவனை அதட்டினான்.

“அண்ணன் பேரு பம்மல் குணா. இவரைத் தெரியாதவங்க இந்த ஏரியாவிலேயே யாரும் இல்லை. இங்க எந்தப் பிரச்சினை வந்தாலும் அண்ணன் இல்லாம தீர்க்கமுடியாது. ஃபேக்டரி வச்சிருக்கவங்க, வியாபாரிங்க எல்லாருக்கும் அண்ணன்தான் காட்ஃபாதர். நீங்க இப்பதான் புதுசா தொழில் ஆரம்பிச்சிருக்கீங்க போல... எதாச்சும் பிரச்சினைன்னா அண்ணன்கிட்ட தைரியமா சொல்லுங்க எதுன்னாலும் பாத்துக்கலாம்.”

“ரொம்ப நன்றிங்க எதுன்னாலும் சொல்றேங்க.”

“நன்றி எல்லாம் வேணாம் நீங்களே வச்சிக்கங்க... உடம்புல எதாச்சும் பிரச்சினைன்னா டாக்டர்கிட்ட போறோம்... அதுக்கு ஃபீஸ் குடுக்குறோம்லே அது மாதிரி அண்ணனுக்கும் ஃபீஸ் உண்டு. மாசம் ஐநூறு ரூபாய் குடுத்துடணும். இல்லன்னா வருஷத்துக்கு ஐயாயிரமாவும் குடுக்கலாம். அது ஒரே தரம் கட்டறவங்களுக்கு நாங்க ஆஃபர் தர்றோம்.”

“நான் இந்த கம்பெனிக்கு முதலாளி இல்லைங்க. சும்மா நிர்வாகம் பண்றதுக்காக இந்த ஆஃபீஸ் ரூம் குடுத்துருக்காங்க. மத்தபடி ஓனர் வேற ஒருத்தருங்க.”

“என்னடா நாம என்னவோ மாரியம்மன் கோயிலுக்குக் கூழு ஊத்தப்போறோம் டொனேஷன் குடுங்கன்னு கேக்கற மாதிரி இல்லே இவரு பதில் சொல்றாரு” என்று எகத்தாளமாக குணா தன் கைத்தடியிடம் கேட்டான்.

“அதானே அலோ இங்க பாருய்யா... எங்களுக்கு மொதலாளி யாரு தொழிலாளி யாருங்கறது எல்லாம் கவலையே இல்லை. அண்ணன் ஒருதரம்தான் வருவாரு. அப்புறம் நாங்கதான் வருவோம். உன் கிட்ட சொன்னா தகவல் சொல்லியாச்சுன்னு அர்த்தம். மாசம் தேதி பத்து ஆச்சுன்னா எங்க ஆளுங்க வருவாங்க... ஐநூறு ரூபாயை எடுத்து வச்சிடணும். சும்மா சும்மா எங்களால சொல்ல முடியாது... திரும்பத் திரும்ப எங்களால வரமுடியாது. ஒன்பதாம் தேதி ராத்திரி கடன் வாங்கியாச்சும் பணத்தை ஒரு கவர்ல போட்டுப் பேர் எழுதி வச்சிட வேண்டியதுதான். பத்தாம் தேதி வர்றவங்ககிட்ட கதை சொல்லமுடியாது. இல்லே இப்பவே தரமுடியாதுன்னு சொல்லிடு, நாங்க ஆவவேண்டியதைப் பாத்துக்கறோம்.”

“இல்லைங்க தரமுடியாதுன்னு சொல்லலைங்க ஓனர் வந்ததும் கேட்டுச் சொல்லிடறேன்னு சொன்னேன்.”

“கேக்கவும் வேணாம் பேக்கவும் வேணாம் பத்தாம் தேதி எங்க ஆளு யாரு வந்தாலும் கவரை எடுத்து வச்சிடணும். கவர் இல்லைன்னா அவன் நின்னுக்கிட்டு இருக்க மாட்டான்... போயிட்டே இருப்பான் அப்புறம் எல்லா விளைவுக்கும் தயாரா இருந்துக்க வேண்டியதுதான்.”

குணா தன்னுடைய ஆளின் காதில் ஏதோ கிசுகிசுத்தான்.

“ஆமா அப்புறம் எங்க அண்ணனோட சொந்தக்காரப் பசங்க ரெண்டு பேரு நாளைக்குக் காலைல வருவானுங்க அவங்களுக்கு எதாச்சும் வேலை போட்டுக் குடுக்கணும். காலையில பத்து மணிக்கு வரச்சொல்லி இருக்கோம். ஓன் மொதலாளியை அந்த டயத்துக்கு வரச் சொல்லிடு.”

வாழ்க்கையில் முதன்முதலாக வேலை கேட்டு வருகிறவன் டயத்துக்கு முதலாளியை வரச்சொல்கிற விசித்திரத்தை அன்றைக்குத்தான் கேட்கிறார் பாபு.

“அப்புறம் அண்ணனை இங்க எல்லாரும் அண்ணன்னுதான் சொல்லுவாங்க. வயசு கொறைச்சி இருந்தாலும் சரி வயசு கூட இருந்தாலும் சரி... அதான் இங்க நடைமுறை. நீயும் அப்படித்தான் கூப்புடணும்.”

“சரிங்க.”

“வந்தவங்களுக்கு டீ காபி இல்லன்னா கூல் ட்ரிங்க்ஸ் இதெல்லாம் குடுக்கணும். அதான் நம்ம கல்ச்சர் எங்கேருந்துய்யா வந்தீங்க நீங்கள்ளாம்” என்று கடுப்பாகச் சொல்லிவிட்டு அவன் எழுந்திருக்க அந்தக் கும்பல் அப்படியே கிளம்பியது. இப்படியான தொழிற்பேட்டைகளில் மாமூல் வாங்கும் பழக்கம் உண்டு என்று கேள்விப்பட்டிருக்கிறார். ஆனால் அது இத்தனை திமிர்த்தனமாக இருக்கும் என்று தெரியாது. கிண்டி மாதிரி ஒரு வளாகத்துக்குள் இப்படியான ஆட்கள் வந்தது கிடையாது என்பதால் இது பாபுவுக்கு முற்றிலும் புதிது.

அடுத்த சில மணி நேரங்களில் பலராமன் சி.சி. டி.வி கேமராக்கள் மற்றும் அவற்றைப் பொருத்துவதற்கான நபர்களுடன் வந்தார். பாபு அமர்ந்திருந்த அறை, வொர்க்ஷாப், வாசல் மொட்டை மாடியில் இருந்து தெருவைப் பார்க்கும்படி அனைத்தையும் பொருத்திவிட்டு

பாபுவிடம், "பாபு உங்க போனைக் குடுங்க... அதுல இந்த கேமராவை எல்லாம் லிங்க் பண்ணிடலாம்."

"சார் இது பேசிக் போன்."

"அடடா அப்பபடியா உங்களுக்கு கனெக்ட் பண்ணினாத்தான் சரியா இருக்கும் எல்லாத்தையும் நீங்க வாட்ச் பண்ணிக்கலாம்னு நெனச்சேன்..."

"இனிமேதான் வாங்கணும்."

"ஓ அப்படியா... சரி என்னோட போன்ல கனெக்ட் பண்ணிடுங்க... அப்புறம் பாத்துக்கலாம்" என்று தன்னுடைய அயல்நாட்டுத் திறன்பேசியை அவர்களிடம் கொடுத்தார்.

"சார் அப்புறம் கொஞ்ச நேரத்துக்கு முன்னாடி பம்மல் குணா அப்படிங்கற ஆளு நாலைஞ்சு பேரோட இங்க வந்தாரு. அவருக்கு மாசம் ஐநூறு ரூபாய் தரணுமாம். இல்லைன்னா பிரச்சினை பண்ணுவாங்க போலத் தெரியுது."

"ரெண்டாவதா ஒரு ஆப்ஷன் குடுத்துருப்பாங்களே வருஷத்துக்கு அய்யாயிரம் ரூபா கட்டலாம்னு சொல்லியிருப்பாங்களே."

"அட ஆமாம் சார்... அது இல்லாம அவங்க சொந்தக்காரவங்க ரெண்டு பேரை வேலைக்கு வைக்கணுமாம்."

"நாம அவங்களுக்கு ஒரு ஆஃபர் குடுப்போம். வருஷத்துக்கு மூவாயிரம் ரூபா முதல்லேயே குடுத்துடுவோம். அவங்க ஆளுங்களை வேலைக்கு வச்சிக்கலாம். எப்படியும் உங்களுக்கு இப்ப இருக்கற ஆளுங்க பத்தாது. யாரையோ சேத்துக்கறதை அவங்க ஆளுங்களையே வச்சிக்கிட்டா நமக்கும் ஆள் பலம் இருக்கும்."

"அப்ப இதெல்லாம் உங்களுக்கு முன்னாடியே தெரியுமா சார். என்ன இப்படி அதிகாரமா கேக்குறாங்க...? மொதல் போட்டவங்க யாரோ பணம் சம்பாதிக்கறவங்க யாரோன்னு ஆகிப்போச்சு."

"பரவால்லை விடுங்க... செலவு கணக்குல அதையும் சேர்த்து எழுதிக்க வேண்டியதுதான்... அப்புறம் வீட்டுல எங்க இருக்காங்க காணலையே?"

"சார் அவங்க அம்மா வீட்டுக்குப் போயிருக்காங்க... ரெண்டு நாள் முன்னாடிதான் அவங்க கன்சீவ் ஆனது கன்ஃபார்ம் பண்ணினாங்க. அம்மாவைப் பாக்கணும்னு ஆசை இருக்கும்லே.... அதான் அனுப்பி வெச்சேன்."

“ஓகே நாளைக்கு நாலு சி.என்.சி மெஷின் வருது... இறக்கி வைக்க எஸ்கார்ட் கிரேன் அரேன்ஞ் பண்ணி இருக்கேன். உங்க ஆளுங்களை வரச் சொல்லிடுங்க... அப்புறம் சிலிங் ரோப் இருக்குமா?”

“சிலிங் ரோப் டீ ஷாகிள் எல்லாம் இருக்கு... எர்ணாவூர் வொர்க் ஷாப்ல வெச்சிருந்தது அப்படியேதான் வச்சிருக்கோம் அதெல்லாம் பாத்துக்கலாம். ஓட்டிப் பார்த்துக் காமிக்க கம்பெனி ஆளுங்க கூட வருவாங்கல்லே?”

“அதான் பாய்கிட்ட கேட்டேன்... பாபுவுக்கு எல்லாம் தெரியும். மீன் குஞ்சுக்கு நீந்த கத்துக்குடுக்கணுமா அப்படிங்கறாரு.”

“நாங்க ஓர்க் பண்ணின மெஷின்னா ஒண்ணும் பிரச்சினை இல்லை அட்வான்ஸ் மெஷின்னா கொஞ்சம் கஷ்டம்... சரிங்க சார் பாத்துக்கலாம்...”

“அப்பாவோட ஃபிரண்ட் எக்ஸ் எம்.எல்.ஏ அவருக்கு பொலிட்டிக்கல் பவர் இருக்கு... அதை வெச்சி க்ளோபல் ஸ்டியரிங் கம்பெனியில ஒரு சப் வொர்க் கிடைச்சிருக்கு... பத்து லட்ச ரூபா வொர்த். ஜாப் டிராயிங் டீட்டெயில் எல்லாம் அப்பா எடுத்துட்டு வருவாங்க... மன்டேயிலேர்ந்து நீங்க வொர்க் ஆரம்பிச்சிடலாம். ரிஜக்ட் பண்ணாதபடிக்குப் பக்காவா பண்ணிட்டீங்கன்னா அடுத்தடுத்து ஜாப் தர்றேன்னு சொல்லி இருக்காங்க. கவனமா பண்ணுங்க... நாம பேசினபடி உங்களுக்கு ஷேர் குடுத்துடலாம்னு அப்பா சொல்லி இருக்காங்க.”

“சார் அதெல்லாம் நீங்க கவலையே படாதீங்க... ஜாப் ஓகே ஆயிடும்” மனம் முழுக்க மகிழ்ச்சியின் ஆரவாரம் கேட்டது. பாய் சொன்ன மாதிரி கடனை எல்லாம் அடைச்சிடலாம் என்று கணக்குப்போட்டு ஆனந்தக் கூத்தாடியது.

21. சதியாட்டம்

2015ஆம் ஆண்டு.

மல்லிநாத் வர்த்தமான், மல்ஹோத்ரா, ஜனார்த்தன் மிஸ்ரா, ராமானுஜம் ஆகிய நால்வர் மட்டும் அந்த அறைக்குள் இருந்தனர்.

மல்லிநாத் தனது உதவியாளரை அழைத்து, "யாரையும் உள்ளே விடாதே. எனக்கு போன் வந்தா செகரட்ரியேட் போயிருக்கேன் டு அவர் கழிச்சு காண்டாக்ட் பண்ணுங்கன்னு சொல்லிடு. முக்கியமா இங்க யார் யார் இருக்காங்க அப்படிங்கற விஷயம் யாருக்கும் தெரியக் கூடாது."

"ஓகே சார்."

மல்லிநாத் வர்த்தமான் இடது கையால் வெளியே போகுமாறு சைகை செய்ய அவருடைய உதவியாளர் அறையைவிட்டு அகன்றார்.

"சாரி நோ டிரிங்ஸ் நவ்... இப்ப சில முக்கியமான விஷயங்கள் பற்றிப் பேசியாகணும். நாம முன்னாடி மீட்டிங்ல பேசின மாதிரி கிட்டத்தட்ட இருபதாயிரம் வெண்டார்ஸ், சப்ளையர்ஸ் இருந்த லிஸ்ட்டை அல்மோஸ்ட் ஐயாயிரத்துக்குக் கொண்டு வந்தாச்சு. நாம பேசிக்கிட்டு இருந்தப்ப மொத்தமே ஐயாயிரம் உருப்படிகள்தான் இருக்கும்னு நினைச்சோம். ஆனா... எல்லா பெரிய கம்பெனியும் ஆளாளுக்கு ஒரு லிஸ்ட் கொடுத்தப்பதான் தெரியுது இருபதாயிரத்துக்கும்

மேலே பெருகிட்டாங்கன்னு. இந்த நடவடிக்கையை மட்டும் நாம எடுக்கலைன்னா மைகாட் என்னாகுறது? நல்லவேளை சரியான நேரத்துல முழிச்சிக்கிட்டோம் ஓகே.”

“அதுகூட நீங்க ஸ்டெப் எடுக்கலைன்னா யாருமே கண்டுக்காம விட்டுருப்பாங்க” என்றார் மல்கோத்ரா. வழக்கம்போல் சரியா சொல்லிட்டனா என்பது போல மல்லிநாத் முகத்தையே பார்த்தார். மல்லிநாத் வர்த்தமான் வியாபாரத்தில் குளித்து வியாபாரத்திலேயே தலைதுவட்டுபவர் ஓரப்பார்வையால் கூட மல்கோத்ராவைப் பார்க்க மாட்டார். இவர் உளறுவதில் எனக்கொன்றும் சம்பந்தமில்லை என்பது போல இருக்கும் அவரது முகம்.

“இப்ப யோசிச்சா நாம ஒண்ணும் சாதிக்கலை. ஆக்சுவலா நாம இத்தனை நாளா அறியாமையில இருந்திருக்கோம். அதாவது முந்தைய கூட்டத்திலே எந்த இடத்துல ஆரம்பிச்சமோ அந்த இடத்துலதான் இப்பவும் இருக்கோம். அதாவது இப்பவும் நம்ம கையில ஐயாயிரம் பேர். திஸ் இஸ் நாட் குட்.”

“ஆமா குறைக்கணும்... இதுக்கு மேல நாம எப்படிக் குறைக்கிறது?” கவலையோடு கேட்டார் ஜனார்த்தன் மிஸ்ரா

“அதுக்குத்தான் டூ டயர் சிஸ்டம் இல்லைன்னா த்ரீ டயர் சிஸ்டம் கொண்டுவரணும்.”

“புரியலை ஜி.”

“இப்ப என்னோட கம்பெனியில லாரி, வேன், பஸ் உற்பத்தி பண்ணிக்கிட்டு இருக்கேன். ஆனா இன்னமும் டயர் ஃபிக்ஸிங் போல்ட் நட்டுக்கு கொட்டேஷன் கேட்டா ஆயிரத்து இறுநூறு கம்பெனி லைன்ல வந்து நிக்கிறான். ஸோ நான் என்ன சொல்றேன்னா சப்ளையர்ஸை ரெண்டு லிஸ்ட்டா பிரிக்கிறேன். தேவைப்படற பொருட்களோட நெட்வொர்க் அஞ்சுலட்ச ரூபாய்க்கும் பத்துலட்ச ரூபாய்க்கும் இடையில இருந்தா அதை சப்ளை பண்றவங்க லேயர் ரெண்டு.... பத்து லட்ச ரூபாய்க்கும் மேலே இருந்தா லேயர் ஒண்ணு. அதாவது அஞ்சு லட்ச ரூபாய்க்குக் கீழே யார்கிட்டயும் நாம நேரடியா டீல் வச்சிக்கிறது இல்லை.

“அப்ப சின்ன பொருள் இல்லை கம்மியா தேவைப்படற பொருள் அப்படின்னா நாம யார்கிட்ட கொட்டேஷன் கேக்குறது?” ராமானுஜம் தமக்குள்ள சந்தேகத்தைக் கேட்டார்.

"அந்த மாதிரி சோட்டா அமௌன்ட்டுக்கு எல்லாம் செகண்ட் லேயர்தான். அதுல இருக்கறவங்கதான் பத்து ரூபாயா இருந்தாலும் வாங்கிக் குடுக்கணும் அஞ்சுலட்ச ரூபாயா இருந்தாலும் வாங்கிக் குடுக்கணும். அதுல அவங்க பேரம் பேசி லாபம் வச்சி நம்மகிட்ட குடுக்கட்டும்..."

"அப்ப செகண்ட் லேயர்ல மட்டும்தான் நாம இண்டண்ட் பண்ணி வாங்கறோம்னா, அப்புறம் அவங்க கொட்டம் அதிகமாயிடுமே."

"அதுக்குத்தான் ஒரு பொருளோட ரேட், க்வாலிட்டி இதெல்லாம் நாம ஃபிக்ஸ் பண்றோம்... அவங்க அதுக்கு மார்ஜின் வச்சி அவங்களுக்குக் கீழே உள்ளவங்க கிட்ட வாங்கிக்கட்டும். தேவையில்லாத குறுந்தொழில் கூட்டம் எல்லாம் குறைஞ்சிடும். இதுல இன்னொரு ஹிடன் அஜெண்டா இருக்கு. இப்படி நாம ரெண்டு லேயர் பிரிச்சம்னா, அந்த லேயர் லிஸ்ட்ல இருக்கறதே பெரிய ஹானர் மாதிரி நினைக்க ஆரம்பிச்சிடுவாங்க. அப்புறம் ஃபர்ஸ்ட் லேயர் ஆளுங்க செகண்ட் லேயரை எளக்காரமா பார்ப்பான். செகண்ட் லேயர் ஆளுங்க தனக்குக் கீழே உள்ளவங்களைக் கேவலமா பார்ப்பான். அவனை இவன் விட மாட்டான். இவனை அவன் விட மாட்டான். நமக்குத் தேவை அதுதான். ஒரு கட்டத்துல லேயர் உள்ளேயே ஆளுங்ககிட்ட நாம ரேட் நெகோஷியேட் பண்ணிக் குறைக்கலாம்."

"இது பிராக்டிகலா நமக்கு சக்சஸ் ஆகும்னு நினைக்கறீங்களா?"

"கண்டிப்பா... எப்பவும் கூட்டம் ஒண்ணா இருந்தா நம்மளை மாதிரி பிஸினஸ் மேனுக்கு ஹேண்டில் பண்றது கஷ்டம். பிரிச்சாதான் நாம நினைச்ச மாதிரி எதையும் லாபகரமா அதே நேரம் நிரந்தரமா பண்ண முடியும். இப்ப கூட ஒட்டுமொத்தமா போன கூட்டத்துல கூப்பிட்ட முப்பது பேரைத் திரும்பவும் கூப்பிடலை. அந்த முப்பது பேர்ல நாமதான் ஆயிரம் கோடிக்கு மேல டர்ன் ஓவர் பண்ணிக்கிட்டு இருக்கோம்..."

"ஓ இப்ப புரியுதுஜி" என்றார் ஜனார்த்தன் மிஸ்ரா.

"முப்பது பேரு உள்ள அந்த அசோஷியேஷன் அப்படியே இருக்கட்டும். நாம நாலு பேரு மட்டும் அதுக்குள்ள சிண்டிகேட் போட்டுக்குவோம். ஒரு பாதுகாப்புக்காக.... காட்டுக்குள்ள நாலு நரி, மூணு கரடி, ரெண்டு புலி இப்படி எல்லாத்தையும் வச்சிக்கலாம். ஆனா சிங்கம்னு வர்றப்போ அது நாம நாலு பேருதான்."

“ஹா சரியா சொன்னீங்க ஜி” என்று புளகாங்கிதமடைந்தார் மல்கோத்ரா.

“ஓகே, லேயர் பிரிச்ச அப்புறமும் என்னோட அசெம்ப்ஷன் ஐயாயிரத்தை வேணும்னா ஐநூறா குறைக்கலாம். ஆனா... அதுவுமே நமக்குப் பெரும் கூட்டம்தானே?”

“குட் ராமானுஜம் இப்பத்தான் நீங்க என்னை மாதிரி திங் பண்றீங்க. யூ ஆர் ரைட் அப்பவும் கூட்டம் குறையாதுதான். அதுக்கப்புறம் என்னோட யோசனையைச் செயல்படுத்தணும்னா அது நம்ம நாலு பேரால மட்டும்தான் முடியும். ஏன்னா நாம நாலு பேரு மட்டும்தான் ஆட்டோமொபைல் இண்டஸ்ட்ரி. அதனால ஒரே முடிவை நாம சேர்ந்து எடுக்க முடியும். அதுக்கப்புறம் நம்ம ஃபேக்டரியில நாம வேலையைக் குறைக்கிறோம்... லேபரைக் குறைக்கிறோம்... அதான் என்னோட அடுத்த ப்ளான்.”

“அது என்ன ப்ளான்?”

“அது என்னோட ப்ளான். மாஸ்டர் ப்ளான்னு வச்சிக்கங்க. அதை இம்ப்ளிமெண்ட் பண்ணினா உங்களுக்கு இப்ப இருக்கறதை விட இருவத்தஞ்சு சதவிகிதம் லாபம் கிடைக்கும். லேபர் இஷ்யூ, அவங்களுக்கு மெடிக்கல் பெனிஃபிட், ஊதிய உயர்வு எல்லா பிரச்சினையும் சால்வ் ஆயிடும்.”

“இருவத்தி அஞ்சு சதவீதமா? என்ன சொல்றீங்க ஜி... நெஜமாத்தான் சொல்றீங்களா?”

“ஹண்ட்ரட் பெர்சண்ட். நோ டவுட்.”

“எப்படிச் சொல்லுங்க.”

“இதுவரைக்கும் எத்தனையோ சொல்லி இருக்கேன். அத்தனையையும் எக்சிக்யூட் பண்ணி நீங்க எல்லாம் லாபம் பார்த்திருப்பீங்க. ஆனா. அதுக்காக நான் எதையும் குடுங்கன்னு கேட்டதில்லை. இது சக்சஸ் ஆனா உங்களுக்கு பயங்கரமான லாபம்... அதே நேரம் மெண்டல் ஃப்ரீ ஸோ.”

“சொல்லுங்க ஜி.”

“அதனால இந்த ஐடியாவை இம்ப்ளிமெண்ட் செஞ்சி இருபத்தி அஞ்சி சதவீதம் லாபம் கிடைச்சா எனக்கு அதுல ரெண்டே ரெண்டு சதவீதம் ஷேர் தரணும். அதுவும் நீங்க லாபம் எடுத்தா மட்டும்தான்.”

“ப்பூ அவ்வளவுதானா? கண்டிப்பா தர்றோம் ஜி” என்றார் மல்கோத்ரா. அதுதானே அவருக்கு இட்ட பணி... அதைச் செவ்வனே செய்து முடித்தார். மற்ற இருவருக்கும் வேறு வழியில்லை... ஒப்புக்கொண்டார்கள். உடனே தன்னுடைய பி.ஏ. வை அழைத்தார் மல்லிநாத் வர்த்தமான்.

“என்னோட டேபிள்ல மூணு அக்ரிமெண்ட் ஒவ்வொண்ணுத்திலேயும் ரெண்டு காப்பி இருக்கும். அதை எடுத்துட்டு வாங்க.”

அவர் அதற்காகக் காத்திருந்தவர் போலத் தன் கையில் இருந்த லெதர்பேக்கில் இருந்து அக்ரிமெண்ட் பேப்பர்களை எடுத்தார். அங்கேயே ஒப்பந்தம் கையெழுத்தானது.

“விஷயம் ரொம்ப சிம்பிள்... நாம இப்ப ஒரு லாரியை அசெம்பிள் பண்றோம்னா, ஒவ்வொரு பார்ட்டையும் நம்ம ஆளுங்களை வச்சி நாமளே ஃபிக்ஸ் பண்ணி டெஸ்ட் ரன் செக் எல்லாம் செய்துகிட்டு இருக்கோம். ஏன் இத்தனை எம்ப்ளாயிஸ்? இத்தனை மெயிண்டனன்ஸ் ஸ்டாஃப்? மெஷினரிஸ், வெல்டிங்... கிரைண்டிங் கச்சடா எல்லாத்தையும் நிறுத்திடலாம். இனிமே அசெம்ப்ளிங் மட்டும்தான். ஸ்டீயரிங் அசெம்ப்ளி ஒரு கம்பெனி, ஆக்சில் அசெம்ப்ளி இன்னொரு கம்பெனி. கியர் பாக்ஸ், கிளட்ச் இப்படித் தனித்தனியா டெண்டர் கால் பண்ணி வெறும் அசெம்பிளிங் யூனிட் மட்டும் நாம... மெஷின் ஆப்பரேஷன் மெயிண்டனன்ஸ் எல்லாத்தையும் ஸ்டாப் பண்ணிடலாம்...”

“க்வாலிட்டி டவுன் ஆயிடுமே?”

“க்வாலிட்டி கண்ட்ரோல் டிவிஷனை மட்டும் பக்காவா வச்சிக்குவோம்... ஃபாரின் கம்பெனி மாதிரி ஸ்ட்ரிக்ட் ஆக ஃபாலோ பண்ணுவோம்... அதுவுமில்லாம ரொம்பவும் க்வாலிட்டி மெயின்டெயின் பண்ணக் கூடாது. அது இப்ப ட்ரெண்ட் இல்லை. ஒரு ஏழு எட்டு வருஷத்துல எல்லாம் புதுசா வாங்கணும்னு ஒரு மெண்டல் பிரிபரேஷனுக்குக் கொண்டு வந்துடணும். நம்ம லட்சியம்... நம்ம ப்ராடக்டை எல்லாரும் வாங்கணும் சீக்கிரம் உடைக்கணும் மறுபடி வாங்கறதுக்கு நம்மகிட்ட வந்து நிக்கணும் அப்பத்தான் பிசினஸ் பண்ண முடியும். அம்பாசிடர் வாங்குனா லைஃப் லாங்க் வச்சிக்கலாம் அப்படிங்கற பெருமை கம்பெனி லாபத்துக்கு நல்லதில்லைன்னு அவங்க யோசிச்சிருந்தாங்கன்னா இன்னிக்கு அவங்கதான் நம்பர் ஒன்னா இருந்திருப்பாங்க. எந்த மாடலை நாம இன்ட்ரடியூஸ் பண்ணினாலும்

அதை நாமளே அஞ்சு வருஷத்துக்குள்ள நிறுத்திடணும். அப்புறம் புது மாடலைப் புது ஃபியூச்சரோட கொண்டு வரணும். அப்பத்தான் மெக்கானிக் எல்லாம் சார் அதெல்லாம் அவுட் டேட்டட் சார். ஸ்பேர்ஸ் கிடைக்காதுன்னு சொல்லுவாங்க வேற வழியில்லாம அதை டெமாலிஷ் பண்ணிட்டு நம்மகிட்ட வருவான்.''

“சார் உங்க மூளை அபாரமா திங்க் பண்ணுது சார். உண்மையிலேயே இது மாஸ்டர் பிளான்தான்.... இதுக்கு ரெண்டு என்ன அஞ்சு பர்சென்ட் கூட கொடுக்கலாம்'' என்று மல்கோத்ரா கொஞ்சம் நெய் ஊற்றினார்.

“நோ நோ ரொம்ப ஆசைப்படக்கூடாது ரெண்டு பர்சென்ட் போதும்'' என்று மல்லிநாத் பெருந்தன்மையுடன் மறுத்தார். உள்பக்கம் திரும்பிப் பார்த்தார்... மிக மிக விலை உயர்ந்த மதுபானங்கள் தள்ளுவண்டியில் வந்தன. அவரவர்கள் மேஜை மீது வறுத்த முந்திரி, ஃபிங்கர் சிப்ஸ் சாலட் இத்யாதிகளுடன் வைக்கப்பட்டன.

மற்ற இருவரும் அப்பாடா என்று பெருமூச்சு விட்டுக்கொண்டார்கள். இண்டஸ்ட்ரியில் மல்லிநாத்தை எதிர்த்துக்கொண்டு யாரும் எதையும் பண்ண முடியாது. அவருக்கு அரசியல் செல்வாக்கு எல்லா கட்சியிலும் எல்லா மட்டத்திலும் உண்டு. அவருடைய பல திட்டங்கள் மிக ரகசியமானவை. எதிர்ப்பவர்களை அவர்களுக்கே தெரியாமல் கொஞ்சம் கொஞ்சமாகக் காணாமலடித்துவிடுவார்.

“அப்புறம் இந்த லேயர் சிஸ்டத்தை எப்படி டிசைன் பண்றது? யார் யாரை எந்தெந்த லேயர்ல வைக்கிறது? அவங்களுக்கு அதை எப்படி இன்டிமேட் பண்றது? அப்படிங்கறதை எல்லாம் எங்க ஹெச் ஆர் டிபார்ட்மென்ட் டிசைன் செஞ்சி ரெடி பண்ணி வச்சிருக்காங்க அதை உங்களுக்கு மெயில் பண்ணிடறேன் அதை அப்படியே ஃபாலோ பண்ணிடுங்க இன்டிமேஷன் லெட்டரை இப்ப அனுப்பாதீங்க. இந்த ப்ராஜக்ட்டுக்கு ஆறு மாசம் முதல் ஒரு வருஷம் வரைக்கும் ஆகலாம். அதான் என்னோட டார்கெட் பீரியட். மெல்ல மெல்லத்தான் கொண்டுவரணும். ஃபர்ஸ்ட் லேயர் ஆளுங்களுக்கு ஒரு டிரிங்க்ஸ் பார்ட்டி வைச்சிடுவோம்... அதுல அவங்களை கன்வின்ஸ் பண்ணி கையில ஒரு காப்பி குடுத்து சைன் வாங்கிடலாம்... அப்புறம் மெயில் பண்ணிடுவோம்.''

-இப்ப அதைத்தானே எங்ககிட்டயும் பண்ணினே என்று மனதுக்குள் நினைத்துக்கொண்டார் ராமானுஜம்.

இப்போதைக்கு அவருடைய ப்ளான் தங்களுக்கு பாதிப்பளிக்காது என்பதே பெரிய நிம்மதிதான் என்கிற திருப்தியோடு மற்ற இருவரும் வெளியேறினார்கள். மல்கோத்ரா மட்டும் தன் விசுவாசமான வாலையாட்ட இன்னும் கொஞ்ச நேரம் இருக்கலாம் என்று பின்தங்கினார்.

“இந்தச் சொங்கிப் பயலுகளை எல்லாம் பக்கத்துல வச்சிக்க வேண்டி இருக்கு. இல்லன்னா இவனுங்க தனியா லைன் எடுத்துடுவானுங்க. அப்புறம் ஆளுக்கு ஒரு பொலிட்டிக்கல் பார்ட்டியைப் புடிச்சிக்கணும் பிரிஞ்சிட்டா அவ்வளவுதான் அரசியல்வாதிங்க நம்மளை பிரிச்சி மேஞ்சிடுவானுங்க. ஓகே.... மல்கோத்ராஜி! உங்க ஆளுங்கதானே அவங்களோட ஹெச் ஆர் டிபார்ட்மென்ட்ல இருக்காங்க அவங்ககிட்ட சொல்லி அவனுங்க லெட்டர்களோட காப்பியை ரகசியமா வாங்கிடுங்க.”

“நிச்சயமா சார்” என்னோட கம்பெனியிலேயே உன்னோட ஆளுங்களை வச்சிருக்கே அவங்க கம்பெனியில இல்லாமலா இருக்கும். கிராஸ் செக் பண்ணிக்கிறே என்று மல்கோத்ரா மனதுக்குள் சொல்லிக்கொண்டார்.

22. கத்தியின்றி ரத்தமின்றி களவு

2015ஆம் ஆண்டு.

வண்டுவும் சத்யாவும் தலைமுடியை ஒழுங்காகத் திருத்தி நல்ல பையன்களுக்கான தோற்றப்பொலிவில் காட்சியளித்தனர். சொன்னதற்கு எல்லாம் கணக்கு வழக்கு இல்லாமல் தலையாட்டினர். வார்த்தைக்கு வார்த்தை ஆமண்ணா... ஆமண்ணா... என்று அதிகபட்சமாக பவ்யம் காட்டினர். எல்லாவற்றுக்கும் மேலாக அவர்களின் மெல்லிய தேகத்துக்குப் பொருத்தமே இல்லாமல். கடுமையான உடல் உழைப்பைத் தந்தனர். பாபுவுக்கு அவர்களை ரொம்பப் பிடித்திருந்தது. அச்சப்படுமளவு அவர்களின் நடவடிக்கை இல்லை மிகவும் கலகலப்பாகத் துடிப்பாக இருந்தனர்.

பலராமன் வாங்கியிருந்த வேலை அவர் எதிர்பார்த்ததைவிட மிக வேகமாக முடியும் தறுவாயில் இருந்தது. வேலையைத் தந்தவர்கள் இதேபோல சீக்கிரம் வேலையை முடிப்பதாக இருந்தால் அடுத்த தொகுப்பு வேலையைத் தருகிறோம் என்று கம்பெனிக்கு வேலையை ஆய்வு செய்ய வந்த ஆய்வு அதிகாரிகள் உசுப்பிவிட பலராமன் இன்னும் மூன்று மெஷின்களை வாங்கினார். பாபுவுக்கு பலராமன் தந்த உத்தரவாதம் இன்னும் பத்து மெஷின் போடும் அளவுக்கு நிர்வாகத்தை வளர்த்தால் நிறுவன பங்குதாரர்களில் ஒருவராகச் சேர்த்துக்கொள்வோம் என்பதுதானே... அது இத்தனை சீக்கிரம் நிறைவேறுவதற்கான சூழல் நெருங்கி வருவது பாபுவுக்குத் தாங்க

இயலாத புளகாங்கிதத்தைத் தந்தது.

அதே மகிழ்ச்சியில் முதல் தொகுப்புக்கான வேலை முடிந்து அவற்றைப் பாதுகாப்பான கள்ளிப்பெட்டிகளில் வைத்து காகிதத் துகள்களை வைத்து நான்கு பக்கமும் நிரப்பி மேலே ஆணி அடித்துக்கொண்டிருந்தான் காசி.

"எண்ணிக்கை எல்லாம் கரெக்டா இருக்குல்லே காசி."

"அதெல்லாம் கரெக்டாதாண்ணே இருக்கு... ஒண்ணு மட்டும்தான் டவுட்டாவே இருக்கு."

"பேக் பண்ணி சீல் வச்சப்புறம் டவுட்டுங்கறே?"

"டவுட் ஜாப் மேலே இல்லைண்ணே மெஷின் மேலே."

"என்னடா சொல்றே?"

"அண்ணே நம்ம மெஷின் எல்லாம் கேரளாவுக்குத்தானே அனுப்புனாரு பாயி?"

"ஆமாண்டா."

"அது எப்படிண்ணே நம்ம கிட்டயே திரும்பி வந்துருக்கு?"

"எந்த மெஷின்டா?"

"இப்ப ரெண்டாவதா பலராமன் சார் கொண்டு வந்து எறக்குனாரே அதுல உள்ள ஒரு மெஷின் நம்முதுதான் அண்ணே."

"எப்படிடா சொல்றே? இன்னும் அதை கமிஷன் பண்ணவே இல்லையே. புதுசுடா."

"அண்ணே அது புதுசு எல்லாம் கிடையாது. பாய் உங்களையும் ஏமாத்தி இருக்காரு. பலராமன் சாரையும் ஏமாத்தி இருக்காரு."

பாபுவுக்கு திக் என்றது.

"எதை வச்சிடா சொல்றே?"

"மெஷின் வந்த அன்னிக்கு என்னைத்தான் பலராமன் சார் பேக்கிங் பிரிக்கச் சொன்னாரு. அன்னிக்கு நீங்க பர்ச்சேஸ் பண்ண பாரிஸ் கார்னர் போயிட்டீங்க. பிரிச்சா நல்லா பளபளன்னுதான் இருந்துச்சு. ஆனா என்னமோ நமக்கு பழகுன மெஷினாட்டமே இருக்குதுன்னு எனக்குத் தோணிக்கிட்டே இருந்துச்சு. அப்புறம் மெஷினோட

உள்பக்கம் பார்த்தேன் அதுல பரிமளான்னு கிறுக்கி இருந்துச்சு."

"யாருடா அந்தப் பரிமளா?"

"அது என் டாவு பேரு நாந்தாண்ணே மார்க்கரால கிறுக்கி வச்சிருந்தேன். வெளியிலேர்ந்து பார்த்தா கண்டுபிடிக்க முடியாது. ரொம்ப கீழ குனிஞ்சு பார்த்தாதான் தெரியும்... அது அவ்வளவு சீக்கிரம் அழிக்க முடியாதுண்ணே. உக்காந்தா முதுகு வலி வந்துடும். செதுக்குன எனக்குத்தானே தெரியும் கஷ்டம். ஆனா இங்க வந்த அடுத்த நாளே அதை டெஸ்ட்டுக்கு அனுப்பறோம்னு திரும்பி குட்டியானையில ஏத்தி அனுப்பிட்டாங்க."

"ஆமா அதை நான் சரியா பாக்கக் கூட இல்லை. பலராமன் சாரை கேட்டேன். ஒரு டெஸ்ட் பாஸாகாம வந்துடுச்சு அதான் திருப்பி அனுப்பி இருக்கேன்னு சொன்னாரு... சரின்னு அதுக்கப்புறம் நானும் ஒண்ணும் கேக்கலை."

"ஒருவேளை பாய் பழைய மெஷினை அனுப்பிட்டார்னு பலராமன் சார் கண்டுபிடிச்சிட்டாரோ."

"உனக்கு நல்லா தெரியுமா? அது நம்ம மெஷின்தானா?"

"அந்தப் பரிமளா மேலே சத்தியமா சொல்றேன். அது நம்ம மெஷின்தான் அண்ணே."

"நம்பமுடியலையேடா."

"சரி நீங்க ஒண்ணு பண்ணுங்க.... பாய்கிட்ட போன் பண்ணி டெஸ்ட்டுக்குத் திருப்பி அனுப்புனமே மெஷின் அது எப்ப வரும்னு கேளுங்க. அது வந்த பிறகு நீங்க மெஷினைப் பாருங்க... அப்புறம் சொல்லுங்க நம்ம மெஷினா இல்லையான்னு."

"சரி, நான் கேக்குறேன்" பாய்க்கு போன் செய்தார் பாபு.

"என்ன பாபு கலக்கிட்டு இருக்கே போலிருக்கே? வேலை எல்லாம் எப்படி இருக்கு மெஷின் எல்லாம் எப்படி ஓடுது?"

"அதெல்லாம் உங்க புண்ணியத்துல எல்லாம் நல்லா போயிட்டு இருக்கு பாய். அப்புறம் நீங்க அனுப்புன மெஷினை ஏதோ ஒரு டெஸ்ட் பாஸ் ஆகலைன்னு திரும்ப அனுப்பனோமே அது எப்ப வரும் பாய்?"

“என்னது டெஸ்ட் பாஸ் ஆகலையா? எவன் சொன்னான்? அதெல்லாம் புது மெஷினு ஒரு பிரச்சினையும் இல்லை. அங்க வந்து மெஷினை நான் ஒண்ணும் எடுக்கலையே?”

“அப்படியா பலராமன் சார்தான் சொன்னாரு டெஸ்ட்டுக்காகத் திருப்பி அனுப்பி இருக்கோம்னு.”

“என்னய்யா கதையா இருக்கு. என்னா பெரிய கல்லு ஒடைக்கிற மெஷினை வாங்கிட்டாரு… டெஸ்ட் எல்லாம் பண்றாரு. இன்னும் அதுக்கு பலராமன் மூணு லட்ச ரூபாய் தர வேண்டி இருக்கு அதுக்குள்ள மெஷினை எனக்குச் சொல்லாம எங்க அனுப்புனாரு? நாளைக்கு ஏதாச்சும் ரிப்பேர்னா நான் எப்படிப் பொறுப்பேத்துக்குவேன்?”

“அய்யய்யோ நான் எதார்த்தமா மெஷின் எப்ப வரும்னு கேட்டுட்டேன். கதை வேற எங்கேயோ போவுது. நீங்க பலராமன் சார்கிட்ட நான் சொன்னதா எதையும் காட்டிக்காதீங்க.”

“சொன்னவரைக்கும் நல்லது. நான் உன்னைப் பத்தி எதுவும் சொல்லலை. பலராமன் ஏதோ திருட்டு வேலை பண்றார்னு நெனைக்குறேன். நான் இங்க பக்கத்துலதான் இருக்கேன். அங்க இப்ப வர்றேன். வந்து பேசிக்கறேன்” கோபமாகத் தொடர்பைத் துண்டித்தார் பாய்.

“என்னடா காசி கிணறு வெட்ட பூதம் கிளம்புது. பாய் மெஷினுக்கு டெஸ்ட் எல்லாம் ஒண்ணும் கிடையாது அப்படிங்கறாரு. மெஷின் அவர்கிட்டயே வரவேயில்லை அப்படிங்கறாரு.”

“அப்ப அமைதியா வாட்ச் பண்ணுங்க அண்ணே என்னமோ தப்பா தெரியுது எனக்கு.”

பாபுவுக்குத் தலை சுற்றியது முதல் தொகுப்பு வேலையை முடித்து எல்லாவற்றையும் ஒரு முறை எண்ணிப்பார்த்து மெஷினை நிறுத்திக் கைகளைக் கழுவிய பிறகுதான் மனம் லேசானது. தொடர்ந்து மன உளைச்சல்களும், கடன் பற்றிய துயர எண்ணங்களுமாக நிலையற்றுத் தவித்து பாதிநாள் உறக்கமில்லாத இரவுகளாகவே கழிந்தன. நேற்று இரவுதான் மிக நீண்ட இரவுகளுக்குப் பிறகு நிம்மதியான உறக்கம் அவரைத் தழுவியது. ஆனால் இன்றைக்கு மீண்டும் அலைவுறுகிறது மனம். மீண்டும் மீண்டும் துரோகத்தின் சாட்டையடியால் புண்ணாகி ஆறாத ரணமாக எரிந்தது.

அரை மணி நேரத்தில் பாய் அங்கு வந்தார்.

“பாபு மெஷின் எடுக்க வந்தவங்க எப்ப வந்தாங்க? எப்படி இருந்தாங்க?”

“நான் பாக்கலை பாய் அன்னிக்கும் நான் இங்க இல்லை வெளியில போயிட்டேன்.”

“காசி உனக்கு நிச்சயமா தெரியும் என்னிக்கு வந்தாங்க?”

“அது நீங்க மெஷினை எறக்குன அன்னிக்கு அடுத்த நாள்.”

தன்னுடைய மொபைலை எடுத்து அதனைப் பின்னோக்கிப் பார்த்தார். அதிலிருந்த வீடியோவையே ஒரு கணம் உற்றுப்பார்த்தவர்.

“தாயோளி இது லியோ பேக்கர்ஸ் அண்ட் மூவர்ஸ் கம்பெனிக்காரனுங்க. அவனுங்க யூனிஃபார்ம்தான்... அப்ப அவனுங்களை புடிச்சா தெரிஞ்சிடும். நான் என்ன கேனையன்னு நெனச்சிக்கிட்டானா அவன்? சிசி டிவி ஃபிக்ஸ் பண்ணினதே நான் அனுப்புன ஆளுங்கதான். அப்பவே யோசிச்சுதான் என்னோட மொபைலையும் லிங்க் பண்ணச் சொன்னேன்... மெஷினை கண்டம் பண்ணிட்டு எங்கிட்ட ஏதாச்சும் வாலாட்டுவான்னு நெனச்சேன்... பய ப்ளான் பண்ணி வேற எங்கேயோ எடுத்துட்டுப் போயிருக்கான்... வரட்டும் அந்த ஆள்... ரெண்டுல ஒண்ணு பாத்துடறேன்.”

“என்ன மாமூ ரொம்ப சிலும்புற? என்னா பண்ணுவே எதுவாயிருந்தாலும் என்னாண்டை சொல்லு நான் பார்த்து தீர்த்துடறேன்” நக்கலாக பாய்-ஐப் பார்த்து சொன்னான் வண்டு. அதுநாள் வரை அவன் அப்படிப் பேசியவனில்லை.

“நீ யார்ரா நாட்டாமை எங்களுக்குள்ள? நாங்க பாத்துக்கறோம் தீத்துக்கறோம்.”

“மாமு நாங்க குணாவோட ஆளுங்க இங்க போலீசு, கோர்ட்டு, ஜட்ஜ் எல்லாம் குணா அண்ணன்தான். எங்கையில சொல்லு... எதுவாயிருந்தாலும். நான் பாத்துக்கறேன்.”

“ஒண்ணும் அவசியமில்லை நானே பாத்துக்கறேன் குணாதானே எனக்கு நல்லா தெரியும்” உறுமியபடி வெளியே போனார் பாய்.

வண்டு அங்கிருந்து வெளியே சென்று தனியாக நின்றபடி தனது போனை எடுத்து பலராமனுக்குத் தகவல் சொன்னான்.

இப்பொழுதுதான் எல்லாவற்றிலிருந்தும் விடுதலையானது போல இருந்தது... ஆனால், அதற்குள் மீண்டும் இருள் குகைக்குள் சிக்கியது போல உணர்ந்தார் பாபு.

வீட்டுக்குள் நுழைந்து நீண்ட நேரம் ஜெனிட்டாவிடம் எதுவும் பேசவில்லை. கர்ப்பிணிப்பெண் தேவையில்லாமல் அவளுக்கு இப்படியான குழப்பங்களைச் சொல்வது அவளுக்கு மனரீதியான பாதிப்புகளை ஏற்படுத்தும். பிறக்கப் போகும் குழந்தைக்கு அது நல்லதல்ல என்று அமைதியாக இருந்தார்.

ஆனால் பெண்கள் எப்பொழுதும் முகத்தின் வழியே மனதை வாசிக்கிறவர்கள். கண்களின் வழியே அர்த்தங்களை கண்டடைபவர்கள். இருவரும் பேசாமல் உணவருந்தினாலும் ஜெனிட்டா அவளது கண்கள் வழியே பாபுவை ஒரு உளவாளியைப்போல ஆராய்ந்து கொண்டிருந்தாள். பிறகு மெல்லிய குரலில்,

"டாக்டர்கிட்ட செக்கப் போனேன்லே அவங்க என்ன சொன்னாங்கன்னா...."

ஓ மடையன் மடையன் அடி மடையன் மதியம் மூன்று மணிக்கு அவரிடம் சொல்லிவிட்டுத்தான் ஆட்டோவில் சென்றாள். பேக்கிங் வேலை இருந்ததால் அவளுடன் செல்ல முடியவில்லை. திரும்பி வந்ததைக் கூட பார்த்தார். ஆனால் வீட்டுக்குள் வந்ததும் அதைக் கேட்க மறந்து போய்விட்டார்.

"ஆமாமா... கேக்கணும்னு நெனச்சேன் சொல்லு."

ஒரு கணம் அவரையே பார்த்துவிட்டு, "வீட்டுக்குள்ள ஒரு மெஷின் இருக்கு அதையும் அப்பப்ப பாக்கணும்."

"ஜெனிட்டா வேற ஒரு பிரச்சினை மனசுக்குள்ள ஓடிக்கிட்டு இருக்கு... அதான் மறந்துட்டேன் சாரி ப்ளீஸ் இப்ப சொல்லு."

"குழந்தை நல்லா இருக்கு.... க்ரோத்தும் நல்லா இருக்குன்னு சொன்னாங்க. வெயிட் கரெக்டா இருக்குன்னு சொன்னாங்க. அதனால குழந்தையைப் பத்திக் கவலைப்பட வேணாம். உங்க பிரச்சினை என்னன்னு சொல்லுங்க."

"சேச்சே அதெல்லாம் ஒண்ணும் இல்லை... நாளைக்கு ஜாப் டெலிவரி அதான் கொஞ்சம் டென்ஷன்."

“இல்லியே ஜாப் முடிச்ச சந்தோஷம் இருந்துச்சே நேத்தி எல்லாம்.”

“சொந்தத் தொழில் பண்றவங்க எல்லாமே அப்படித்தான் ஒரு நாள் ரொம்ப சந்தோஷமா இருப்போம். மறுநாள் அப்படியே நெலைமை மாறி துக்கமா இருப்போம். அது எங்க தலைவிதி... நீ ஒண்ணும் மனசைக் கொழப்பிக்காதே... நிம்மதியா தூங்கு நிம்மதியா சாப்பிடு. நம்ம செல்லத்தை பத்திரமா பாத்துக்க” என்று சிரித்தார்

“சரி நீங்க சமாளிச்சிக்குவீங்கன்னு தோணுது.”

பாபு அவளை அத்தனை காதலுடன் பார்த்தார். அவள் முகத்தைக் கையில் ஏந்தி மென்மையாக முத்தமிட்டார்.

“பல சமயம் ஒன்னோட புத்திசாலித்தனம் எனக்கு இல்லையோன்னு தோணும்” என்றார்.

“போய்யா புளுகுமூட்டை என்னத்தையாவது சொல்லிக் கிச்சுக் கிச்சு மூட்டு... எவ்வளவு புத்திசாலித்தனம் இருந்து என்ன? உன் கிட்ட ஏமாறுறது தனி சொகம் பாபு.”

எப்பவாவது குஷி வந்தால் மட்டும் அவர் பெயரைச் சொல்வாள். படுக்கையை விரித்து பாபுவின் மார்பில் முகம் வைத்து மிக அசவுகர்யமான முறையில் தலையை சாய்த்துக்கொண்டு அப்படியே தூங்கிப்போனாள். ஆனால் அவளுக்கு அதுதான் எப்பொழுதும் சுகமான உறக்கத்தைத் தரும்.

அடுத்தநாள் காலை நேரத்திலேயே பாபு இருக்கும் அறைக்கு பலராமன் வந்தார். அவர் முகத்தில் வழக்கமான புன்னகை இல்லை.

“பாபு என்னாச்சு ஜாப் ஏன் இன்னும் போகலை?” குரலில் சற்றுக் கடுமை கூடி இருந்தது.

“சார் நீங்கதான் இன்வாய்ஸ் பேப்பர்ல கையெழுத்துப் போடமுடியும். உங்க பேர்லதான் பீ.ஓ. இருக்கு.

“பீ.ஓ.ல கம்பெனி பேர்தான் இருக்கு. சீலைப் போட்டு நீங்க கூட கையெழுத்துப் போடலாம். சும்மா கதை சொல்லாதீங்க. சரி இன்வாய்ஸ் போட எவ்வளவு நேரம் ஆகப்போகுது? ஜாப்பை வண்டியில ஏத்தியிருக்கலாமில்லே?”

“சார் அது ஒரு ஹாஃப் அன் அவர்ல முடிஞ்சிடும்... பதினொரு மணிக்கு எல்லாம் வண்டி அவுட் ஆகிடும் நான் பொறுப்பு.”

“லேட் லேட் எனக்கு இந்த லேட் பண்றதே பிடிக்காது.”

“அவங்க சொன்ன டேட்டுக்கு பத்து நாளைக்கு முன்னாடியே நாம ஜாப்பை முடிச்சிட்டோம்... அதைப் பார்த்துதான் அடுத்த ஆர்டர் நமக்குக் குடுத்துருக்காங்க அதை நம்பிதான்” கொஞ்சம் நிறுத்தி “புது மெஷின் வாங்கி இருக்கோம்.”

“நீங்க எனக்கு ஹிஸ்ட்ரி சொல்லாதீங்க பாபு... எனக்கு எல்லாம் தெரியும். இங்க என்ன நடக்குது யார் யார் வர்றாங்க எல்லாம் எனக்குத் தெரியும். நீங்க மறைக்கலாம் பாபு... ஆனா நான் கண்டுபிடிச்சிடுவேன்.”

“நீங்க என்ன சொல்றீங்கன்னு புரியலை.”

“நேத்து பாய் வந்தாரா? என்ன சொன்னாரு? எதுக்கு வந்தாரு? நம்ம கம்பெனி ஆஃபீஸுக்கு என்கிட்ட சொல்லாம வந்துட்டு போறாரு அப்புறம் எனக்கு என்ன மரியாதை நீங்களும் சொல்லலை.”

“சார் அவர் உங்களைத் தேடித்தான் வந்தாரு நீங்க இல்லைன்ன உடனே போயிட்டாரு.”

“இல்லை பாபு அவரு பேச்சு சாதாரணமா இல்லை என்னமோ கோபமா பேசிட்டு போறார்... எல்லாத்தையும் எங்கப்பா மொபைல்ல பார்த்துட்டாரு. என்கிட்ட மறைக்காதீங்க.”

“நான் மறைக்கலே நீங்கதான் மறைக்கறீங்க... மெஷின் டெஸ்ட்டுக்குப் போயிருக்குன்னு சொன்னீங்க, ஆனா அவரு தன்கிட்ட மெஷின் வரவே இல்லைங்கறாரு. நீங்க ரெண்டு பேரும்தான் என்னமோ தப்பு பண்ணிட்டு இப்ப என்னைக் குத்தம் சொல்றீங்க. அந்த மெஷின் எந்த கம்பெனி? எங்க மேனுஃபாக்சர் பண்ணினாங்க? டெலிவரி சலான் ஏதாச்சும் இருக்கா சார்?”

“என்ன பாபு என்னமோ ஆடிட்டர் மாதிரி க்ராஸ் கொஸ்டீன் எல்லாம் பண்றீங்க? பணம் என்னுது நான் எங்க வேணும்னாலும் வாங்குவேன் உங்க கிட்ட பதில் சொல்லணும்னு அவசியம் இல்லை.”

“அவசியம் இல்லைதான். ஆனா சொல்லி இருந்தீங்கன்னா அது புது மெஷின் இல்லை பழைய மெஷின் அதுவும் நான் வித்த மெஷின் அப்படிங்கற உண்மையைச் சொல்லி இருப்பேன். அதோட உண்மையான விலை என்னன்னு உங்களுக்கும் தெரிஞ்சிருக்கும்.”

“என்னது உங்க மெஷினா? அதுவும் பழைய மெஷினா? பாய் என்கிட்ட குஜராத்லேர்ந்து வரவழைச்சித் தந்தேன்னு சொன்னார்.”

“பில்லுல என்ன கம்பெனி போட்டிருந்துச்சு?”

“பில்லு போட்டா டாக்ஸ் கட்ட வேண்டி இருக்கும்... கூட இருவத்தி நாலாயிரம் ஆகும்னு சொன்னாரே.

“மெஷினுக்கு எவ்வளவுதான் வாங்கிக்கிட்டாரு?”

“நாலு லட்சத்து நாற்பதாயிரம்.”

“என்கிட்ட ரெண்டேகால் லட்சத்துக்கு வாங்கின மெஷின்.”

“அட திருட்டு பேமானி சொளையா ரெண்டு லட்சத்தைச் சுட்டுட்டானே.”

பாயின் வண்டிச் சத்தம் கேட்டது... சரியான நேரத்துக்குத்தான் வந்திருக்கிறார். வரட்டும் ரெண்டு திருடன்களையும் கையும் களவுமாகப் பிடிக்கலாம் என்று மனதுக்குள் சொல்லிக்கொண்டார் பாபு.

உள்ளே நுழைந்ததும், “என்ன பலராமன் மெஷினை ஸ்ரீபெரும்புதூருக்கு ஷிஃப்ட் பண்ணிட்டே. என்கிட்ட அங்க கொண்டு போறேன்னு சொல்லவே இல்லையே?”

“உன்கிட்ட எதுக்குய்யா சொல்லணும்? அது என் மெஷின், நான் எங்க வேணும்னாலும் கொண்டு போவேன்.”

“ஓன் மெஷினா? இன்னும் மூணு லட்ச ரூபாய் பாக்கித் தரணும். அதுவரைக்கும் மெஷினை என்னோட நாலேட்ஜ் இல்லாம எப்படி மூவ் பண்ணினே?”

“மூணு லட்சமா? பழைய மெஷினுக்கு அதுவும் இந்த பாபுவோட மெஷினை அந்தப் பக்கம் வாங்கி இந்தப் பக்கம் குடுத்துட்டு அதுல ரெண்டு லட்சம் லாபம் பார்த்துடுவே நாங்க வாயிலை வெரலை வச்சிப்போம் போய்யா... உனக்கு இனிமே பணம் எல்லாம் தர முடியாது நீ எங்க வேணும்னாலும் போயிக்க.”

“என்ன பாய் இது உண்மைதானா? என்னோட மெஷினை கேரளாவுக்கு அனுப்பிட்டேன்னு சொன்னீங்க?”

“பாபு உன் மெஷினை வாங்கியாச்சு... அதுக்கு உனக்கு பணம் செட்டில் பண்ணியாச்சு... அதுக்கப்புறம் அது கேரளாவுக்குப் போகுதா? இல்லை கென்யாவுக்கு போகுதா? அதைப் பத்தி எல்லாம் நீ கேக்கக் கூடாது.”

“உங்களை நம்பி மெஷினைக் குடுத்தேனே இப்படி ஏமாத்திட்டிங்களே பாய்....”

“நான் ஒண்ணும் ஏமாத்தலை... நான் உனக்கு ஒரு ரேட் சொன்னேன்... நீ ஓகேன்னு சொன்னே வாங்கிட்டேன். இவருக்கு ஒரு ரேட் சொன்னேன் அவரு வாங்கிட்டாரு. நான் ஏமாத்தலே நீங்க ஏமாந்துட்டீங்க. அதுக்கு நான் பொறுப்பில்லை பிசினஸ்னா அப்படித்தான் இருக்கும்.”

“அப்ப உன் பிசினஸ் எப்படி இருக்குமோ அப்படித்தான் என் பிசினஸ்-சும் இருக்கும். இடத்தை காலி பண்ணு இல்லே போலீஸ்ல கம்ப்ளெயிண்ட் பண்ணுவேன். அதுவுமில்லைன்னா குணாவைக் கூப்பிடுவேன். மாசாமாசம் கப்பம் கட்டுறேன்” என்று பலராமன் மிரட்டினான்.

“பாபு.... வண்டு எங்கே? இன்னிக்கு அவன் வரலை?”

“அவங்க ரெண்டு பேரும் எப்ப வர்றாங்க எப்ப போறாங்க எதுவும் சொல்றது இல்லை. அவங்களை நான் எதுவும் கேக்க முடியாது. அவங்க இஷ்டம்தான். இதுல நான்தான் இந்தக் கம்பெனிக்கு இன்சார்ஜ்.”

“அவங்களை நீங்கதான் ஒழுங்கா வேலை வாங்கி இருக்கணும். அது உங்க தப்பு. இப்ப கேட்டா எனக்கு ஒண்ணும் தெரியாதுங்கற மாதிரி பேசறீங்க.”

“மொத ஒரு வாரம் ஒழுங்காத்தான் இருந்தானுங்க அதுக்கப்புறமா அவனுங்க போக்கே சரியில்லை எதுக்கெடுத்தாலும் குணா பேரைச் சொல்ல ஆரம்பிச்சிட்டானுங்க.”

“யோவ் பாபு என்னைய வச்சிக்கிட்டு என்னய்யா உங்க கதையைப் பேசிக்கிட்டு இருக்கீங்க? இங்க பாருங்க பலராமன் பணத்தை ஏமாத்திடலாம்னு நினைக்காதீங்க.”

“பழகுனவங்க கிட்டயே ஏமாத்துனது நீங்கதான் பாய்.”

“நான் உன்னை ஏமாத்தலை பாபு... ஆனா இவன் உன்னை பயங்கரமா ஏமாத்திட்டான். பீஓ காப்பியை நீ பாத்தியா அதுல உன்னோட ஜாப் எல்லாம் இந்த அட்ரஸ்ல உள்ள கம்பெனி பேர்ல இல்லை. இந்த ஆளு ஸ்ரீபெரும்புதூர்ல இவனோட அப்பனை வச்சி ஒரு வொர்க் ஷாப் நடத்துறான். அவங்க அப்பன் உன்கிட்ட வேலையைக் கத்துக்கிட்டு இப்ப அங்க கண்டினியூ பண்ணப் போறாங்க உன்னை கூடிய சீக்கிரம் இங்கேர்ந்து தொரத்திடுவான் இந்த ஆளு... புத்தி இருந்தா

பொழச்சிக்கோ...'' என்று சொல்லிவிட்டு "டேய் பலராமா உன்கிட்ட எப்படிப் பணம் வாங்கணும்னு எனக்குத் தெரியும். உன் ஜாப்பை எப்படி நிறுத்தணும்னு எனக்கு தெரியும். நான் பாத்துக்கறேன்'' என்று கோபமாகத் கத்திவிட்டு வேகமாக வெளியேறினார் பாய்.

பாபுவின் பக்கம் திரும்பிய பலராமன், "பாபு அவன் சொல்றதை எல்லாம் நம்பாதே... எங்க அவன் பித்தலாட்டம் தெரிஞ்சுடுமோன்னு அந்தத் திருடன் என்னைப் பார்த்து திருடன் திருடன்னு கத்திட்டுப் போறான். நீ பேக் பண்ணு.... கவர்ன்மெண்ட் டாக்ஸ் கட்ட நம்பர் வாங்க அந்த அட்ரஸ் போட்டிருக்கேன். அதை எல்லாம் ஒரு பிரச்சினை ஆக்குறான் அந்த ஆளு. நீ பேக் பண்ணு பாபு.''

அடுத்து பாபு கேட்ட கேள்வி பலராமனை நிலைகுலைய வைத்தது.

23. கிழிந்த முகம்

*2015*ஆம் ஆண்டு

பாபு கேட்ட கேள்வி பலராமனை நிலைகுலைய வைத்தது.

"பாய் சொன்னது பொய்னா என்னை இப்பவே பார்ட்னர்னு போட்டு அக்ரிமெண்ட் போடலாமே சார்? அதுல உங்களுக்கு ஆட்சேபணை ஒண்ணும் இல்லையே?"

"நான் சொல்றதை நம்பலை அவரு சொல்றதை நம்பறீங்க... ஓகே எங்க அப்பாகிட்ட டிஸ்கஸ் பண்ணிட்டு நாளைக்குச் சொல்றேன்.

"அப்பா ஏற்கனவே ஒத்துக்கிட்ட விஷயம்தானே மறுபடியும் கேக்கணுமா?"

"பாபு எத்தனை தடவை வேணும்னாலும் கேப்பேன் எத்தனை தடவை வேணும்னாலும் டிஸ்கஸ் பண்ணுவோம். நீங்க எங்களுக்கு ஆர்டர் பண்ண முடியாது பாபு."

"அப்படின்னா லோடு ஏத்த முடியாது சார்."

"என்ன மெரட்டறீங்களா பாபு? நான் நெனச்சா இன்னிக்கே உங்களை ஜெயிலுக்கு அனுப்ப முடியும். நீங்க கேஷ் எடுத்தது சிசி டிவியில க்ளியரா ரெக்கார்ட் ஆயிருக்கு. நாற்பதாயிரம் ரூபாய் மிஸ்ஸாயிருக்கு."

"என்ன சார் பார்ட்னர் அக்ரிமெண்ட் போடச் சொன்னா திருட்டுப் பட்டம் கட்டறீங்க?"

“பார்ட்னர் அக்ரிமெண்ட் போடுவோம்னு ஏதாச்சும் எழுதிக் குடுத்துருக்கமா எங்க காமிங்க பாப்போம்.”

“நீங்க வாக்குத் தவற மாட்டீங்கன்னு நம்பிதான் சார் ராப்பகலா உழைச்சோம்.”

“இப்பவும் சொல்றேன்... வாக்குத் தவறமாட்டேன்... நீங்க லோடு ஏத்தி அனுப்புங்க அதுக்கப்புறம் பேசிக்குவோம்.”

“அப்ப உண்மையைச் சொல்லுங்க. இந்த அட்ரஸ்லதான் உங்க கம்பெனி டீலிங் எல்லாம் இருக்கா? இல்லை பாய் சொல்ற மாதிரி ஸ்ரீ பெரும்புதூர் அட்ரஸ்ல இருக்கா?”

“ஸ்ரீபெரும்புதூர் கம்பெனி ரொம்ப நாளா இருக்கு. அதுலதான் கம்பெனி ரெஜிஸ்ட் பண்ணி இருக்கோம். அதனால பேப்பர் வொர்க் எல்லாம் அந்த அட்ரஸ்லதான் இருக்கு. அதைப்பத்தி உங்களுக்கு என்ன? உங்களுக்குத் தேவை பணம்... அது நீங்க வேலை செய்யச் செய்ய தன்னால வரும்.”

“ரொம்ப நாளா இருக்கா? பொய் சொல்லாதீங்க... என்கிட்ட நீங்க பேசுன மொத நாளே இப்பதான் பிசினஸ்னு ஒண்ணு ஆரம்பிக்கிறோம் அப்படின்னு சொல்லித்தான் கூப்பிட்டீங்க. உங்க அப்பாவுக்கு எக்ஸ்பீரியன்ஸ் எதுவும் இல்லைன்னு சொன்னீங்க. இப்ப திடீர்னு ரொம்ப நாளா இருக்குன்னு சொல்றீங்க. இப்பதான் மெஷின் இங்கேருந்து போயிருக்கு அப்புறம் எப்படி சார் ரொம்ப நாளா இருக்கு?”

“சட்டம் பேசினீங்க உங்களை நடுத்தெருவுல நிறுத்திடுவேன். நீங்க தங்கி இருக்கிற இடம், வேலை பாக்குற மெஷின் எல்லாம் நான் குடுத்தது. என்னிக்கு வேணும்னாலும் வெளியே அனுப்புவேன்.”

ஒருத்தரை முழுசா நம்பி சகலத்தையும் ஒப்படைச்சா அவன் என்னிக்காவது ஒருநாள் சந்தர்ப்பத்தைப் பயன்படுத்தி வெளியே துரத்துவான் அப்படிங்கற உண்மை தெரியாம அவன்கிட்ட சரணடைஞ்சிட்டமே... ஒவ்வொரு பாடத்தைக் கத்துக்கறதுக்கும் மாபெரும் உழைப்பையும் விலை மதிப்பற்ற நாட்களையும் இழக்க வேண்டியிருக்கே... பாபுவுக்கு சகலமும் நின்றுபோனது போல இருந்தது.

காசியும் சேகரும் இவர்கள் பேசுவதைக் கேட்காதது போன்ற

இடத்தில் இருந்தபடி மும்முரமாக வேலை செய்வதுபோல் பாவனை செய்துகொண்டே அவர்களை உற்றுக் கவனித்துக்கொண்டிருந்தனர்.

“ஒருத்தன் வயித்துல அடிச்சுச் சேர்க்கற பணம் நிலைக்காது சார் அழிஞ்சி போயிடும்.”

“சாபம் வுடறது எல்லாம் கையாலாகாதவனின் கடைசி ஆயுதம். உங்க சாபம் எல்லாம் ஒண்ணும் பண்ணாது பாபு” சொல்லிவிட்டு, தனது தோல் பையைத் திறந்து அதிலிருந்து ஒரு ஃபைலை எடுத்தார் பலராமன். அந்த ஃபைலில் இரண்டு தாள்களை எடுத்து பாபுவிடம் நீட்டினார்.

“இதோ பார் பாபு இது பெட்டியில் இருந்து நாற்பதாயிரம் ரூபாய் எடுத்த அன்னிக்கு சாயந்திரம் பணத்தைக் காணும்னு போலீஸ் ஸ்டேஷன்ல கம்ப்ளெயிண்ட் குடுத்த காப்பி. ஆனா... அதுல உங்க பேரை மென்ஷன் பண்ணலை பாபு. எப்ப வேணும்னாலும் உங்க பேரை அதுல சேக்க முடியும். சிசி டிவி ஃபுட்டேஜ் இருக்கு. அதை எடிட் பண்ணி அவங்ககிட்ட ஹேண்ட் ஓவர் பண்ணிட்டா போதும்... உன்னை உள்ள வெச்சி பெண்டை நிமித்திடுவாங்க. அதுவும் நீ இலங்கை அகதின்னு சொன்னா போதும் வேற காரணமே வேண்டாம். வெளியிலேயே வர முடியாதபடி எல்லா செக்‌ஷன்லேயும் கேஸ் போடுவாங்க. சும்மா வீரம் பேசாம லோட் ஏத்துங்க... இருக்க இடமும் தின்ன சோறும் குடுக்கறோம். பிரச்சினை பண்ணாம போங்க.”

“பணம் தேவைப்படற பொருள் வாங்கறதுக்கும் டீ செலவுக்குமா நீங்க குடுக்கறது பெட்டி கேஷ் எப்பவும் அஞ்சாயிரம்தான். அதைத்தான் நான் எடுத்துச் செலவு பண்ணினேன். அதுக்கு முறையா கணக்கு எழுதி வெச்சிருக்கேன். நாற்பதாயிரம் எல்லாம் அதுல இருந்ததே இல்லை.”

“அது உனக்கும் எனக்கும் தெரியும் ஆனா போலீசுக்குத் தெரியாது.”

திரும்பத் திரும்பத் தோற்பது அவமானமாக இருந்தது. ஒவ்வொரு முறையும் வஞ்சகத்தால் வீழ்த்தப்படும்போது உள் நரம்புகள் வரை காயமடைந்து ரத்தம் தெறிப்பது போல உணர்ந்தார் பாபு.

காசியையும் சேகரையும் திரும்பிப் பார்த்தார். அவர்கள் அவரது குறிப்பை உணர்ந்து வேலை செய்பவர்கள். உற்பத்தியான பொருட்களைக் கட்டி, வகைப்படுத்தும் பணிக்குத் தயாராக அங்கு போய் நின்றனர். பாபு அவர்களை நோக்கித் தலைகுனிந்தபடி நடந்தார்.

“பாபு... ஒரு நிமிஷம் ஃபுட்டேஜ் என்கிட்ட பத்திரமா இருக்கு. ஸ்டேஷன்லேயும் எனக்கு ஆள் இருக்கு... சொன்ன வேலையை செஞ்சிகிட்டு குடுத்த சம்பளத்தை வாங்கிக்கிட்டு போயிட்டே இருங்க. பார்ட்னர்ஷிப், ஷேர் அது இதுன்னு சொன்னா பேப்பர் ஸ்டேஷனுக்குப் போயிடும். நீங்கள்ளாம் துப்பாக்கி வெச்சிருந்தீங்க... வெடிகுண்டு வெச்சிருந்தீங்க அதை எல்லாம் காமிச்சு என்னை மெரட்டினீங்க அப்படின்னு சொன்னா கூட இங்க எல்லாரும் நம்புவாங்க மீடியா எல்லாம் பேய்ப் பசியோட இருக்காங்க ஒரு கைப்பிடி பொரியை அள்ளி கொளத்துல போட்டா இந்த மீனுங்க எப்படி பிலுபிலுன்னு வருமோ அப்படி வருவானுங்க மிச்சக் கதையை அவனுங்க எழுதிடுவானுங்க... சும்மா சிலும்பாம போ பாபு... உங்களுக்குன்னு ஒரு ஐடி கார்டு கூட கிடையாது. தமிழ்த் தீவிரவாதிகள்னு கிளப்பிவிட்டா போதும் அப்புறம் வருஷக் கணக்குல களி தின்ன வேண்டியதுதான்.”

பாபு திகைத்துப் போய் நின்றார். தன்னை நிராயுதபாணியாக நிறுத்திவிட்டு கருணையில்லாமல் கையில் கிடைக்கும் ஆயுதத்தை எல்லாம் எடுத்து அடிக்கும் குரூரம் பலராமனின் முகத்தில் அப்பட்டமாகத் தெரிந்தது. பாபு எதுவும் செய்யத் தோன்றாமல் அப்படியே நாற்காலியில் அமர்ந்தார். சிறிது நேரத்தில் பலராமனின் அப்பா வந்தார். வரும்போதே அவரது முகத்தில் எள்ளும் கொள்ளும் வெடித்தது.

வந்த அடுத்த நிமிடம் “என் பையன் காசை எல்லாம் நீ அழிச்சிட்டே. பாய் கூட கூட்டணி போட்டுக்கிட்டு வீணாப்போன மெஷினை எங்க தலையில கட்டிட்டே உனக்குத் தெரியாம உன்கிட்ட வாங்கி எங்கக்கிட்ட பாய் வித்துட்டாராம்... இதை நாங்க நம்பணுமா? ரெண்டு லட்சத்துக்குப் போறாத மெஷினை நாலரை லட்சத்துக்கு எங்கக்கிட்ட அந்த பாய் வித்திருக்கான். நீயும் ஒண்ணும் தெரியாத மாதிரி அதுல வேலை செய்யறே? நீ பணத்தை மட்டுமா எடுத்திருப்பே? மெஷின் உள்ள இருக்கற பார்ட்டைக் கூட திருடி வித்திருப்பே” என கண்டமேனிக்குத் திட்டினார்.

பாபு குற்றச்சாட்டுக்கு மேல் குற்றச்சாட்டைத் தாங்கத் திராணியில்லாமல் தவித்தார்.

“இதெல்லாம் நாங்க கஷ்டப்பட்டு சிங்கப்பூர்ல சம்பாதிச்ச காசு.... பலராமா இதுக்கு மேல இந்த ஆளை இங்க வைக்காதே... என்ன வேணும்னாலும் பண்ணுவான். நீ வீட்டைக் காலி பண்ணச் சொல்லு

ஃபாக்டரியை நாம பாத்துக்கலாம்.''

“ஒருத்தனை வெளிய அனுப்பணும்னு முடிவு பண்ணிட்டீங்க. அதுக்கு அநியாயமா திருட்டுப் பட்டம், ஏமாத்துப் பட்டம் எல்லாம் கட்டறீங்க... என் கூட எத்தனையோ நாளூ வேலை செய்யறதைப் பாத்திருக்கீங்க... என்னிக்காச்சும் நான் அனாவசியமா நேரத்தை, பணத்தை வீண் பண்ணி இருக்கனா? ஒரு சின்னத் துண்டைக் கூட விடாம அதை எப்படி எல்லாம் பயன்படுத்தலாம்னு யோசிச்சு அதையும் செய்திருக்கேன். நீங்க ஃபாக்டரி ஆரம்பிச்சப்ப எத்தினி மெஷின் இருந்துச்சு இப்ப எத்தனை வச்சிருக்கீங்க? உங்க பேங்க் பேலன்ஸ் என்ன? எல்லாத்தையும் யோசிச்சுப் பார்த்துப் பேசுங்கப் என்னை தொரத்திடலாம் இன்னொருத்தனை என் இடத்துல உக்கார வெச்சிடலாம் ஆனா அநியாயமா நோகடிச்சுத் தொரத்தறீங்க பாருங்க அந்தப் பாவம் உங்களைச் சும்மா விடாது.''

“உன் சாபமெல்லாம் பலிக்காது.... பலராமா பாத்தியா என்னமோ அப்பாவி அன்னக்காவடி அப்படின்னு எல்லாம் பரிதாபப்பட்டே? உள்ளுக்குள்ள எவ்வளவு கெட்ட எண்ணம் பாரு. நான் பேக் பண்ணிக்கறேன் டேய் காசி சேகர் இப்ப நீங்க பண்றீங்களா? இல்லை நான் வேற ஆளுங்களைக் கூப்புட்டா?''

அவர்கள் தயங்கித் தயங்கி பாபுவின் முகத்தைப் பார்த்தனர்.

“காசி அதை எல்லாம் யோசிக்காதீங்க. பிரச்சினை எனக்கும் அவங்களுக்கும்தான். நடுவுலே நீங்க ஏன் என்கூட கஷ்டப்படணும்? நீங்க உங்க வேலையைப் பாருங்க...'' பாபு அவர்களுக்கு வழிவிட்டார்.

அப்பொழுதும் அவர்கள் தயங்கித் தயங்கி லோடு ஏற்றத் தொடங்கினர்.

“வீட்டுச் சாவியை எப்ப குடுப்பே? என்று மூர்க்கமாகக் கேட்டார் பலராமனின் அப்பா.

“வீட்டை காலி பண்ணணும்னா மூணு மாசம் முன்னாடி நோட்டீஸ் குடுக்கணும். இப்படி திடீர்னு எல்லாம் சொல்ல முடியாது.''

“அந்த கண்டிஷன் எல்லாம் நமக்குக் கிடையாது. நாம என்ன அக்ரிமன்ட் ஏதாச்சும் போட்டமா?''

“அப்பா விடுங்க... பாபு இன்னும் ஒரு வாரத்துல வீட்டைக் காலி பண்ணிடுங்க... நாளையிலேர்ந்து அப்பா எல்லாத்தையும் பாத்துக்குவார் நீங்க கணக்கை செட்டில் பண்ணி மெட்டீரியல் ஸ்டாக் வெரிஃபை

பண்ணி ஒப்படைச்சிடுங்க உங்க பேமெண்ட்-ஐ அதுக்கப்புறம் செட்டில் பண்ணிடறோம். இவ்வளவு ஆர்க்யூமெண்ட் ஆன பிறகு நீங்க இங்க இருந்தா எங்களுக்கும் சரி வராது உங்களுக்கும் செட் ஆகாது. இன்னியோட உங்க கணக்கு முடியுது அவ்வளவுதான்...''என்று பலராமன் சொன்னபோது, பரமபதத்தில் மறுபடி பாம்பின் வாயில் விழுந்து வாலில் கிடப்பது போல உணர்ந்தார்.

24. புதிய பூச்சி

2015ஆம் ஆண்டு.

மலர்விழியிடம் அந்தக் கடிதத்தை அர்ஜுன் தந்துவிட்டு அதற்கு என்ன பதில் எழுதுவது என்கிற கேள்வியைக் கண்களில் தேக்கியபடி அவள் முன் நின்றுகொண்டிருந்தார். குறுந்தொழில்காரர்களுக்கு இது மாபெரும் இடிதான். கொஞ்ச நாட்களுக்கு முன்புதான் ஐ.எஸ்.ஓ பூச்சியைக்காட்டி பெரும்பாலான குறுந்தொழில்காரர்களைக் கடைக்கோடிக்குத் தள்ளிவிட்டார்கள்.

“அர்ஜுன் இதுக்கு நாம பதில் எழுத வேண்டிய அவசியமில்லை. பெருமுதலைகள் ஃபர்ஸ்ட் லெவல் ஸ்மால் ஸ்கேல் இண்டஸ்ட்ரீஸ் மீட்டிங் வைக்கும்போதே நான் கெஸ் பண்ணினேன். கூட்டுக் களவாணிகள் என்னவோ பண்ணப்போறாங்கன்னு... கரெக்டா நான் நினைச்ச மாதிரி பண்ணிட்டானுங்க.”

“நம்ம கம்பெனியை லேயர் டூ வில லிஸ்ட் பண்ணி இருக்கானுங்க என்ன பேசிஸ்ல இப்படிப் பிரிச்சிருக்கானுங்கன்னு புரியலை மேடம்.”

“சிம்பிள் மொதல்ல வேண்டாத ஆளுங்க, ரெண்டாவதா எதுக்கும் வளைஞ்சு குடுக்காத ஆளுங்க, அப்புறம் எங்க வளர்ந்து வந்துடுவாங்களோ அப்படின்னு பயப்பட வைக்கிற ஆளுங்க... கம்பெனிகளை எல்லாம் ஒரு லிஸ்ட் எடுத்து அதை லேயர் டூ ஆக்கி இருக்கானுங்க... அதுக்கப்புறம் இதுக்கு ஒரு தியரி கண்டுபிடிச்சிருப்பானுங்க.”

“நாம எப்படி ரியாக்ட் பண்றது மேடம்?”

“இது அவங்க ராஜ்ஜியம் அவங்க நினைக்குறதுதான் சட்டம். ஆனா அதுக்காக நாம மெட்டீரியலை செஞ்சி வச்சிக்கிட்டு ஃபர்ஸ்ட் லேயர்காரன் கால்ல விழுந்துகிட்டு இருக்க முடியாது. அவனுங்க திடீர் குறுநில மன்னர்கள் போல ஆட ஆரம்பிச்சிடுவானுங்க. நாம வேற முடிவு எடுக்க வேண்டியதுதான். இப்ப பெண்டிங்ல இருக்குற வேலையை முடிச்சுக் குடுத்துட்டு அமௌன்டை வாங்கிடுவோம் அதுவரைக்கும் நாம எதுவும் ரியாக்ட் பண்ண வேண்டாம். அப்புறம் என்ன பண்ணலாம்னு சொல்றேன். டோண்ட் வொர்ரி ஐ கேன் ஹேண்டில் த சுச்சுவேஷன்.”

அர்ஜுனனுக்குத் தெரியும். மலர்விழி எப்படியும் இந்த நிலைமையில் இருந்து மிகச் சுலபமாக வெளியில் வந்துவிடுவார் என்று....

கடிதத்தைப் பார்த்ததும் அறிவழகன் ஞாபகம்தான் வந்தது. அவன் உடல்நிலை தேறி இப்பொழுதுதான் தனது கடைசி சொத்துக்களையும் விற்று பழைய கடன்களை அடைத்தான். புதிய மெஷின்களுக்காக வேறொரு இடத்தில் மீண்டும் கடன் வாங்கி இருந்தான். அவனுடைய கம்பெனியை அனுபவம் குறைந்த புதிய கம்பெனிகள் என்று மூன்றாவதாக ஒரு பட்டியல் தயாரித்து அதில் தள்ளிவிட்டிருக்கிறார்கள். அதிலும் அந்தப் பட்டியலில் உள்ள இரண்டாயிரத்து ஐநூறு கம்பெனிகளில் கடைசியாக அறிவின் பெயர். ஈசாக் முதல் லேயர் பட்டியலில்... என்ன ஒரு அயோக்கியத்தனம்? இது பயங்கரமான சதி. அறிவழகன் எந்தக் காலத்திலும் நேரடியாக பெரிய கம்பெனிகளை அணுக முடியாது.

மூன்றாவது பட்டியலில் முதலிடம் வருவதற்கே பல வருடங்கள் போராடவேண்டும் அப்புறம் இரண்டாவது லேயர் அங்கே எத்தனை வருடங்கள் என்று இப்பொழுதே சொல்ல முடியாது. அப்புறம்தான் முதல் லேயர் பற்றி யோசிக்க முடியும். ஈசாக் இந்த மாதிரி கொல்லைப்புற வேலைகளைப் பார்ப்பதில் திறமையானவன். நரி... ம்ஹூம் முன்பொரு நாள் அபி சொன்னமாதிரி நரி உயிர் வாழ்தலின் பொருட்டு செய்யக்கூடிய இயல்பான வாழ்வியல் நெறியைச் செய்ய வேண்டிய கட்டாயத்தில் அவற்றைச் செய்கிறது. ஆனால் மனிதர்கள் மற்றவர்களின் வாழ்வை அழித்து அந்தச் சாம்பலின் மீது இரக்கமற்று தங்களின் பகட்டான சாம்ராஜ்யத்தை நிறுவும் கொடிய குணம் கொண்டவர்கள். அப்பாவி விலங்குகளோடு அவர்களை எப்படி ஒப்பிடுவது?

அறிவழகனுக்கு போன் செய்தாள் அவன் எடுக்கவில்லை. பார்த்து விட்டு அவனே தொடர்புகொள்வான் என்று நினைத்துக்கொண்டு குருராஜனுக்கு போன் செய்தாள்.

“சொல்லுங்க மலர் என்ன ரொம்ப நாளைக்கு அப்புறம்....?”

“மரங்கள் பேசாமல் இருந்தாலும் காற்று சும்மா விடுவதில்லை அப்படின்னு ஒரு வரியைக் கேள்விப்பட்டு இருப்பீங்க. நமக்கு இருக்கிற பிடுங்கல்கள்லே ஒருத்தரோட ஒருத்தர் பேசாம இருந்தாலும் பெருமுதலாளிகள் நம்மளை விடறதா இல்லை.”

“அவனுங்க காத்து இல்லைங்க மலர்விழி... பேய்கள், பிசாசுகள் சதா சர்வ நேரமும் நம்மளை எப்படி அழிக்கிறதுன்னு யோசிச்சுக்கிட்டே இருப்பாங்க. காத்து வாழவைக்கும் இவனுங்க பிசாசு மாதிரி ஊரை அழிச்சிடுவானுங்க.”

“சரி உங்க கம்பெனியை ரெண்டாவது லேயர்ல வச்சிருக்கானுங்க பாத்தீங்களா?”

“ஆமா என்னைவிட எக்ஸ்பீரியன்ஸ் கம்மியான க்வாலிஃபை இல்லாத கம்பெனி எல்லாம் ஃபர்ஸ்ட் லேயர்ல இருக்கு.”

“என்ன பண்றதா உத்தேசம்?”

“நம்ம குறுந்தொழில் முதலாளிகளை ஒரு மீட்டிங் வச்சிக் கூப்பிட்டு பேசணும். அதுலேயும் குழப்பம் பண்ண ஃபர்ஸ்ட் லேயர்னு ஒரு க்ரூப்பை உருவாக்கிட்டானுங்க எப்படியும் நம்மளை உடைக்கணும்னே அவனுங்களும் வருவானுங்க. மண்டையைப் பிச்சிக்கிட்டு இருக்கிறேன் மலர்.”

“ஒண்ணும் குழம்ப வேணாம் குரு... இவங்களை எல்லாம் நம்மால ஒண்ணு சேர்க்க முடியாது. அது வீண் வேலை. இன்னும் சில எதிரிகளைத்தான் அதுல சம்பாதிக்க முடியும் இவங்களோட அசெம்ப்ளிங் யூனிட்டுக்கு நாமதான் சப்ளை பண்ணணும் ஒட்டுமொத்தமா நாம வேற ஒரு பிசினஸ்க்கு ஷிஃப்ட் ஆயிட்டம்னா அப்புறம் எக்ஸ்பீரியன்ஸ் இல்லாத கம்பெனிகளை வச்சிக்கிட்டு குப்பை கொட்ட முடியாது அதனால முக்கியமான ஸ்பேர் பார்ட்ஸ் பண்ற நாம எல்லாம் ஒண்ணா சேர்ந்து லேயர் சிஸ்டத்தை எடுக்குற வரைக்கும் வேற மேனுஃபாக்சரிங் வொர்க் செய்யலாம்னு நான் நினைக்கிறேன்.”

“குட் நல்ல ஐடியாதான். நான் மத்தவங்ககிட்ட பேசிப்பார்க்கிறேன் மலர்...”

“ஓகே குரு அவங்களை மட்டும் ஒரு ரூம்ஃப்ல கொண்டு வந்துட்டா நாம அவங்க கொட்டத்தை அடக்கிடலாம் குரு.”

“ஆமா பெருமுதலாளிகளை அடக்கித்தானே ஆகணும். ஆனா அதுக்கு குறுந்தொழில் பண்ற நாம எல்லாம் ஒண்ணு கூடணுமே நான் பேசிப் பாக்குறேன்.”

“சரி குரு ட்ரை பண்ணுங்க அப்புறம் பேசறேன்” மலர் தொடர்பைத் துண்டித்தாள். மீண்டும் அறிவழகன் எண்ணுக்கு முயற்சித்தாள். அது அணைத்து வைத்திருக்கப்பட்டுள்ளதாகத் தகவல் சொன்னது.

மலர் அலுவலகத்தில் அர்ஜுனனை வரவழைத்து அன்று வந்த கடிதங்கள் எல்லாவற்றையும் பிரித்துப் படித்தாள். நெல்லூர் ஆட்டோமொபைல்ஸ் கம்பெனியில் இருந்து காசோலை மற்றும் அடுத்த கன்சைன்மெண்ட் அனுப்பச்சொல்லி கடிதமும் வந்திருந்தது. கடிதத்தைர் படித்து முடித்துவிட்டு, ஒருகணம் அந்தக் காசோலையையே உற்றுப் பார்த்தாள். உடனே அர்ஜுனனை அறைக்கு வரச்சொன்னாள்.

“அர்ஜுன் நெல்லூர் ஆட்டோமொபைல்ஸ் லெட்டரைப் படிச்சீங்களா?”

“ஆமாம் மேடம் அதைப் படிச்சிட்டு அதையும் அவங்க அனுப்பின செக்கையும் உங்க டேபிள்ல வச்சேனே.”

“ஓகே அடுத்த கன்சைன்மெண்ட் எப்ப லோட் ஏத்துவீங்க?”

“நாளைக்கு அனுப்பிடலாம் மேடம் மார்னிங் ஏழு மணிக்கே லோடு மேன்களையும் மினி டாரையும் வரச் சொல்லிட்டேன் அதான் முதல் கன்சைன்மெண்ட்டுக்கு செக் அனுப்பிட்டாங்களே.”

“அந்த செக்கை நீங்க செக் பண்ணிட்டீங்களா?”

“பார்த்துட்டேன் மேடம் அமௌன்ட் எல்லாம் கரெக்டா இருக்கு.”

“செக் டேட் என்ன போட்டுருக்காங்க பாத்தீங்களா?”

அதை அவசரமாக எடுத்துப் பார்க்கிறார்.

“அமௌன்ட், தேதி எல்லாம் கரெக்ட்தான் ஆனா...... வருடம் 2012க்குப் பதிலாக 2002 என்று இருந்தது உற்றுப்பார்த்தால்தான் தெரிந்தது.

“அய்யோ... இதைக் கவனிக்கலை மேடம்.”

“நீங்க ரெண்டாவது கன்சைன்மெண்ட்டை நாளைக்குக் காலையிலேயே அனுப்பிடுவீங்க. ஆனா இந்த செக் பேங்குக்குப் போயி தேதி எக்ஸ்பைர்

அப்படின்னு நாலு நாள் கழிச்சு வரும். அவங்க கிட்ட கேட்டா சாரி அவசரத்துல கவனிக்காம எழுதிட்டோம் அப்படின்னு சொல்லிட்டு இந்தச் செக்கை அனுப்பச் சொல்லுவாங்க. நாம அனுப்பினா அவனுங்க புதுச்செக்கை அனுப்ப மாட்டாங்க. அப்படியே கிணத்துல போட்ட கல்லாயிடும். அவனுங்களுக்கு டெலிவரி பண்ண வேண்டிய மொத்த அயிட்டமும் போயிட்டா அவனுங்ககிட்ட லேசுல காசு வாங்க முடியுமா? இது ஒரு ட்ராக்டிஸ்... வேணும்னே தப்பா எழுதறது. நாம சரியா கவனிக்கலைன்னா மொத்தமும் பாழ்.''

''சாரி மேடம்.''

''என்ன அர்ஜுன் பேங்க் டீலிங்க் எல்லாம் நீங்கதான் பண்றீங்க கவனமா இருக்க வேண்டாமா?''

''சாரி மேடம்... லோடு ஏத்தற ஆளுங்களை இன்னொரு நாள் வரச் சொல்றேன் மேடம்.''

''மொதல்ல ராவ்க்கு போன் பண்ணி உங்க செக்ல இயர் தப்புன்னு சொல்லித் திருப்பி அனுப்பறோம்னு சொல்லுங்க. ராவ் அப்படியான்னு தெரியாத மாதிரி நடிப்பான். அவங்களைக் கண்டுபிடிச்ச மாதிரி காமிக்காதீங்க... இதெல்லாம் மேனுவல் எர்ரர்தான் சார் பிசினஸ்ல இதெல்லாம் சகஜம்தான் அப்படின்னு ரிவர்ஸ் அடிச்சுக்கங்க ஆனா போனை வைக்கும்போது உங்க செக் வந்து பாஸான பிறகு கன்சைன்மெண்ட் அனுப்பிடறேன்னு சொல்லிட்டு வச்சிடுங்க.''

''சரிங்க மேடம்... சரிங்க மேடம்.''

''அர்ஜுன் வொர்க் ஷாப் ஸ்டாஃப் எல்லாம் அவ்வளவு ஷார்ப்பா வேலை பாக்குறாங்க... ரிஜக்ட் ஆகக் கூடாது. அதே நேரம் டைமுக்கும் முடிக்கணும்னு தீயா வேலை செய்றாங்க... சீட் வொர்க் பாக்குற நீங்க எல்லாம் நிதானமா எந்தப் பிரஷரும் இல்லாம வேலை பாக்கறீங்க. ஆனா இவ்வளவு சின்னத் தப்பைக் கூட கண்டுபிடிக்க முடியலை. அவங்க ஒன்பது மணி நேரம் வேர்வை சிந்தி உழைச்சு ப்ராடக்ட் பண்றாங்க... நீங்க ஜஸ்ட் லைக் தட் பண்ற மிஸ்டேக்குல பல லட்சம் லாஸ் ஆயிடும் கவனமா இருங்க.... நோ எக்ஸ்க்யூஸஸ் அர்ஜுன்....''

''சாரி மேடம்... இனிமே கவனமா இருக்கேன்.''

''ஓகே வேனையும் கேன்சல் பண்ணுங்க.''

அர்ஜுன் மறைமுகமாக தலையில் அடித்துக்கொண்டு வெளியேறினார்.

மலர்விழி மறுபடியும் அறிவழகனுக்கு முயற்சி செய்தாள். அணைத்து வைக்கப்பட்டிருப்பதாகத் தகவல் சொன்னது. நகங்களைக் கடிக்கும் பழக்கம் நீண்ட வருடங்களுக்குப் பிறகு அப்பொழுது அவளை அறியாமல் மீண்டும் தொற்றியது. பிரச்சினை தீர்க்க முடியாத அளவுக்குச் சென்றால் மட்டுமே நகம் கடிப்பாள். குறுந்தொழிலில் பல வருடங்களாகத் தொடர்ந்து இருக்கிறாள் என்றாலும் எந்தப் பிரச்சினையைக் கண்டும் அவள் அஞ்சியதில்லை வெகு சாதாரணமாக எதிர்கொள்வாள். ஆகவே பதற்றம் எழாது. குழப்பம் வராது. ஆனால் அறிவழகனை நினைத்தால் கொஞ்சம் பயமாகத்தான் இருந்தது. எளிதாக உணர்ச்சிவசப்படக் கூடியவன் அவசரமாக முடிவெடுப்பவன்.

அறிவழகனுக்கு இப்பொழுதுதான் புதிய ஆர்டர் கிடைத்தது. ஆனால் அது நேரடியாகக் கிடைக்கவில்லை. இன்னொரு நிறுவனத்தின் துணை வேலையாகத்தான் கிடைத்தது. அது உயிர் வாழ்வதற்கான ஏற்பாடே தவிர, நிறுவனம் வாழ்வதற்கானது அல்ல. நிறுவனத்தின் அறிமுகக் கோப்பில் பெருமிதமாகச் சொல்ல முடியாது.

ஆனாலும் அறிவழகனுக்கு வேறு வழியில்லை பசி பல சமயம் சிந்தனையை, கொள்கையை, மான அவமானங்களைத் தின்றுவிட்டு எல்லோர் வயிற்றிலும் அகங்காரமாக அமர்ந்திருந்தது. அறிவழகனின் நீண்ட கால வைராக்கியங்கள் பசியின் முன் மண்டியிட்டுக் கதறிக் கதறி அழுதன. அந்த அழுகுரலின் கொடூர ஓலம் அவனை ஒவ்வொரு கம்பெனியின் வாசலிலும் எட்டி உதைத்துப் பந்தாடியது. கடைசியில் அவனும் சந்தர்ப்பச் சூழல்களின் கோரக்கரங்களுக்குள் சிக்கிச் சிதைந்து கொண்டு இருந்தான். கடைசியாக வாசல் கேட்டுகள் செய்யும் ஆணையை ஒரு பெரும் கட்டுமான நிறுவனத்திடம் பெற்றுச் செய்து கொண்டிருந்தான். அவனுடைய கம்பெனியின் பெயரை மிக எளிதாக மூன்றாவது காத்திருப்போர் பட்டியலில் இணைத்துவிட்டார்கள்.

லேயர் சிஸ்டம் அவனது கனவை முற்றிலும் சிதைத்துவிடும். உருக்குலைந்து விடுவான். நிச்சயம் தப்பாக முடிவெடுப்பான். அவனது அலைபேசி அணைத்து வைக்கப்பட்டிருப்பது இன்னும் பதட்டத்தைத் தந்தது.

அரவிந்தனுக்கு போன் செய்து மிகச் சுருக்கமாக அதே நேரம் அவனுக்குப் புரியும் வண்ணம் விளக்கி அறிவழகனைப் பார்த்துவிட்டு

வரும்படி கேட்டாள் மலர்விழி. ஒருபோதும் அவள் ஒரு வேலையை ஒப்படைத்தால் அரவிந்தன் மறுப்புத் தெரிவிப்பதில்லை. எல்லாவற்றையும் தன்னால் சமாளிக்க முடியும் என்று திடமாக நம்புகிறவள். அவள் ஒரு உதவி கேட்கிறாள் என்றால் அதில் நிச்சயம் மறைமுகமான காரணம் இருக்கும். என்று மறுபேச்சு இல்லாமல் சம்மதித்துவிடுவான். எப்பொழுதும் அவள் ஒரு வேலையைச் சொன்னால் திருப்பிச் சொல்லும் வார்த்தையை அப்பொழுதும் சொன்னான் “ஓகே டன்... டார்லிங்.”

25. பிரிதலின் வலி

*2015*ஆம் ஆண்டு.

வீட்டுக்குள் நுழைந்து அப்படியே தரையில் கால் நீட்டிப் படுத்துக்கொண்டார் பாபு. வெயிலின் தாக்கத்தில் வியர்வை அவர் சட்டையை நனைத்து உடலெங்கும் பரவி தரையில் ஒட்டிக்கொண்டது போல உணர்ந்தார். தனக்கும் தரைக்கும் நடுவே ஒரு நீர் மனிதன் படுத்திருப்பது போலிருந்தது அவருக்கு.

ஜெனிட்டா அவரருகில் வந்து என்ன என்பது போல் பார்த்தாள். அவளது முகம் சோர்ந்தும் மெலிந்தும் காணப்பட்டது. கழுத்தில் காதில் நகைகள் இல்லாமல் தெருவோரக் கடைகளில் விற்கும் மணிகளும் காதணிகளும் வெளிறித் தொங்கின. பாபு பதிலெதுவும் சொல்லாமல் சுவரை வெறித்துப் பார்த்துக் கொண்டிருந்தார்.

மிகச் சிரமப்பட்டு அவரருகில் உட்கார்ந்து அவரது தலையைக் கோதினாள். "ஜெனி நாம இப்ப வேற வீடு பாக்கணும்."

திகைத்தவள் "ஏன் இந்த வீட்டுக்கு என்ன ஆச்சு?"

"பலராமன் சரியான ஏமாத்துக்காரன். வேலையை வாங்கிக்கிட்டு, வேலையையும் கத்துக்கிட்டு இப்ப ரொம்ப சுலபமா பார்ட்னர்ஷிப் இல்லை ஷேரும் இல்லை அப்படின்னு சொல்றான். என்ன ஏதுன்னு கேட்டா திருட்டுப் பட்டம் கட்டி வேலையை விட்டுப் போ.... வீட்டை விட்டும் போ அப்படிங்கறான். அதுவும் ஒரு வாரத்துல."

“என்ன அந்த ஆள் விளையாடறாரா? நெனச்சா ‘வா’ங்கறது இல்லன்னா ‘போ’ங்கறது புள்ளத்தாச்சிக்காரியாச்சேன்னு பாக்காம வீட்டை விட்டுத் தொரத்தலாமா நான் போயி கேக்கறேன்.”

அவளது கைகளைச் சட்டெனப் பிடித்து, “அதெல்லாம் வேணாம் ஜெனி அவங்க திடீர்னு முடிவு பண்ணலை, திட்டம் போட்டுத்தான் செய்றாங்க. கேக்கறதுனால ஒரு பிரயோஜனமும் இல்லை. அவங்க அப்பாவை வச்சி நடத்த முடிவு பண்ணிட்டு மெல்ல மெல்ல காய் நகர்த்தி இருக்காங்க நான்தான் புரிஞ்சிக்காம இருந்திருக்கேன்” நீ அவமானப்பட வேண்டாம்....”

“நீ எப்பதான் யாரைத்தான் புரிஞ்சுக்கப் போற? நாம கெழவன் கெழவி ஆன பிறகா? இப்படித்தான் அந்த வீட்டிலேர்ந்து திருட்டுப்பய மாதிரி ஓடி வந்தோம், இப்போ இங்கேயிருந்து பிச்சைக்காரன் மாதிரி ஓடப்போறோமா?” என்னா பொழப்பு இது? ஏற்கனவே எட்டரை லட்சம் கடன்! அதை எப்படி அடைக்கப்போறோம்னு தெரியலை... இப்ப அடுத்த வேளை சாப்பாட்டுக்கு என்ன பண்ணப்போறோம்னு தெரியலை நல்ல முன்னேற்றம்... இதுல வயித்துல புள்ளை வேற... அதுக்கு ஆஸ்பத்திரிக்குப் போகணும் புள்ளை பெக்கணும் என்ன பண்ணப் போறே செலவுக்கு?”

“நானே நொந்து நூலாயிருக்கேன்... நீ என்னடான்னா இன்னும் குத்திப் புண்ணாக்குறே? மனுஷன் நிலைமையைப் புரிஞ்சு பேசு ஜெனி.”

“ஆம்பளைங்க கண்ணால காதலிப்பாங்க பொம்பளைங்க காதால காதலிப்பாங்கன்னு சொல்லுவாங்க... நீ கண்ணால காதலிச்சியோ இல்லையோ நான் காதால காதலிக்கலே பாபு. உன்னைப் பத்தி, உன் சாமர்த்தியத்தைப் பத்தி, உன்னோட ஊரு சனம் சாதி மதம் எதையும் கேக்கலை. கண்ணை மூடிக்கிட்டு காதலிச்சிட்டேன்.

ஒன்னை ஒருத்தன் அடிச்சா ஒன்னாலேயும் எந்திரிக்க முடியலை... ஒன்னைத் தூக்கிவிடவும் ஒறவு சொந்தம்னு ஒருத்தனும் இல்லை. உன் கிட்ட இருக்கறவன் எல்லாம் ஒண்ணு, ஒன்னை ஏமாத்துறான் இல்லை ஒன்னை அண்டிப் பொழைக்கறவனா இருக்கறான். கிண்டியில சாலமன் உன்னை ஏமாத்திட்டான்னு எர்ணாவூர் போயி பட்டறை வெச்சே... இருந்த என் கொஞ்ச நஞ்ச நகையும் அதுல வாரிக்கிட்டு போயிடுச்சு. கடன்தான் தலை மேல உக்காந்துகிட்டு இருக்கு... நல்லதா வாய்க்கு ருசியா சாப்புட முடியாது ஒரு அவசரத்துக்கு டாக்டர்கிட்ட போக முடியாது ஒன்னை நம்பி நான் எப்படிக் குடுத்தனம் நடத்தறது?”

பாபு பதிலேதும் பேசாமல் அமைதியாக அவளின் குமைச்சலைக் கேட்டுக்கொண்டிருந்தார். எப்படி சமாதானப்படுத்த முடியும்? எல்லாம் நியாயமான கேள்விகள்.

“இப்ப அடுத்த கூரை எங்க இருக்குன்னு தேடணும் அதுக்கு அட்வான்ஸ் குடுக்கக் கூட உன்கிட்ட பணம் இருக்கான்னு தெரியலை. அடுத்த வேளை சோத்துக்கு என்ன பண்ணப் போறோம்? அதுவும் தெரியலை... நான் என்னா பண்ணணும் அதையாச்சும் சொல்லு.”

பாபுவின் குரல் கம்மியது “தப்புதான் ஜெனி... உடம்பு படுத்துன அவசரத்துல இதை எல்லாம் நான் யோசிக்கலை... உன்னைப் பாக்குற வரைக்கும் நானும் என் நிலைமையைப் புரிஞ்சுதான் வச்சிருந்தேன். எதுக்கும் ஆசைப்படலை உன்னைப் பார்த்த நேரம் புதுசா ஃபேக்டரி.... வேலை செய்ய, தங்கறதுக்கு இடம்னு எல்லாம் தானா அமைஞ்சுது... அதுனால தடுமாறிட்டேன். நீ சொன்னது எல்லாம் நியாயம்தான். எனக்கு இந்தச் சூழ்ச்சிங்க புரியலை, ஆளுங்களை எடைபோட தெரியலை. எல்லாத்துக்கும் நான் என்னை விலை குடுக்கலாம்.... ஆனா உன்னையும் சேர்த்து விலை குடுத்துருக்கக் கூடாது... இந்த சூதாட்டத்துல நான் தோத்துட்டேன் உன்னையும் பணயம் வச்சிருக்கக் கூடாது... உங்க அம்மா கால்ல விழுந்தாவது உன்னை அவங்க கையில ஒப்படைச்சிடறேன். என்னை மன்னிச்சுடு” ஓவென்று கதறி அழுதார்.

என்ன செய்வது என்று தெரியாமல் திகைத்தாள் ஜெனி. பாபுவின் மீது வண்டி வண்டியாய் கோபமிருந்தது. ஆனால் அவர் கதறி அழுவதைப் பார்த்ததும் எல்லாம் வடிந்து திடீரென அவரது இயலாமையின் மீது குரூரமாகக் குதறிவிட்டோமோ என்கிற பச்சாதாபம் அவளை ஆட்கொண்டது. அவரது தலையை சாய்த்து தன் மார்பில் அணைத்துக் கொண்டாள்.

“மன்னிச்சுக்க பாபு... உன்னைக் காயப்படுத்தணும்னு எண்ணம் இல்லை, அப்படி இருந்தா மன்னிச்சுக்க... ஆனா இனிமே உனக்குச் சுமையா இருக்க விரும்பலை... சும்மா வீம்புக்காக நாம சேர்ந்து இருந்தோம்னா உன் மேல வெறுப்பு அதிகமாயிடும். என்னை எங்க அம்மா வீட்டுல விட்டுடு. என் அம்மா என் மேல கோச்சுக்க மாட்டா அவங்க கூட இருந்தா உன் புள்ளை நல்லபடியா பொறக்கும்... அம்மாகிட்ட தையல் மெஷின் இருக்கு... கையில சமையல் தொழில் இருக்கு... ஒழைச்சிப் பொழச்சிக்குவோம். மூழ்குதுன்னு தெரிஞ்சதால தப்பிச்சு

ஓடறேன்னு நினைக்காதே. என்னையும் சொமந்துகிட்டு ஒன்னால ஓடமுடியாது. சுதந்திரமா முடிவெடுத்து ஒன்னை நெலைப்படுத்திக்க. அதுவரைக்கும் காத்திருக்கேன். ஒன்னோட கையாலாகாத்தனம்னு நினைக்காதே இப்போதைக்கு இதுதான் புத்திசாலித்தனம்."

மறுபேச்சில்லாமல் பாபு தலையாட்டினார் "நாளைக்குக் காலையில போலாம்" என்று தழுதழுத்த குரலில் சொன்னார்.

"டேய் எலி... எங்கடா இருக்கே?" வண்டு குதூகலமாகக் கேட்டான்.

"நீங்கதான் சவுரியமா ஒரு எடம் பார்த்து செட்டிலாயிட்டீங்க என்னை பிலாக்கா மாரி அலைய விட்டுட்டீங்க பேமானிப் பசங்களா."

"போடா உனக்குப் பேரு மட்டுமில்லே மூளையும் எலி மாரிதான்... நாங்க செட்டிலாவலைடா மயிரு... தேட்டை போடறதுக்கு எல்லா ஏற்பாடும் பண்ணி வெச்சிருக்கோம். இரும்பு பீசை எல்லாம் கீழே இருக்குற பைப்படிகிட்ட வெச்சு அதுக்கு ஒரு இரும்பு கேட்டு செஞ்சு பூட்டி வெச்சிட்டான் அந்த டோமரு பாபு. அவன் போயி ஒரு வாரமாச்சு. இப்ப இருக்கற கெழவன் கிட்ட பதமா பேசி மொட்டைமாடிக்கு அல்லாத்தையும் தூக்கிட்டு வந்துட்டோம். பின்னாடி அதே குட்டை... கிழவனை கரெக்ட் பண்ணி நைட் வாட்சுமேனை அதைச் சொல்லி இதைச் சொல்லி நிறுத்திட்டோம். எதுத்தாப்புல உள்ள சிசி டிவி கேமராவை நேத்தி ராத்திரி ஒடைச்சிட்டோம் அவன் மாத்துறதுக்கு இன்னும் பத்து இருவது நாளாவும்... இன்னிக்கு ராத்திரியிலிருந்து ஒண்ணொண்ணா தூக்கிரலாம். பன்னண்டு மணிக்கு மேல வந்துரு சரக்கு கிரக்கு போட்டுடாதே."

"மெய்யாலுமா? நான் என்னமோ.... காக்கி ட்ரவுசர் போட்ட மாரி ஒங்களுக்கு ஓழப்பாளர் செலை பக்கத்துல ஒரு செலை வப்பானுங்க... அதுவரைக்கும் நீங்க மாடா ஓழச்சு மசுரா தேயப்போறீங்கன்னு நெனச்சிக்கிட்டு இருந்தேன்."

"ஆமாமா நாங்க அப்படியே ராத்திரி பகலா ஓழச்சு கம்பெனி ஜி.எம் ஆவப்போறோம்.... போடிங்க.... என்னா ஒழைச்சாலும் ஒனக்கும் எனக்கும் கிழிஞ்ச டவுசரும் நல்லுக்கடை சுண்டக்கஞ்சியும், குவாட்டர் சரக்கும்தான் நெலை... யோக்கியனா இருந்தா செத்தப்புறம் ஐயோ பாவம் நல்ல மனுசன் பூட்டான் அப்படின்னு சொல்லிட்டு சரக்கைப் போட்டுட்டு மட்டையாயிடுவானுங்க. அதுக்கோசரம் இவனுங்ககிட்ட நாயா தேயணுமா? ராத்திரிக்கு வா மாமு சுட்டுரலாம்."

போனை வைத்ததும், “அதுக்குள்ளே அவசரப்பட்டு ஏண்டா எலிகிட்ட சொன்னே?” என்று கடிந்துகொண்டான் சத்யா.

“அவனுக்கு முன்னாலேயே மேட்டர் தெரியும் இங்கேர்ந்து காணாப்போச்சுன்னு கம்ப்ளெயிண்ட் போச்சுன்னா டாணாக்காரனுங்க தேடிட்டு வந்தாங்கன்னு வச்சிக்க மொதல்ல எலிதான் துப்பு குடுப்பான்.”

“அது தெரியுண்டா கேப்மாரி.... மொட்டை மாடியில எத்தனை பீஸு இருக்கும்னு அவனுக்குத் தெரியாது. மொத ஒரு வாரத்துக்கு நாம அள்ளிட்டு அப்புறமா அவனை இட்டாந்துருக்கலாம்.”

“ஆமாண்டா இது தோணாம போச்சே ஒன் நிமிட்டுல மூளை நட்டுக்கிச்சு... இப்ப இன்னான்றே நீ?”

“அவனைப் பன்னண்டு மணிக்கு மேலதானே வரச் சொல்லி இருக்கே... அதுக்கு முன்னால நாலைஞ்சு பீஸை குட்டைக்குள்ளே தள்ளிவுட்ருவோம் அது பாட்டுக்கு கெடக்கட்டும். அவன் வந்தப்புறம் ரெண்டு பீஸை குட்டையில வுளாம தள்ளிப் போட்ருவோம். குட்டையில உள்ளதை நாளைக்கு பதினொரு மணிக்கு எடுத்துத் தள்ளிட்டுப் போயிடுவோம் டெய்லி அவனை பன்னன்டு மணிக்கு வரச்சொல்லுவோம் என்னான்றே?”

“ஒருவேளை நாளைக்கே நான் குணா அண்ணன் ஆயிட்டேன்னு வச்சிக்க நீதான்டா எனக்கு சோத்தாங்கையி.”

“எப்படியும் இங்க இருக்கறது ஏழெட்டு டன் இருக்கும். ஒரு முக்கா டன் எடுத்துட்டு அப்புறம் கொஞ்ச நாளு அமுக்கிக்கிட்டு கெடப்போம். அப்புறமும் ஒண்ணும் ரியாக்ஷன் இல்லைன்னு வெச்சிக்க அதுக்கப்புறம் அரை டன்னு அவ்ளோதான்... மவனே சொல்டேன் அதுக்கு மேல ஆசப்பட்டு எலியை வெச்சிக்கிட்டு க்ராஸ் கேம் ஆடிராதே.”

“சேச்சே இனிமே நீதான் எனக்கு எல்லாமே... ஒன்னை வுட்டுட்டு ஒண்ணுக்குக்கூட போவ மாட்டேன் சத்யா... எனக்கு அவ்வளவு ஐடியா பத்தாது.”

“கடசியா சொன்ன பாரு அத்த மண்டையில பொரிச்சு வெச்சிக்க புர்தா? திருடறது தெறம இல்லே... த்த்தா ஒத்தன் கையிலேயும் சிக்காம திருடனும் அதான் தெறம.”

இருவரும் சேர்ந்து வொர்க் ஷாப்பில் இருந்த நைலான் கயிறை எடுத்து மொட்டை மாடியில் இரும்புக் கம்பிகளுக்குப் பக்கத்தில் போட்டு வைத்துவிட்டுக் கீழே வந்து காசியிடமும் சேகரிடமும் "டேய் போங்கடா வூட்டுக்கு.... ரொம்பதான் கெடந்து எழைக்கறீங்க... மணி எட்டாவப் போவுது கௌம்புங்க" என்றனர். அவ்வளவுதான் எல்லாவற்றையும் எடுத்து வைத்து சோப்புத் தண்ணீர் போட்டு கைகளைக் கழுவிவிட்டு காசியும் சேகரும் கிளம்பினர்.

வண்டு குணாவுக்கு போன் செய்தான். "அண்ணே எல்லா ஏற்பாடும் பண்ணியாச்சு.... இன்னிக்கு ராத்திரியிலேர்ந்து கச்சேரியை ஆரம்பிச்சிடுவோம். சென்றாயன்கிட்ட ராத்திரி பத்து மணிக்கு மேல கடைக்கதவை ஒருக்களிச்சுத் தொறந்து வெக்கச் சொல்லிடுண்ணே... லைட்டு போட வேணாம் சரக்கு வந்துடும்னு சொல்லிடு."

"ஆங்... ஆங் பாத்து உசாரா பண்ணுங்கடா... ஒரு வாரத்துக்கு எவன் கிட்டயும் வம்பு வழக்கு வெச்சிக்காதீங்க. நமக்குத் தெரியாம எவனாச்சும் நம்மளை ஃபாலோ பண்ணிடப் போறான்... அவன் எதுக்காச்சும் வருவான் நாம எக்குத்தப்பா மாட்டிக்குவோம்... இதுல பாய் இன்வால்வ் ஆயிருக்காருன்னு யாருக்கும் தெரிய வாணாம்... மாட்டுனா கூட வாயைத் தொறக்கக் கூடாது... வெள்ளிக்கிழமை, சனிக்கிழமையில வெவகாரத்தை வெச்சிக்காதீங்க மாட்டுனா கோர்ட் கெடையாது... வெளில வரமுடியாது. உள்ள வெச்சு வெளுத்துடுவானுங்க... அந்த ரெண்டுநாளும் சரக்கடிச்சிட்டு கவுந்து கெடங்க. என்ன புர்தா?"

"சரிண்ணே சரிண்ணே... பாத்து உசாரா இருந்துக்கறோம்."

போனை வைத்துவிட்டு "பாய் பயங்கரமான ஆளுடா விக்கிற சரக்கை எல்லாம் அவரே சென்றாயன்கிட்ட வெலை பேசி எடுத்துக்கறாரு... அப்புறம் அவரு யார்கிட்டயாவது டபுள் ரேட்டுல வித்துடுவாரு. நடுவுல போலீஸ் வராம அவரு பாத்துக்குவாராம்."

"ஜித்தன் டா அந்த ஆளு... அவன் எப்படி இருந்தா நமக்கு என்ன? ஆகவேண்டியதைப் பாப்போம். அண்ணன் க்ரீன் சிக்னல் காமிச்சிட்டாருன்னா நமக்கு பிரச்சினை எதுவும் வராதுன்னு அர்த்தம். கௌம்பு மாமு" உற்சாகமாகக் கிளம்பினான் சத்யா.

26. மஞ்சள் வாட்டில் பறவை

2015ஆம் ஆண்டு.

மலர்விழி மெலிதான சிறு புள்ளிகள் நிரம்பியிருந்த சன்னமான மஞ்சள் நிற இரவு உடையில் மங்கலான விளக்கொளியில் அப்பொழுதுதான் பூத்த மலர் போல இருந்தாள். முகத்தின் மீது இரவு விளக்கின் சிறு வட்டம் படிந்து அவளை வாசம் பிடித்துக்கொண்டிருந்தது. திறந்திருந்த ஜன்னல் வழியே நுழைந்த காற்று தடுமாறி அவளது இரவு உடைக்குள் நுழைந்து உற்சாகமாக நீந்திக்கொண்டிருந்தது. அதன் ஆனந்த கொப்பளிப்புகள் ஆங்காங்கே எழும்பி பின் தணிந்து பின் மீண்டும் எழுந்து குதித்துக்கொண்டிருந்தன.

அரவிந்தன் எப்பொழுதும் போலத் தனது சீழ்கை ஒலியுடன் நுழைந்தான்.

> நான் மலரோடு தனியாக ஏன் இங்கு நின்றேன்.
> என் மகராணி உனக்காக ஓடோடி வந்தேன்.

என்னும் பாடலின் ராகத்தை காதலுடன் விசிலடித்தபடி அவளருகில் அமர்ந்தான். அவளிடமிருந்து எப்பொழுதும் அடுத்த வரி பாடலாக வரும். ஆனால் அன்றைக்கு அவளிடம் எந்தச் சலனமும் இல்லை.

“என் மகராணி உனக்காக ஓடோடி வந்தேன்” என்று வாய்விட்டுப் பாடினான்.

அவளிடமிருந்து பெருமூச்சு ஒன்று தாமதமாக வந்தது.

“என்னாச்சு மகராணி மாதம் மும்மாரி பெய்யவில்லையா?”

“நோ ஜோக்ஸ் ப்ளீஸ்.”

“ஏன் அம்புட்டு சீரியஸ் எனி ப்ராப்ளம்?”

“அரவிந்தன் எப்பவும் எனக்கு ஏதாவது சிரமம்னு வந்தா நான் ஏதாவது உதவி செய்யட்டுமான்னு கேட்பே... வேணாம் நான் சமாளிச்சுக்கறேன் அப்படின்னு சொல்லிடுவேன்... ஆனா இப்ப எனக்கு இப்ப நெருக்கடியை உன்கிட்ட சொல்லணும் அப்படின்னு தோணுது... உனக்கு டைம் இருக்கா?”

“சீ என்னடி இது... டிப்ளமடிக் கொஸ்டீன் எல்லாம்... நோ ஃபார்மாலிட்டீஸ் சொல்லுங்க என்ன பிரச்சினை?”

“குறுந்தொழில் உலகத்தை அடிச்சு நசுக்கணும் அப்படின்னு ஏகப்பட்ட நெருக்கடிகளைக் குடுத்துக்கிட்டே இருக்காங்க. எல்லாத்தையும் சமாளிச்சு போராடிக்கிட்டுத்தான் இருக்கேன். ஆனா இப்ப புதுசா கொண்டு வந்துருக்கற லேயர் சிஸ்டம் இனிமே நம்மால இந்தத் குறுந்தொழிலைத் தொடர்ந்து நடத்த முடியுமான்னு யோசிக்க வச்சிடுச்சு.”

“ஓகே ஒண்ணும் பிரச்சினை இல்லை நீ சம்பாதிச்சுதான் குடும்பத்தை நடத்தணும்னு இல்லை... எப்ப வேணும்னாலும் வைண்டப் பண்ணிக்கலாம் அப்படிங்கற முடிவோடதானே இந்த பிசினஸை நீயும் ஆரம்பிச்சே நானும் அக்சப்ட் பண்ணினேன். டோண்ட் வொர்ரி இதுக்கா இத்தனை யோசனை... ஜஸ்ட் த்ரோ இட் பேபி.... பாத்துக்கலாம்.”

“தூக்கி எறியறது பிரச்சினை இல்லை அரவிந்த்... ஆனா தோத்துப் போனவளா அதிலேர்ந்து ஓடிவரக்கூடாது. பொம்பளையால இதெல்லாம் முடியாதுன்னு அப்பவே தெரியும்னு இண்டஸ்ட்ரி முழுக்க வம்பு பேசுவாங்க.”

“எவன் எது பேசுனா என்ன? நம்ம வாழ்க்கை நம்ம முடிவு.”

“உண்மைதான் அரவிந்த்... நம்ம முடிவுதான். ஆனா நாம எடுக்கற முடிவு நம்மை காலம் முழுக்க நெனச்சு நெனச்சுக் குமுற வைக்கக் கூடாது... அந்த முடிவை எடுத்துட்டேன்னா என்கிட்டேர்ந்து நானே தப்பிக்க முடியாது. என் சுட்டுவிரல் என்னையே எரிச்சுக்கிட்டு இருக்கும்... அதுவுமில்லாம இந்த கம்பெனியை நம்பி முப்பது முப்பத்திரெண்டு பேரு வேலை செய்றாங்க... அவங்களை எல்லாம் திடீர்னு வீட்டுக்குப் போங்கன்னு சொல்லணும்... அவங்களை

நெனச்சாத்தான் ஒரே கவலையா இருக்கு.''

"நீ வேற என்னமோ மனசுல வச்சிருக்கே... அது சரி வருமான்னுதான் இப்ப என்கிட்ட கேக்க நெனைக்குறே? ஆம் ஐ ரைட்?''

"ரைட்... இங்க ஒவ்வொரு நாளும் போராட முடியாது அரவிந்த். போராடுனாலும் பெருசா ஜெயிக்க முடியாது. பிசினஸை ஸ்விட்ச் ஓவர் பண்ணிடலாம்னு யோசிக்கிறேன்.''

"என்ன பண்ணலாம்னு நினைக்கிறே?''

"பழைய கண்டெயினரை வாங்கி அதை பப்ளிக் ரீயூஸ் பண்ற மாதிரி கன்வெர்ட் பண்றது. உதாரணமா ரியல் எஸ்டேட் லேண்ட்ல டெம்ப்ரரி ஷெட், ஹைவேயில டெம்ப்ரரி வொர்க்ஷாப் இல்லைன்னா மினி ஹோட்டல் டீ ஷாப் இப்படி சீப் ரேட்டுல மாடிஃபை பண்ணித் தர்றது.''

"ஓகே உன்னால முடியும்னா கேரி ஆன்....''

"என்னால மட்டும் முடியாது... உன்னோட ஹெல்ப்பும் வேணும்.''

"புரியலை.''

"இதுவரைக்கும் பண்ணின பிசினஸ்க்கு பெரிசா இன்வெஸ்ட்மெண்ட் தேவைப்படலை. ஆனா கண்டெயினர் பிஸினஸ்க்கு பணம் அதிகம் தேவைப்படுது. லோனுக்குப் போகலாம்னா ப்ளட்ஜ் பண்ண பெரிய அளவுக்கு நம்மகிட்ட ப்ராப்பர்ட்டி இல்லை.''

"சரி என் பேர்ல லோன் போனா அதிகம் கிடைக்க வாய்ப்பிருக்கு அதான சொல்ல வர்றே?''

"ஆமாம் அரவிந்த்.''

"உன்னோட பட்ஜெட் அப்புறம் எவ்வளவு அமௌன்ட் தேவைப்படும் அப்படின்னு எனக்கு ரஃப் கால்குலேஷன் குடு. நான் என்ன பண்ணலாம்னு யோசிக்கிறேன்.''

மலர்விழி எழுந்து சென்று மேஜை இழுப்பறையில் இருந்து ஒரு ஃபைலை எடுத்தாள். அவளது மஞ்சள் நிற இரவு உடையின் சன்னமான வெளி வழியே அவளது நெளிவு சுளிவுகள் உயர்ரக மதுவை அருந்தியது போன்ற உணர்வைத் தந்தன. அரவிந்துக்குள் கிளர்ந்த உணர்வுகள் அவனுள் சன்னதம் வந்தது போல ஆட்டிப்படைத்தன. ஃபைலுடன் அவனருகே வந்தாள்.

“கிட்டத்தட்ட ஒரு மூணு மாசமா இந்த யோசனைதான் அதனால ஏற்கனவெ ஒரு பட்ஜெட் போட்டு வொர்க் அவுட் பண்ணி வெச்சிருக்கேன். இதைப் பொறுமையா படிச்சுப்பாரு அரவிந்த்” என்று அவனிடம் தந்தாள்.

“அதைப் புரட்டிப் பாக்குறதுக்கு முன்னால இதைப் புரட்டிப் பார்க்கிறேன்...” என்று அந்த ஃபைலை ஓரமாக வைத்துவிட்டு அவளை அணைத்து தோட்டத்தில் வனப்புடன் வளர்ந்திருக்கும் வாழையின் மீது அருகிருக்கும் கொடி தவழ்வது போலத் தழுவினான். அவனது உடல் ததும்பிக்கொண்டிருந்தது. தரையில் கொட்டிக் கவிழ்க்கப்பட்ட எரிவாயு திரவத்தின் அருகே தீக்குச்சியுடன் அலைபாயும் விரல்கள் போல அவனது உடல் அவள் மீது தகிப்புடன் பரவியது.

“டேய்... டேய்... நான் சீரியஸா பேசிக்கிட்டு...” என்கிற அவளது உதடுகளைப் பற்றி இழுத்து கனிந்த ஸ்ட்ராபெர்ரியைச் சுவைப்பது போல கவ்வினான்.

“யார்கிட்டயும் எனக்குத் தோக்கப் பிடிக்காது அரவிந்த். ஆனா உன்கிட்ட தோக்குறதுன்னா அவ்வளவு பிடிக்கும் கொலைகாரா” என்று அவனை அணைத்து பின் அவனுள் அணைந்துபோனாள்.

எந்தப் பிரச்சினைக்கும் அவர்கள் கண்டறிந்த தீர்வு முயங்குதல்தான். ஒருவருக்குள் ஒருவர் தொலையும்போது அவர்களுக்கான குழப்பங்கள் பிரச்சினைகளுக்கான ஒரு உன்னதத் தீர்வு சட்டென சுடர் விட்டெழும்,

ஆண்மையின் சொட்டு அவளுள் கரைந்த பின்னும் எழ மனமில்லாமல் அவள் மார்பின் மீது கவிழ்ந்து கிடந்தான். சில நிமிடங்களுக்குப் பிறகு....

“என் மஞ்சள் வாட்டில் பறவையே” என்றான் சற்றும் காதல் குறையாமல்....

“சொல்லுடா?”

“மஞ்சள் வாட்டில் பறவை பற்றி உனக்குத் தெரியுமா?”

“ம்ஹூம்.”

“அது அத்தனை அழகா இருக்கும். அதில் பெண் பறவை தன்னம்பிக்கையின் அடையாளம். அதன் குரல் கர்ஜனை மாதிரி கம்பீரமா இருக்கும். தன் குடும்பம் தங்குவதற்கான கூட்டினை பெண்பறவைதான் தன்னந்தனியே கட்டுமாம். ஆண் பறவைக்கு

அவ்வளவு நேர்த்தியாகக் கூடு கட்ட வராது. கூட்டுக்குத் தேவையான அத்தனை பொருட்களையும் பெண் பறவைதான் தேடித் திரட்டி வருமாம். ஆண் பறவை அதன் குஞ்சு பறவைகளோடு விளையாடி அவற்றைப் பார்த்துக்கொள்ளுமாம்.''

''சரிங்க பாட்டனி புரபசர்.''

''கூடு மிக வலுவாக பாதுகாப்பாக அழகாக அமைக்கும் ஆற்றல் பெண் வாட்டில் பறவைக்குத்தான் உண்டு அப்படிங்கறதால ஆண் பறவை அதில் தலையிடுவதே இல்லை.''

''இதன் மூலம் தாங்கள் சொல்ல வருவது?''

''என்னுடைய ஜாப்லேர்ந்து நான் ரிசைன் பண்ணிடறேன். பி.எஃப். அமௌன்ட், சேவிங்ஸ், லீவ் என்கேஷ்மெண்ட் அமௌன்ட் எல்லாம் கிடைக்கும்... அதை வெச்சி நீ பிசினஸ்ஸை ஆரம்பி... உனக்குக் கூட இருந்து ஹெல்ப் பண்றேன்.''

''போதையில உளறாதே.... தெளிஞ்சப்புறம் பேசிக்கலாம்.''

அவளை மறுபடி இறுக அணைத்துக்கொண்டு ''ட்ரிங்ஸ் அடிச்சா ஒரு மணி நேரத்துல தெளிஞ்சிடும் இது வேற போதை... நீ நினைக்குற மாதிரி உன் உடல் மீதான போதை இல்லை... உன்னோட அபார திறமை மேல உள்ள நம்பிக்கை போதை... எனக்கு இத்தனை நிர்வாகத்திறன் கிடையாது மலர். எனக்கு யாராவது வேலை சொல்லணும் அதை நான் கர்ம சிரத்தையா செஞ்சு முடிப்பேன். பின்னாடி நின்னு ஒழுங்கா செய்யறனா அப்படின்னு யாராச்சும் பார்த்துக்கிட்டே இருக்கணும்... தேவைப்பட்டா கரெக்ஷன் பண்ணிக்கிட்டே இருக்கணும். அதான் நான். ஆனா நீ அப்படி இல்லை... நீ பார்ன் எண்டர்ப்ரெனர்... நீ ஒரு நிர்வாகியா இருக்கறதுக்குன்னு படைக்கப்பட்டவ... அதனால உன் மேல நம்பிக்கை இருக்கு. நான் கண்டிப்பா இன்வெஸ்ட் பண்ணுவேன்.''

''அவசரப்படாதே அரவிந்த்... இதை உன்கிட்ட எதிர்பார்க்கலை... லோன் அரேஞ்ச் பண்ணமுடியுமான்னுதான் கேக்கணும்னு நெனச்சேன்... இவ்வளவு பெரிய ரிஸ்க் எல்லாம் எடுக்க வேணாம். ரிவெஞ்சுக்காக வாழ்க்கையைப் பணயம் வைக்கக் கூடாது... எமொஷனல் டிசிஷன் எப்பவும் ஆபத்தானது.''

''ஒருவேளை நான் பிசினஸ்ல இருந்து நீ எங்கேயோ ஜாப்புல இருந்து

என்னோட பிசினஸ் டெவலப்புக்காக உன்னோட வேலையை விட முடியுமான்னு கேட்டிருந்தா நீ தயங்காம ஓகே சொல்லி இருப்பே… ஏன்னா ஆண்கள் எப்படியும் ஜெயிப்பாங்கன்னு நீங்க திடமா நம்புவீங்க… நான் நம்பக்கூடாதா? நீ நிச்சயம் ஜெயிப்பே மலர் உன்னோட ஷார்ப்னெஸ்… ப்ரெடிக்ஷன்ஸ்… பிரச்சினைகளை டீல் பண்ற விதம் எல்லாம் அமேசிங்… எனக்கு ஹண்ட்ரட் பெர்சன்ட் நம்பிக்கை இருக்கு… யூ கேன் வின்.”

“தேங்க் யூ டியர்” அவனது மோவாயை நிமிர்த்தி அதில் முத்தமிட்டாள். பின்னர் “ஆனா நம்ம லைஃப் செக்யூரிட்டிக்கு என்ன பண்றதுன்னு யோசிச்சிட்டு அப்புறமா இந்த விஷயத்துல முடிவெடுத்துக்கலாம். தேங்க் யூ வெரி மச் டியர் மறுபடியும் முத்தமிட்டாள். அவன் காதினை இதழ்களால் வருடி, “புரிதலிலும் உணர்தலிலும் இருமனம் தோய்ந்து மூழ்கும்போதுதான் காதலின் உன்னதம் மகத்தான உச்சத்தை அடைகிறது. உண்மையான ஆதர்சம் அதுதான் இல்லையா அரவிந்த்” என்றாள் காதல் ததும்பி வழிய…

“இவ்வளவு பிலாசபியை என்னால தாங்க முடியாதுடி எனக்கு என்ன புரியுதுன்னா, இன்னொரு ஆட்டம் போடலாமான்னு நீ கேக்கற மாதிரி இருக்கு.”

அவனது நெஞ்சில் செல்ல குத்துகள் குத்தி “போடா காமுகா” என்று சிணுங்கினாள்.

27. போதிமரம்

2015ஆம் ஆண்டு.

பாபு முகாமுக்கு வந்தபோது ஜப்பார் அடுப்புக்கான காய்ந்த தென்னம் ஓலைகளைக் கிழித்துக்கொண்டிருந்தார். தென்னம் ஓலையின் வாசம் ஒருவித அகநெருக்கத்தை உருவாக்கும். மீண்டும் அவருடன் அவருடைய வீட்டுக்கே வந்தது போன்ற உணர்வைத் தந்தது.

"பாபு எங்கப்பா ஜெனிட்டா? நீ மட்டும் வந்திருக்கே?"

"அவ மாசமா இருக்கான்னு போனதரம் வந்தப்ப சொன்னேன்ல... டாக்டர்கிட்ட காமிச்சப்ப இப்ப அதிகம் ட்ராவல் பண்ணக்கூடாதுன்னு சொல்லிட்டாங்க."

"ஆமாமா அதை மறந்துட்டேன்... சரி சரி உடம்பை நல்லபடியா பாத்துக்கட்டும் இப்ப அதுதானே முக்கியம். டாக்டர் என்ன சொல்றாங்க...? குழந்தை நல்லா வளருதாமா?"

"அதெல்லாம் ஒண்ணும் பிரச்சினை இல்லை வாப்பா நல்லா இருக்கு. அவங்கம்மா வீட்டுல விட்டுருக்கேன்."

"சரி உள்ள வா டீத்தண்ணி சாப்பிடலாம். கதீஜா" என்று உள்ளே திரும்பி அழைத்தார். அது அவளது காதுகளை எட்டவில்லை.

"வேணாம் வாப்பா அவங்களை இப்ப கூப்புட வேணாம். உங்ககிட்ட கொஞ்சம் தனியா பேசணும் வாப்பா."

உள்ளே மீண்டும் திரும்பிப் பார்த்தார், கதீஜா வரவில்லை.

“ம்.... சொல்லுப்பா.”

“ஜெனிட்டாவை மறுபடி கூப்புடற உத்தேசம் இல்லை வாப்பா. அவ அங்கேயே இருக்கட்டும்னுதான் விட்ருக்கேன்.”

“ஏம்பா ஏதாச்சும் பிரச்சினையா?”

“பிரச்சினை எங்களுக்குள்ள இல்லை வாப்பா. நான் பண்ணிக்கிட்டிருந்த தொழில் நஷ்டமா ஆயிடுச்சு. ஏகப்பட்ட கடன்... இருக்கற மெஷினை எல்லாம் வித்துட்டு வேறொருத்தர் மொதல் போட்ட மெஷின்ல வேலை செஞ்சேன். ஆனா அந்த ஆளும் திட்டம் போட்டு ஏமாத்திட்டான். திறமை இல்லாம தோக்கலை வாப்பா... நம்பிக்கைத் துரோகம் பண்ணினதால தோத்துப்போயிட்டேன். என் கூட சேர்ந்து அவளும் பிள்ளையும் கஷ்டப்பட வேண்டாம்னு அவங்கம்மா வீட்டுல விட்டுட்டேன்.”

“கொஞ்ச நாளைக்குதானே.”

“இல்லை வாப்பா அவங்களாவது நிம்மதியா இருக்கட்டும். இந்தத் தொழில்ல நேர்மைக்கோ நம்பிக்கைக்கோ உத்திரவாதமே இல்லை வாப்பா. பொழப்பைப் பாத்தோம் நாலு காசு சம்பாதிச்சு ரெண்டு பேருக்கு நம்மாலான உதவியைச் செஞ்சோம்னு இல்லாம எவன் எப்ப ஏமாத்துவான், எவன் எப்ப முதுகுல குத்துவான், நாம யாரை அமுத்தி மேல வரலாம் அப்படின்னு சதா யோசனை பண்ணிக்கிட்டே இருக்க முடியாது வாப்பா. தொழிலாளியா இருந்த வரைக்கும் சம்பளம் பத்தலைன்னு ஒரு பிரச்சினைதான்... ஆனா இப்ப நிம்மதியா தூங்க முடியலை, நிம்மதியா சாப்பிட முடியலை. போராட பயமில்லை எதிரியோட போராடலாம்.... துரோகியோட, அயோக்கியர்களோட போராடிக்கிட்டே இருக்க முடியாது.”

“இதை எல்லாம் கல்யாணம் பண்ணிக்கறதுக்கு முன்னாடி யோசிச்சிருக்கணும். இப்ப வந்து ரொம்ப சுலபமா அம்மா வீட்டுல விட்டுட்டேன் அப்படின்னு சொல்றது எப்படிப்பா நியாயம்? என்ன பொம்மை வெளையாட்டா இது? வேணும்னா வச்சி வெளையாடறதுக்கும் வேணாம்னா தூக்கிப் போடறதுக்கும்?”

“முட்டாள்தனம் பண்ணிட்டேன் வாப்பா... மொதமொதல்ல தொழில் ஆரம்பிச்சேன் எனக்கு இந்தப் பித்தலாட்டம் எல்லாம் தெரியலை.

அந்த சமயத்துலேயே கல்யாணமும் பண்ண வேண்டியதா போச்சு. யோசிக்கறதுக்கே நேரமே இல்லை. எல்லாம் முடிஞ்சு நடுத்தெருவுல நிக்கறப்பதான் இதை எல்லாம் பண்ணி இருக்கக் கூடாதோன்னு நெனைக்கிறேன். இனிமே தொழில் செய்ற எண்ணமெல்லாம் இல்லை வாப்பா... தேசாந்தரி மாதிரி எங்கயாச்சும் போயிடலாம்னு நெனைக்கிறேன்."

தென்னம் ஓலையை நெடுக்குவாக்கில் நிமிர்த்தி குறுக்கே அரிவாளால் கிழித்து ஓலையை மட்டும் தனியாகப் பிரித்தபடியே பேசிய அவரது முகத்தில் இத்தனை காலம் வரை இல்லாத கோபம் வெடித்தது.

"பாபு இப்ப யோசனை பண்றதுங்கறதெல்லாம் சரியில்லை. வயித்துல புள்ளையை வேற குடுத்துட்டே. நீ புத்தனாகறது பத்தி ஒரு கவலையும் இல்லை. ஆனா பொண்டாட்டி புள்ளையை அம்போன்னு விட்டுட்டு புத்தனாக வேண்டியதில்லை. உங்களுக்கு எல்லாம் ஞானம் லேட்டா வரும். உங்களுக்கு போதி மரம் கிடைக்கற வரைக்கும் உன்னை நம்பி வந்தவங்க தெருவுல நிக்கணுமா? நீங்க எடுக்கற முடிவினால அவங்க எதுக்குக் கஷ்டப்படணும்?"

பாபு பதில் சொல்ல முடியாமல் திகைத்தார். இத்தனை கடுமையாக ஜப்பார் பேசியதே இல்லை.

"மறுபடியும் இன்னொருத்தர்கிட்ட போயி வேலை செஞ்சு சம்பாதிச்சு அதுல குடும்பம் நடத்த முடியுமான்னு தெரியலை வாப்பா."

"நல்லா இருக்கே கதை. அவங்கம்மான்னு ஒருத்தவங்க இருக்காக. அவங்க கையில பொழைக்க வழி இருக்கு விட்டுட்டு வந்துட்டே... அவங்க இல்லைன்னா என்ன பண்ணுவே? நடுத்தெருவுல விட்டுட்டு ஓடிப்போயிடுவியா?"

"அது எப்படி முடியும் வாப்பா? என்னவாச்சும் பண்ணித்தான் ஆகணும்."

"அப்படி நெனச்சுக்கிட்டு யோசி. இன்னும் எத்தனை வருஷத்துக்கு அந்த அம்மா உயிரோட இருக்கும்? அதுக்கப்புறம் யார் உன் பொண்டாட்டிக்கும் புள்ளைக்கும் துணை? இப்பவும் நான் கிடைச்ச வேலைக்குப் போறேன் பாபு அது சொமை தூக்குற வேலையா இருந்தாலும் பரவாயில்லைன்னு போறேன். கொக்குவில் கிராமத்துல கடைகளுக்குக் கணக்கு எழுதிக்கிட்டுத்தான் இருந்தேன். இப்பவும் அதே வேலைதான் பாப்பேன்னு சொல்ல முடியுமா?"

பாபு என்ன சொல்வதென்று தெரியாமல் விழித்தார்.

“உனக்கு எல்லாம் நல்லா தெரியும் சரியா முடிவெடுப்பேன்னு நெனச்சிக்கிட்டு இருந்தேன். இதுவரைக்கும் நீ எடுத்த முடிவு எதிலேயும் நான் தலையிட்டதே இல்லை. இப்ப தப்பா முடிவெடுத்திருக்கே பாபு. போயி அவ கையில கால்ல உழுந்தாவது கூட்டிட்டு வா. இந்த வேலை இல்லைன்னா வேற எந்த வேலைன்னாலும் செய்... அவளுக்கும்தான் தையல் தொழில் தெரியுமே எப்படியாச்சும் சமாளிச்சிக்கலாம். ஆனா படகுல ஓட்டை வுழுந்திடுச்சுன்னு நீ மட்டும் தப்பிச்சு ஓடக்கூடாது அது பாவம்.”

“நீங்க சொல்றது சரிதான் வாப்பா இப்பவே போயி அவளைக் கூட்டிட்டு வந்துடறேன்.”

“இப்பவேவா? உள்ளே போயி கதீஜாவைப் பாரு ரொம்ப சந்தோஷப்படுவா. அவகிட்ட இந்த விஷயத்தை எல்லாம் சொல்லாதே. அவ கையால ஒருவேளை சாப்புட்டுட்டு நிதானமா போ. இல்லைன்னா அவ மனசு கஷ்டப்படும்.”

“சரிங்க வாப்பா.”

பாபு உள்ளே நுழையும்போதுதான் கையில் எதுவும் வாங்காமல் வந்திருக்கிறோம் என்பதே உறைத்தது. மனம் குழம்பினால் குணம் சேறாகிவிடுகிறது....

குருராஜன் தன்னுடைய அலுவலகத்தில் அடுத்து வரும் ஆண்டுக்கான வருமானவரி செலுத்துவதற்குத் தேவையான ஆவணங்களை எல்லாம் ஒன்று சேர்த்து வைத்துக்கொண்டிருந்தபோது மலர்விழியின் கார் அவரது அலுவலக வாசலில் வந்து நின்றது. குருராஜன் ஆச்சர்யத்துடன் வெளியில் வந்தார்.

“என்ன ஆச்சர்யம் இவ்வளவு தூரம் வந்திருக்கீங்க வாங்க... வாங்க...” என்று முகம் மலர வரவேற்றார்.

“நம்முடைய முதலாளிகள்தான் நாம பிரியறதுக்கும் காரணம்; ஒண்ணு சேர்றதுக்கும் காரணம்.”

“சரியா சொன்னீங்க உள்ள வாங்க.”

தன்னுடைய கைப்பை மற்றும் அழைப்பிதழ்கள் ஆகியவற்றை எடுத்துக்கொண்டு உள்ளே வந்தவள் அலுவலக அறையில் இருந்த நாற்காலியில் அமர்ந்தாள்.

“சாரி குரு ரொம்ப நேரம் என்னால இருக்க முடியாது. என்னோட எம்.ஏ.கே.ஏ கண்டெயினர்ஸ் அலுவலகத் திறப்புவிழா இன்விடேஷன் குரு அவசியம் வந்துடுங்க.”

“வெரி நைஸ்... கங்கிராட்ஸ் ரொம்ப சந்தோஷம். ஆமா அது என்ன எம்.ஏ.கே.ஏ?”

“மலர்விழி அரவிந்தன் அபி கார்த்தி எல்லோருடைய ஃபர்ஸ்ட் லெட்டர்ஸ்.”

“ஓ உங்க பிள்ளைங்க பேரு அபி கார்த்தி இல்லே மறந்துட்டேன். ஆல் தி பெஸ்ட் மலர். நீங்களும் எவ்வளவோ ஆசைப்பட்டீங்க நானும் எவ்வளவோ முயற்சி பண்ணினேன். இவங்களை ஒண்ணு சேர்க்க முடியலை மலர். பெருமுதலாளிகளோட பேரதிர்ஷ்டம் நம்மோட இந்தக் குணம்தான்.”

“இட்ஸ் ஆல்ரைட் குரு அதை எல்லாம் நான் மறந்துட்டேன்.”

“ஓகே புரஃபசர் எப்படி இருக்கார்? அவரோட ஜாப் எல்லாம் எப்படி போயிட்டு இருக்கு?”

“புரஃபசர் ஜாப்பை ரிசைன் பண்ணினதாலதான் நான் இந்த பிசினஸை ஆரம்பிக்க முடிஞ்சுது. அவரோட ஃபைனல் செட்டில்மெண்ட் பணம்தான் எனக்கு இன்வெஸ்ட்மெண்ட். என்னை ரொம்ப நம்புறார். அவருக்காகவாவது நான் ஜெயிக்கணும்.”

“அதுல என்ன சந்தேகம் நீங்க நிச்சயம் ஜெயிச்சிடுவீங்க... ஆனா உங்களுக்காக ஜாப்பை ரிசைன் பண்ணி இருக்காருன்னா ரியலி ஹீ இஸ் கிரேட். நீங்க சாதாரணமாவே பேய் மாதிரி உழைப்பீங்க. அவரோட இந்த சப்போர்ட் உங்களை இன்னும் பூஸ்ட் பண்ணிடும்... யூ கேன் வின் மலர்.”

“தேங்க் யூ குரு. அவசியம் வந்துடுங்க.”

“நிச்சயமா... உங்க எம்ப்ளாயிஸ் எல்லாரையும் என்ன பண்ணினீங்க மலர்?”

“அப்படியே அவங்களை அடாப்ட் பண்ணிக்கிட்டேன். உண்மையில அவங்களுக்காகத்தான் இந்த பிசினஸ் ஸ்விட்ச் ஓவர். நம்மளை நம்பி இருக்கறவங்களைக் கைவிடக்கூடாது இல்லையா குரு.”

“கிரேட்... இந்த நல்ல குணத்துக்காகவே உங்க பிசினஸ் நிச்சயம் சக்ஸஸ் ஆகிடும்.”

“சரி நீங்க என்ன முடிவு பண்ணி இருக்கீங்க குரு இப்படியே கண்டினியூ பண்றதாவா?”

“ஆமாம் என்னால இதை விட்டுட்டு வேற ஒரு பிசினஸ்க்குப் போக முடியாது. மறுபடியும் ஒண்ணாங் கிளாஸ்லேர்ந்து ஆறாம் கிளாஸ் படிச்சு அப்புறம் ப்ளஸ் டூ பப்ளிக் எக்ஸாம் எழுதற மாதிரி அது. நாம படிச்ச ஆறாம் கிளாஸ் வேற இப்ப இருக்கிற ஆறாம் கிளாஸ் வேற. எனக்கு இப்ப இருக்குற நாலேட்ஜுக்கு ஆறாம் கிளாஸே தாண்டுவேனான்னு சொல்ல முடியாது. இதுதான் எனக்குத் தெரிஞ்ச ஃபீல்டு... எப்படியாச்சும் இதுலேயே கரணம் போட்டு எந்திருச்சிடுவேன். என்னால அது முடியும்னு நம்பறேன். எனக்கு வேற வழியும் தெரியலை. உண்மையைச் சொல்லணும்னா உங்க அளவுக்கு தைரியம் எனக்குக் கிடையாது.”

“நீங்க கன்டினியூ பண்ணுங்க குரு. ஃபீல்டுல உங்களை மாதிரி ஒண்ணு ரெண்டு நல்லவங்களாவது இருக்கணும். குறுந்தொழில் பண்றவங்கதான் தொழிலாளி நல்லாருக்கணும்னு நெனைக்கறவங்க. ஏன்னா பெரும்பாலும் தொழிலாளியா இருந்து முதலாளியா ஆனவங்க... அவங்களுக்குத்தான் அடிமட்ட தொழிலாளிகளோட கஷ்டமெல்லாம் புரியும்... நீங்களும் எட்ட வந்துடாதீங்க.”

“முடிஞ்ச அளவு போராடிப் பார்ப்போம்.”

“சரி வர்றேன் குரு” அவள் அங்கிருந்து கிளம்பினாள். அவளை ஆச்சர்யத்துடன் பார்த்துக்கொண்டிருந்தார் குருராஜன். அவளது கம்பீரமான நடையும் நிமிர்ந்த பார்வையும் அவளது ட்ரேட் மார்க். எந்த ஒரு கூட்டத்திலும் அவளைத் தனித்துக் காண்பிக்கும். இப்பொழுதும் அவள் தனித்தே தெரிகிறாள்.

28. நவகண்டம்

2015ஆம் ஆண்டு.

தன் முன்னால் அமர்ந்திருந்த பாபுவை ஒரு புழுவைப்போலப் பார்த்தாள் ஜெனிட்டா.

“எதுக்கு இப்ப இங்க வந்தே?”

“இல்லை ஜெனி நிதானமா யோசிச்சுப் பார்த்தா நான் தப்பு பண்ணிட்டேன்னு தோணுது. உன்னை உங்க அம்மா வீட்டுல விட்டிருக்கக் கூடாதோன்னு நினைக்கிறேன்.”

“ஏன் ராத்திரியில பொம்பளைத் துணை இல்லாம தூக்கம் வரலையா?”

“சீ என்ன இப்படி நினைச்சிட்டே.”

“இல்லே என்னை இங்க கொண்டு வந்து விடறதுக்கு முன்னாடி எவ்வளவு யோசிச்சிருக்கணும்? அதை சொடக்குப் போடற நேரத்துல முடிவெடுத்து, கண் சிமிட்டுற நேரத்துக்குள்ள விட்டுட்டுப் போயிட்டே இப்ப என்னடான்னா தப்பு பண்ணிட்டோம்னு உனக்கு ஞானம் பொறந்துருக்குன்னு சொன்னா நம்ப முடியலையே.”

“ஒருத்தன் அவசரப்பட்டு முடிவெடுத்துட்டு அப்புறம் நிதானமா யோசிச்சு மாத்திக்கக் கூடாதா?”

“வாப்பாவும் அம்மாவும் நல்லா இருக்காங்களா?”

“என்ன திடீர்னு கேக்குறே?”

“நேத்தி முந்தா நாள் போனீயான்னு கேட்டேன்.”

“ஆமாம் போனேன்.”

“வாப்பா சொன்னாரா? ஜெனிட்டாவைக் கூட்டிட்டு வந்துடு... அங்க விடக்கூடாதுன்னு.”

பாபு எதுவும் பேசாமல் அமைதியாக இருந்தார்.

“உனக்கு வெக்கமா இல்லை... உன் பொண்டாட்டியை நீ வச்சிக் காப்பாத்தணுமா இல்லையான்னு கூட ஒன்னால முடிவு பண்ண முடியலை. இன்னொருத்தர் சொல்ல வேண்டியிருக்கு. நீ எப்படி ஒன்னோட பிசினஸ் விஷயத்துல சரியா முடிவெடுப்பே?” என்று கோபமாகக் கத்தினாள் அவளுக்கு மித மிஞ்சிய கோபம் வந்துவிட்டால் பாபுவை சகட்டுமேனிக்கு நீ வா போ என்றுதான் திட்டுவாள்.

அப்படி அவள் கோபமாக இருந்தாள் என்றால் பாபு மிக அமைதியாக இருந்துவிடுவார். அப்பொழுதும் அப்படித்தான். அவருடைய வாயிலிருந்து ஒரு வார்த்தை கூட வரவில்லை.

“ஒனக்கு நஷ்டம் வந்துச்சு பிரச்சினை இருக்குது நான் புரிஞ்சிக்கறேன். ஆனா வா நாம ரெண்டு பேரும் சேர்ந்து சமாளிக்கலாம் அப்படின்னு ஒனக்குச் சொல்லத் துப்பில்லை. என்னோட எதிர்காலத்தைப் பத்தியும் நம்ம புள்ளையோட எதிர்காலத்தைப் பத்தியும் நான் கேட்பேன்தான். நீதான் உறுதியான முடிவெடுத்து தைரியமா எல்லாத்தையும் பாத்துக்கலாம்னு என்னை சமாதானப்படுத்தி இருக்கணும்.

ஒரு பொம்பளை ஒரு ஆம்பளைக்கிட்ட அதைத்தான் எதிர்பார்ப்பா... ஆனா... நீ உனக்கு பிரச்சினை வந்த உடனே என்னை எங்காயாவது விட்டுட்டு நீ சவுகரியமா தப்பிச்சிக்கலாம்னு நினைச்சுட்டே. அதான் நான் சொன்ன உடனே விட்டுச்சு தொல்லைன்னு எங்கம்மாகிட்டே கொண்டு வந்து சேர்த்துட்டே.”

“அப்படியெல்லாம் இல்லை ஜெனி... நான் மட்டும் தப்பிக்கணும்னு சத்தியமா நெனைக்கலை... என்னால நீ கஷ்டப்படறீயேன்னுதான் யோசிச்சேன்.”

“நீ விட்டுட்டுப் போனப்புறம்தான்யா ரொம்ப கஷ்டப்படுவேன். இந்த ஊருக்கு என்ன பதில் சொல்லுவேன்? உன் பிள்ளைக்கு

என்ன பதில் சொல்லுவேன்? எங்கம்மாவுக்கு அப்புறம் என்னோட நிலைமை என்ன?"

"கரெக்ட்தான் அதை எல்லாம் யோசிக்காம சட்டுன்னு முடிவெடுத்தது தப்புதான்... உங்கம்மாவைக் கூப்பிடு அவங்ககிட்ட நான் மன்னிப்பு கேட்டுக்கறேன்."

"தேவையில்லை பாபு என்னை விட்டுட்டுப் போறதுக்கு முன்னாடி அவங்களைக் கூப்பிட்டு ஏதாச்சும் கலந்தியா...? அவங்களால என்னை வச்சிக்க முடியுமான்னு கேட்டியா? எதுவும் இல்லை. இன்னிக்கு மட்டும் எதுக்கு அவங்களைக் கூப்புடறே? இன்னிக்கு 'வா'ங்கறே நாளைக்கே போன்னு சொல்லுவே. அன்னிக்கு அவங்க மொகத்துல நாந்தான் முழிக்கணும். என்னால வாழ வக்கில்லைன்னு என்னை மறுபடி வச்சிக்கன்னு நாந்தான் அவங்கக் கிட்ட கெஞ்சணும்... வேணாம் பாபு நான் ஏற்கனவே கெஞ்சி செட்டிலாயிட்டேன்... மறுபடி மறுபடி சின்னப்பிள்ளை வெளையாட்டை வெளையாட முடியாது... நீ நல்லபடியா ஒன் பொழப்பைப் பாரு... ஒருவேளை எனக்கு ஏதாவது ஆச்சுன்னா அப்ப வந்து நீ புள்ளையை எடுத்துக்க."

"நான் அன்னிக்கு யோசிக்காம ஒரு முடிவெடுத்துட்டேன்... இன்னிக்கு நீ யோசிக்காம ஒரு முடிவெடுக்கிறே ஜெனி."

"பரவாயில்லை பாபு. நீ கௌம்பு. என்னோட முடிவோட பலாபலன்களை நான் அனுபவிச்சிக்கறேன்."

போகிற இடமெல்லாம் அவமானமும் தோல்வியும் பரிசாகக் கிடைக்கின்ற அவலத்தைத் தன் வாழ்நாளின் ஒவ்வொரு கணத்திலும் உணர்ந்தார் பாபு. இரக்கமுள்ள மனம் எப்பொழுதும் நிலையற்ற முடிவுகளைத்தான் எடுக்கும். அடுத்தவர்களின் சௌகர்யங்களைத் துயரங்களைப்பற்றி அதிகம் கவலைப்படுபவர்களால் பெரிதாக வெற்றி பெற முடியாது என்பதுதான் நிதர்சனம் என்று பாபுவுக்குத் தோன்றியது.

"சரி ஜெனி உன்னோட முடிவுல எனக்கு வருத்தமில்லை. இப்பவும் என்னால யாரும் கஷ்டப்படக் கூடாதுன்னுதான் நினைக்கிறேனே ஒழிய என்னுடைய சுயநலத்துக்காக எதையும் யோசிக்கலை" மிகுந்த மனத்துயருடன் சொல்லிவிட்டுத் திரும்பிப் பார்க்கவும் மனமில்லாமல் வெளியே வந்து விரக்தியாக நடந்தார் பாபு.

மறுபடியும் ஒருமுறை தாம் அனாதையாகிவிட்டது போல உணர்ந்தார்

பாபு. கலவரக்காரர்கள் பாபு சின்னக்குழந்தையாக இருந்தபோது அவரை இறக்கிவிட்டு விட்டு வேனோடு அவரது தாய் தந்தையை எரித்தது போல சூழ்ச்சிக்காரர்கள் அவரது அத்தனை கனவுகளையும் எரித்துவிட்டு வாழ்வின் அனாதரவான சூன்யத்தில் அவரைத் தள்ளிவிட்டார்கள்.

தாம் ஏற்கனவே தங்கி இருந்த தெரு வழியாக தன்னையறியாமல் நடந்துகொண்டிருந்தவரை "பாபு உனக்கு ஒரு ரிஜிஸ்டர் தபால்" முதுகின் பின் கேட்ட தபால்காரரின் குரல் அவரைத் தன்னிலை உணர வைத்தது. அவருடன் காசி நின்றிருந்தான்.

"எங்கப்பா உன்னைப் பாக்கவே முடியலை ரெண்டு நாளா இந்தத் தபாலைக் கையில வச்சிக்கிட்டு அலையறேன் வக்கீல் நோட்டீஸ் மாதிரி தெரியுது" என்று அவர் தொடர்ந்த போது அடிவயிற்றில் சொரேலென்றது.

"ஒண்ணுமில்லைண்ணே ஊருக்குப் போயிருந்தேன்" கையொப்பமிட்டு விட்டு தபால் உறையைக் கையில் வாங்கும் போது கை நடுங்கியது. அவசரமாகப் பிரித்துப் பார்த்தார். பலராமன் அனுப்பி இருந்தார். பாபுவுக்கு ஆங்கில அறிவு குறைவுதான். ஆகவே அதன் மொத்த அர்த்தமும் அவரால் புரிந்துகொள்ள முடியவில்லை.

"தபால்காரரு உன்னைக் கேட்டுக்கிட்டே இருந்தாரு அதான் உன்கிட்ட கூட்டி வந்தேன். என்னண்ணே போட்டுருக்கு?" கவலையோடு கேட்டான் காசி.

"தெரியலைடா பலராமன்தான் அனுப்பி இருக்காரு. யாராவது வக்கீல் கிட்டதான் காமிக்கணும்."

"இதே தெருவுல நீல்கிரீஸ் கடைக்கு அடுத்தாப்புல செல்வமணின்னு வக்கீல் ஒருவர் இருக்காருண்ணே. மொத தரம் போனா காசு கேக்க மாட்டாராம்" என்றான் காசி. அவரது அலுவலகம் நோக்கிப் போனார்கள்.

அதைப் பிரித்து வாசித்துவிட்டு "நீ வேலை பார்த்து செஞ்சு குடுத்த ஜாப் ரிஜக்ஷன் ஆயிடுச்சாம். அதனால அவங்க கம்பெனிக்கு ஏழு லட்சம் நஷ்டமாம். அதுக்கு வட்டி, மிஷின், தேய்மான செலவு, மன உளைச்சல் எல்லாத்துக்கும் சேர்த்து இருபதுலட்சம் ரூபாய் நஷ்ட ஈடு கேட்டு நோட்டீஸ் அனுப்பி இருக்காரு.

"அண்ணே அதெல்லாம் பொய்யி அந்தக் கம்பெனி ஆளுங்க வந்து நம்ம ஒர்க்ஷாப்பிலேயே டெஸ்ட் பண்ணி ஓகே அப்படின்னு

சொல்லிட்டாங்க... அது மேல ஓகே ஸ்டிக்கர் ஒட்டலை. அவங்க கம்பெனிக்கு போனப்புறம்தான் ஒட்டுவாங்கலாம். அதைத்தான் அவரு ரிஜக்ஷன்னு கணக்கு காமிக்கிறாரு" காசி உண்மையை உடைத்தான்.

செல்வமணி அவர்களிடம் முழு விபரமும் கேட்டார்.

"அவ்வளவுதானே இது சும்மா மிரட்டல். பயப்பட வேண்டாம். உங்க ஷேர் பணத்தைக் கேப்பீங்க அல்லது இனிமே நீங்க வேற எங்கேயும் வேலைக்கும் போகக் கூடாதுன்னு இதை அனுப்பி இருக்காங்க. உங்களுக்கு ப்ளாக் மார்க் ஆகணும். நீங்க எந்த வேலையும் செய்யக்கூடாது அப்படீங்கறதுதான் அவனோட ஐடியா. மத்தபடி உங்களைப் பணம் கேக்கற எண்ணமெல்லாம் இல்லை."

"இப்ப நான் இதுக்கு என்ன சார் பண்ணணும்? என்கிட்டே பத்துப் பைசா இல்லை."

"ஒண்ணும் பண்ண வேணாம். நான் ஒரு பதில் நோட்டீஸ் அனுப்புறேன். அதோட சைலன்ட் ஆயிடுவாங்க."

"எவ்வளவு சார்."

"டூ தவுசண்ட் ஆகும்."

"அவ்வளவு பணமெல்லாம் என்கிட்டே கிடையாது சார்...."

"சரி அப்ப ஒண்ணு பண்ணுங்க ஒரு வெள்ளைப் பேப்பரை எடுத்து அதுல நீங்க பேசுனது எல்லாத்தையும் எழுதி நீங்கதான் எனக்கு பணம் தரணும்னு லெட்டர் எழுதுங்க... ரிஜக்ஷன் பீஸ் எல்லாத்தையும் என்கிட்டே கொடுத்துடுங்கன்னு லெட்டர்ல மென்ஷன் பண்ணி அதையும் கேளுங்க. அவங்க பதில் சொல்ல மாட்டாங்க அதோட அவங்களும் விட்டுடலாம் இல்லை அவங்ககூட மல்லுக்கட்டணும்னு நெனச்சா சம்பாதிச்சது அத்தனையும் கைவிட்டுப் போயிடும் அதான் உண்மை."

"சரிங்க சார் நான் பார்த்துக்கறேன் ரொம்ப நன்றி" இருவரும் வெளியே வந்தார்கள்.

"என்னண்ணே பண்ணப் போறீங்க?"

"அதெல்லாம் பதில் அனுப்பப் போறதில்லே என் கையில ஒண்ணும் இல்லை மிஞ்சிப் போனா அரெஸ்ட் பண்ணுவாங்க அவ்வளவுதானே? பண்ணட்டும் மூணு வேளை சோறு நிச்சயம்."

“என்னண்ணே இப்படிச் சொல்றீங்க?”

“இவனுங்க வாழவும் விட மாட்டாங்க... சாகவும் விட மாட்டாங்க. இனிமே என்கிட்டே பிடுங்க என்ன இருக்கு? இல்லே இன்னும் ஏமாறதான் என்ன இருக்கு?”

“ஆனா ஓனக்கு துரோகம் பண்ணினதுக்கு அவங்களுக்குக் கைமேல பலன் கிடைச்சிடுச்சு அண்ணே.”

“என்னடா சொல்றே?”

“அந்த வண்டு இருக்கான்லே அவனும் அவன் கூட இருந்தானே சத்யா அவனும் சேர்ந்து பலராமன் கம்பெனி ராடை எல்லாம் பின்னாடி வழியா திருடி வித்துட்டானுங்க... எல்லாம் புது ராடுங்க நிச்சயம் லட்சக்கணக்குல சுருட்டியிருப்பானுங்க.”

“அடப்பாவிகளா எல்லாத்தையும் பின்னாடிதானடா பத்திரமா பூட்டுப் போட்டு வச்சிருந்தேன்.”

“நீ அந்தான போனப்புறம் அவனுங்க அதை மொட்டை மாடிக்கு ஏத்தி கொஞ்சம் கொஞ்சமா சுட்டுட்டானுங்க... அப்படியே குணா அண்ணன்கிட்ட சரண்டர் ஆயிட்டானுங்க. இவங்களால ஒண்ணும் பண்ண முடியலை.”

“என்னடா அக்கிரமமா இருக்கு?”

“அவங்க ஓனக்கு அக்கிரமம் பண்ணினாங்க பதிலுக்குக் கைமேல கெடைச்சிடுச்சு. அவங்களை வுடுங்க அண்ணே நீங்க என்ன பண்ணப் போறீங்க?”

“அண்ணியை அவங்கம்மா வீட்டுல விட்டுட்டேன் இனிமே என் கூட வர மாட்டேன்னு சொல்லிட்டா என் ஒரு வயித்துக்கு என்னாத்துக்கு இவனுங்க கூட அல்லாடணும் அப்படியே தேசாந்திரி மாதிரி போகப் போறேன்... சலிச்சுப் போச்சு காசி நீங்க அவங்களை விட்டு வந்துடாதீங்க.... நல்ல கம்பெனி கிடைக்கற வரைக்கும் பொறுமையா இருங்க... ஆனா மொதலாளி ஆக இப்ப ஆசைப்படாதீங்க.

ஸ்மால் ஸ்கேல் இன்டஸ்ட்ரின்னு ஒண்ணு இருக்கும்... ஆனா அதைத் தொடர்ச்சியா ஒருத்தன் நடத்த முடியாது... ஒரு சில வருஷங்கள் ஒருத்தன் வாழ்வான். அப்புறம் அவன் தோக்கடிக்கப்படுவான். அதுக்கப்புறம் இன்னொருத்தன் கிளம்புவான். இதான் நடக்கும்.

இது அயோக்கிய பயலுக உலகம். ஒண்ணு நாம அவங்களை மாதிரி மாறணும்; இல்லை இந்தத் தொழிலை விட்டே மாறணும்'' சொல்லிவிட்டுத் திரும்பிப் பார்க்காமல் நடக்க ஆரம்பித்தார்.

இனி அவருக்கு லட்சியங்கள், இலக்குகள் எதுவும் இல்லை. மீண்டும் மீண்டும் ஒப்பனை கலைந்த மனிதர்களின் கோர முகங்களை தரிசித்துக்கொண்டிருக்க முடியாது. உலகளாவிய சூதாட்டத்தில் தன்னையும் தன்னை நம்பி வந்தவர்களையும் பணயம் வைத்து விளையாட முடியாது.

ஒரு ஜாண் வயிறு... அது ஒரு நாளைக்கு ஒரு முறை நிரம்பினால் கூட போதும். மீண்டும் முகாமுக்குப் போக முடியாது. ஒவ்வொருவர் முகத்திலும் தன் தோல்வியின் மீதான கேலிகளும் கேள்விகளும் நிரம்பி இருக்கும். அவற்றை ஒவ்வொரு நாளும் எதிர்கொள்ள முடியாது. ஜெனிட்டா இல்லாமல் போனால் ஜப்பார் முகத்தில் விழிக்க முடியாது. நம்பி வந்தவர்களைக் கைவிடும் குணம் அவருக்கு நேர்மாறானது.

அஞ்சினான் புகலிடம் பற்றி ஒருமுறை அறிவழகன் சொன்னது ஞாபகம் வந்தது. அது மல்லிநாத்தினால் ஆரம்பிக்கப்பட்டிருக்கலாம். ஆனால் பல உழைப்பாளிகளின் ஆன்மாவை உறிஞ்சி எடுத்த பணத்தில்தான் கட்டப்பட்டு இருக்கிறது. ஆகவே அங்கு செல்வதில் எந்தவித மனக்கிலேசமும் பாபுவுக்குக் கிடையாது.

ஒரு அடிமையாகவோ ஒரு எஜமானனாகவோ இனி ஒருபோதும் வாழமுடியாது. ஒரு அதிதியாக ஒரு யாசகனாக வாழ்ந்துவிட முடியும். இந்த மனிதர்கள் எத்தனை குரூரமானவர்களோ அத்தனைக்கு இரக்கமானவர்கள். இந்த நகைமுரண்தான் உலக வாழ்வின் இயல்பு... தோள் மீது விழும் கைகளை அவர்கள் நம்புவதில்லை. சந்தேகக் கண்களுடன் நெளிகிறார்கள் விலக்குகிறார்கள். யாருடைய கைகளையும் நம்பி பற்ற முடியவில்லை. ஏதோ ஒரு தருணத்தில் உதறிவிடுகிறார்கள். ஆனால் யாசகம் கேட்கும் கைகளைக் கைவிடுவதில்லை.

கருணையின் மிச்ச சொச்சமோ அல்லது பெருமிதத்தின் அதீத பேராசையோ பசித்த வயிறை நிரப்பிவிடும் என்று முழுமையாக நம்பினார் பாபு. உலக வாழ்வில் ஒற்றை வயிறு பிரச்சினை இல்லை. வயிறுகளின் கூட்டமும் அதற்கான பொறுப்பும்தான் பிரச்சினை. பாபு அஞ்சினான் புகலிடத்தின் முகவரியைத் தன் பணப்பையில் இருந்து தேடி எடுத்தார்.

மல்லிநாத் தன்னுடைய தனிச்செயலாளர் சுகேஷை அழைத்து தன்னுடைய இந்த வார நிரல்களை எல்லாம் சரிபார்த்துக்கொண்டிருந்தார்.

"சுகேஷ் மினிஸ்டரோட மீட்டிங்குக்கான டைம் ஃபிக்ஸ் ஆயிடுச்சா?"

"கேட்டிருக்கோம் அவரு இப்போ லண்டன் போயிருக்காரு வந்தப்புறம்தான் அவரோட ப்ரோக்ராம் எல்லாம் கன்ஃபர்ம் ஆகும்னு அவரோட பி.ஏ. சொன்னாரு."

"சரிப்பா இப்ப வெளியில யாருக்கும் தெரிய வேணாம். டேட் ஃபிக்ஸ் ஆனாக்கூட அவசரப்பட்டு யார்கிட்டயும் சொல்லிடாதே. இந்த ஃபீல்டுல யாரையும் நம்ப முடியலை... ஈவன் மல்ஹோத்ராவைக்கூட நான் நம்பறது இல்லை... வெறைச்சிக்கிட்டு முறைச்சிக்கிட்டு நிக்கறவனைக்கூட நம்பிடலாம். ஆனா ரொமப வளையறவனை குழையறவனை நம்பவே கூடாது."

"கரெக்ட் சார் அவருக்கும் ராமானுஜத்துக்கும் ஒரு லிங்க் இருக்கு சார் தனிப்பட்ட முறையில எப்பவாச்சும் மீட் பண்றாங்க... ரெண்டு பேர் ஃபீல்டும் வேற வேற."

"ஓ அப்படியா நம்ம உளவுப்படையை முடுக்கி விட வேண்டியதுதான். அப்புறம் நம்ம ஹோமுக்கு இன்னிக்கு விசிட் இருக்கில்லே."

"ஆமா சார் இன்னிக்கு வியாழக்கிழமை. இந்த வருஷத்துலேர்ந்து ஃபண்ட் அதிகம் அலாட் பண்ணி இருக்கோம். புதுசா சில பேரைச் சேர்க்கறதுக்காக ஹோம் இன்சார்ஜ் ஃபைல் அனுப்பி இருக்கார். போலீஸ் வெரிஃபிகேஷன் ஐ.டி. வெரிஃபிகேஷன் எல்லாம் பண்ணி க்ளியர் பண்ணி இருக்கு. மெடிக்கல் செக்கப்புக்கு அனுப்பிடலாமான்னு கேட்டு லெட்டர் அனுப்பி இருக்காரு."

"நம்ம சுர்ஜித்கிட்ட ஃபைலை அனுப்பிடு சுகேஷ் அவரு ஒருதரம் ரீசெக்கப் பண்ணிடட்டும். எத்தினி மணிக்கு அங்க போறோம்."

"பதினொரு மணிக்கு சார்."

அப்பொழுது வெளிவாயிலில் இருந்த செக்யூரிட்டிகளில் ஒருவன் உள்ளே அலறலுடன் ஓடி வந்தான்

"சார் இங்க நம்ம வீட்டு வாசல்ல ஒருத்தன் கழுத்துல கத்தியை வச்சிக்கிட்டு அறுத்துக்கிட்டு செத்துடுவேன்னு மிரட்டுறான் சார்... கிட்ட போனா கழுத்துல கத்தியை வச்சி அறுக்கற மாதிரி செய்றான்

சார்... பயமா இருக்கு வாங்க சார்."

"சுகேஷ் இம்மீடியட்டா போலீஸ்க்கு போன் பண்ணுங்க... ஏன்யா அவன் கத்தியை எடுத்துக்கிட்டு உள்ளே வர்ற வரைக்கும் நீங்க என்ன பண்ணீங்க? ரெண்டு பேர் இருக்கீங்கள்லே."

"அவன் உள்ளேயே வரலை சார் கேட்டுக்கு முன்னாடி வெளியிலதான் நிக்கிறான்."

சுகேஷ் அதற்குள் இன்ஸ்பெக்டருக்குத் தகவல் சொல்லி வரச்சொல்கிறார்.

மூவரும் வெளியே செல்கின்றனர். அங்கே அறிவழகன் கத்தியைக் கழுத்தில் வைத்துக்கொண்டு சிவந்த கண்கள், கலைந்த தலை கசங்கிய உடைகளுடன் ஆக்ரோஷமாக நிற்கிறான்

"என்னப்பா என்ன வேணும் உனக்கு? எதுவா இருந்தாலும் சொல்லு நான் உனக்கு அஷ்யூர் பண்றேன். நிச்சயமா உன் ப்ராப்ளத்தை சரி பண்றேன்... மொதல்ல கத்தியைக் கீழ போடு."

"உன்னால முடியாதுய்யா உன்னால முடியாது. நீ ரத்தம் குடிக்கிற காட்டேரி... உனக்குப் புதுசு புதுசா பச்சை ரத்தம் வேணும் எங்களைக் கொல்ல மாட்டே ஆனா உசுரோட வச்சிக் கழுத்தறுப்பே... நீ என்ன எங்களைக் கொல்லறது நானே என்னைக் கொல்றேன்... உன் மனசு அப்பவாச்சும் ஆறுமா?"

"இவன் யாரு சுகேஷ்" ரகசியமான குரலில் கேட்டார் மல்லிநாத்.

"சார் இவன் பேரு அறிவழகன். ஸ்மால் ஸ்கேல் இண்டஸ்ட்ரி வச்சிருக்கான். இவனோட ஜாப்பை ஒருதரம் பாராட்டி கேஷ் பிரைஸ் கூட கொடுத்தீங்க."

"அறிவழகன் நீ பெரிய வேலைக்காரன். நானே உன்னைப் பாராட்டி கேஷ் பிரைஸ் எல்லாம் கொடுத்திருக்கேன். உன் பிரச்சினை என்னன்னே புரியலை. முதல்ல கத்தியைத் தூக்கிப் போடு வீட்டுக்குள்ள வா. உன் பிரச்சினையைச் சொல்லு நான் நிச்சயம் சால்வ் பண்றேன். ப்ளீஸ்."

"பிரச்சினையே நீதான்யா... ஐயாயிரம் கோடி பத்தாயிரம் கோடின்னு சம்பாதிக்கறீங்க இன்னும் ஏன்யா பேராசை உங்களைப் பிடிச்சு ஆட்டுது? எங்களை மாதிரி குறுந்தொழில் பண்றவங்க உசுரை ஏன்யா குடிக்கிறே...? லேயர் சிஸ்டம் அது இதுன்னு கொண்டு வந்து எதுக்கு எங்களை ஒழிக்கிறே? நாங்களும் எங்களை நம்பி

வாழுற தொழிலாளிங்களும் என்ன பாவம் பண்ணுனோம்... எல்லா சிஸ்டத்தையும் கொண்டு வந்து என்ன பெருசா சாதிச்சே? இப்பவும் ஒரு டிரில்லிங் மெஷினை ஒத்தைக் குடிசையில வச்சிக்கிட்டு ஓட்டை போடறவன் வாஷர்தான் உன் கம்பெனி வண்டியில போடறீங்க... ஆனா அதுக்கும் இடையில எத்தனை ஏஜண்டு? எத்தனை புரோக்கர்ஸ்? உழைச்சவனும் சாப்புடலை, பணம் போட்டு வெதைச்சவனும் சாப்புடலை, இடையில சும்மா மாமா வேலை பாக்குற புரோக்கனுங்க சாப்பிட்டுட்டுப் போறானுங்க... அவனுங்க சொகுசா வாழறதுக்கு எங்களை ஏன்யா நசுக்கறே?"

"அவ்வளவுதானே அதை எல்லாம் பேசித் தீர்த்துக்கலாம் சாதாரண பிரச்சினை இதுக்கு வன்முறையான முடிவு தீர்வாகாது. தயவு செஞ்சு கத்தியைக் கீழபோடு."

"அப்ப இப்பவே பிரஸ் மீட் அனவுன்ஸ் பண்ணு லேயர் சிஸ்டம் எல்லாம் கேன்சல்னு சொல்லு."

மல்லிநாத் தயங்குகிறார். அந்தச் சமயம் போலீஸ் வண்டி அவர்களது தெருவில் நுழைகிறது.

"இவ்வளவு நெருக்கடி தரும்போதே உன்னால முடிவை மாத்திக்க முடியலை. நான் இப்ப கத்தியை எடுத்துட்டா நிச்சயம் உன் புத்தியும் மாறிடும்."

தெருவில் போகின்ற நபர்கள் தங்களது வண்டிகளை நிறுத்திவிட்டு இவர்களையே பார்க்கிறார்கள். அதில் ஒரு சிலர் தங்களது மொபைல்களை எடுத்து இந்த அரிய காட்சியை நழுவவிடாமல் பதிவு செய்கின்றனர். கொஞ்சம் கொஞ்சமாகக் கூட்டம் அதிகரிக்கிறது. போலீஸ் வண்டி அறிவழகனுக்கு அருகில் வந்து நிற்கிறது.

"கிட்ட வராதீங்க... நான் உசுருக்குத் துணிஞ்சுதான் வந்திருக்கேன்... வேணும்னா சுடுங்க ஆனா கிட்ட வராதீங்க" ஆக்ரோஷமாகக் கத்துகிறான் அறிவழகன்.

இன்ஸ்பெக்டர், மல்லிநாத்தின் அருகில் வந்து "சார் என்ன பிரச்சினை உங்களுக்குள்ள? யார் இந்த ஆள்?"

சுருக்கமாக அதே நேரம் சற்று பதட்டமாகச் சொல்கிறார்.

"அவ்வளவுதானே பிரஸ் மீட்டை இப்பவே கூட்டுங்க இல்லை நானே ரெண்டு ரிப்போர்ட்டர்ஸை வரச்சொல்றேன் இப்போதைக்கு

பிரச்சினையை முடிங்க. அப்புறம் மத்ததைப் பார்த்துக்கலாம்... ஏதாவது ஆச்சுதுன்னா சென்சேஷன் ஆயிடும் சோஷியல் மீடியா வந்ததுலேர்ந்து எதுவும் நம்ம கையில இல்லை... க்விக் சார்."

"ஓகே சார் ஆனா இது நான் மட்டும் முடிவு பண்றது இல்லை."

"இல்லை சார் இவருதான் சூத்ரதாரி... இவரு சொன்னா எல்லாம் கேப்பாங்க" என்று அறிவழகன் கத்துகிறான்.

இன்ஸ்பெக்டர் "அப்ப லேட் பண்ணாதீங்க கூப்பிடுங்க."

மல்லிநாத் தயங்குகிறார். அதற்குள் செக்யூரிட்டிகளில் ஒருவன் மிக மெதுவாக அறிவழகனின் பின்பக்கம் வந்து அவனது முதுகுப்புறம் நின்று கொண்டு சட்டென இரண்டு கைகளையும் அவனது அக்குள் வழியாக நுழைத்து கிடுக்கிப்பிடி போலப் பிடிக்கிறான்.

"எப்பவும் உழைக்கறவனோட துரோகி இன்னொரு உழைப்பாளிதாண்டா" என்று கத்திய அறிவழகன் சற்றும் தாமதிக்காமல் தன் கழுத்தை கர கரவென அறுக்கிறான் ரத்தம் குபீரென கொப்பளிக்கிறது. யாரும் நிதானிப்பதற்குள் அத்தனையும் முடிந்து போய் அவன் தலை தொங்குகிறது. கூடிய கூட்டம் தெறித்து ஓடுகிறது போலீஸ்காரர்கள் அறிவழகனை நோக்கி ஓடி அவனைத் தாங்கிப் பிடிக்கிறார்கள். ஆனாலும் எல்லை மீறிவிட்டது என்பது அவன் பொத்தென்று விழும்போது புரிந்துபோனது. ஓடிய கூட்டம் மீண்டும் அறிவழகன் இருந்த இடத்தை நோக்கித் திரும்ப ஓடிவருகிறது.

கூட்டத்தில் ஒருவன் கீழே இருந்த கற்களை எடுத்து மல்லிநாத்தின் மீது எறிகிறான். அவ்வளவுதான் கூட்டம் அந்த ஆவேச ஜோதியில் தங்களையும் இணைத்துக்கொண்டது. கற்கள் வீடு நோக்கியும் வீட்டில் நிறுத்தி இருந்த கார்களை நோக்கியும் பறந்தன. ஒன்றிரண்டு பேர் மல்லிநாத்தின் மீது பாய்கிறார்கள். அவரது சட்டை வேஷ்டி அத்தனையும் கிழிபடுகிறது. இன்ஸ்பெக்டரும் காவலரும் சுதாரித்து அவரை மீட்டு உள்ளே தள்ளிவிட்டனர். கூட்டத்தைக் கலைக்க காவல்துறையினார் ஆவேசமாக அடிக்கத் தொடங்கினர். சுகேஷ் இன்னொரு பக்கம் கூட்டத்தினரிடம் மாட்டாமல் தலைதெறிக்க ஓடினான்.

மல்லிநாத் உடம்பில் பட்ட கல்லடியால் அவரது தலை மற்றும் முகத்தில் இருந்து ரத்தம் வழிந்தது. திக்பிரமை பிடித்தவர் போல வீட்டின் வரவேற்பறை நாற்காலியில் சாய்ந்தார். மல்லிநாத்தின்

மனைவி வேலைக்காரர்கள் சப்தமிட்டு இன்னும் அந்த இடத்தைக் கலவரமாக்கினர். அவரது இன்னொரு தனிச்செயலர் மருத்துவமனைக்கு போன் செய்தார்.

அதற்குள்ளாக அறிவழகனின் மரணக்காட்சிகள் "கண்ணெதிரே சாவு - மனமிரங்கா தொழிலதிபர்" என்கிற தலைப்புடன் வேகமாகப் பரவிக்கொண்டிருந்தது. அவர் அழைக்காமலே பத்திரிகை மற்றும் ஊடகக்காரர்கள் கேமராவுடன் வீட்டு வாசலில் குவிந்திருந்தனர். காவல்துறையினர் அவர்கள் உள்ளே வந்து விடாமல் சிரமப்பட்டு தடுத்துக்கொண்டிருந்தனர்... மருத்துவமனை ஆம்புலன்ஸ் ஒன்று அங்கு வந்தது. அறிவழகன் உடலை அதில் மிகச் சிரமப்பட்டு ஏற்றினர். இன்னொரு ஸ்ட்ரெச்சருடன் ஊழியர்கள் மல்லிநாத்தின் வீட்டுக்குள் நுழைந்தனர்.

மல்லிநாத் கிட்டத்தட்ட மயங்கிக் கிடந்தார். அவருக்கு என்ன நிகழ்கிறது என்றே புரியவில்லை. மருத்துவமனை ஊழியர்கள் அவரை ஸ்ட்ரெச்சரில் படுக்க வைத்து ஆம்புலன்சில் ஏற்றினர். எல்லோரையும் நகர வைத்துவிட்டு ஆம்புலன்ஸ் வேகமாகப் பறந்தது. பத்தே நிமிடத்தில் அந்த இடம் கலவர பூமி போலக் காட்சியளித்தது. யுட்யூப் செய்தியாளர்கள் நவீன நவகண்டம் என்று தலைப்பிட்டு இன்னும் பரபரப்பு கூட்டி செய்தியைத் தீயாகப் பரப்பிக்கொண்டிருந்தனர். இன்னொரு யுட்யூபர் நவகண்டம் என்றால் ஒரு தலைவனுக்காக அல்லது தாம் சார்ந்த சமூகத்துக்காகத் தன்னைத்தானே பலியிடுதல் என்கிற தகவலை, வரலாற்றில் இருந்து சான்றுகளைச் சொல்லித் பார்வையாளர்களை அறிவார்ந்தவர்களாய் மாற்றிக்கொண்டிருந்தார்.

அன்றைய தினம் முழுக்க மல்லிநாத்தும் அறிவழகனும் மக்களின் பேசுபொருளாக மாறினர். யுட்யூபர்கள் குறுந்தொழில் என்றால் என்ன? அதன் பிரச்சினைகள் என்ன? ஏன் அறிவழகன் தன்னை பலிகடா ஆக்கிக் கொண்டார்? என்கிற விரிவான தகவல்களைக் காணொளியாக்கி அவசரம் அவசரமாகப் பதிவேற்றிக் கொண்டிருந்தனர். தொலைக்காட்சி விவாத மேடைகள் அன்றைய பொழுதுக்கு சுவாரசியமான ஆக்ரோஷமான வாதங்களைச் சுடச்சுட வழங்கிக்கொண்டிருந்தனர்.

இவையாவும் அறியாமல் மல்லிநாத் சித்தம் கலங்கித் தமக்குள் ஏதோ புலம்பியபடி திடீர் திடீரென கட்டிலில் இறங்கி ஓடி சுவரெல்லாம் முட்டிக்கொண்டிருந்தார். அவரது உடல் காயங்கள் புதிது புதிதாக வெவ்வேறு இடங்களில் ரத்தம் கொப்பளிக்கக் காட்சியளித்தன.

மருத்துவர்கள் குழு இனி அவரைப் பொதுப்பிரிவிலோ, அவசர சிகிச்சைப் பிரிவிலோ வைத்துப் பராமரிக்க இயலாது. மனநல மருத்துவமனைக்கு அனுப்புவதுதான் சரியானது என்று தங்கள் தலைமை மருத்துவ அதிகாரியிடம் முறையிட்டுக்கொண்டிருந்தனர்.

வன்முறையினால் எதையும் சாதிக்க முடியாது என்கிற சமாதானமான தீர்ப்பை தொலைக்காட்சி நிகழ்ச்சி நெறியாளர்கள் மிகுந்த அடக்கத்துடன் மக்களுக்கு அறிவுறுத்திக் கொண்டிருந்தனர். அரசும் அரசியல் கட்சிகளும் அறிவழகன் குடும்பத்துக்கு நிதி உதவி அறிவிப்பை மாறி மாறி வெளியிட்டுக்கொண்டிருந்தனர், வாட்ஸப் கருத்தாளர்கள் கழுத்தறுப்புக்கு கைமேல் பலன் என்றும் அரசின் தோல்வி என்றும் தங்கள் பங்குக்கு செய்திகளைச் சமைத்துச் சுடச்சுட பரிமாறிக்கொண்டிருந்தனர்.

இரண்டொரு நாளில் வேறொரு பரபரப்பு உலகை ஆளும் என்கிற புரிதலோடு இரவின் வானத்தில் சந்திரன் பிரகாசத்துடன் வலம் வந்து கொண்டிருந்தது.

(நிறைவு)

நெய்வேலி பாரதிக்குமார் என்கிற புனைபெயரில் சிறுகதைகள், கவிதைகள், கட்டுரைகள், நாவல், விமர்சனங்கள் எழுதிவரும் ச.செந்தில்குமார், என்.எல்.சி. இந்தியா நிறுவனம் சுரங்கம் 1A–இல் முதன்மை மேலாளராக (Chief Manager) பணிபுரிகிறார்.

மூன்று சிறுகதைத் தொகுதிகள், மூன்று கவிதைத் தொகுதிகள், ஒரு குறுநாவல், ஏழு கட்டுரை நூல்கள், ஒரு நாடக நூல், எடிசனின் வாழ்க்கை வரலாற்று நூல் உட்பட மொத்தம் 17 புத்தகங்கள் வெளிவந்துள்ளன. அமேசான் கிண்டிலில் மின்நூல் ஒன்று வெளிவந்துள்ளது.

இரண்டு குறும்படங்களை இயக்கியுள்ளார். ஒரு ஆவணப்படத்திற்கு ஒளிப்பதிவு செய்துள்ளார். இவரது விழிப்புணர்வுக் கதைகளை, தமிழ்நாடு அரசு சுகாதாரத்துறை விளம்பரப்படமாகத் தயாரித்து வெளியிட்டு இருக்கிறது.

இரண்டு திரைப்படங்களுக்கு வசனமும் எழுதியுள்ளார். பொதிகைத் தொலைக்காட்சியில், இவரது சிறுகதை நாடகமாக ஒளிபரப்பானது. புதுவை வானொலியில் மூன்று நாடகங்கள் ஒலிபரப்பாகியுள்ளன. இதுவரை 50க்கும் மேற்பட்ட இலக்கியப் போட்டிகளில் பல்வேறு நிலைகளில் பரிசுகள் பெற்றவர்.

திருவில்லிபுத்தூர் கலை இலக்கியப் பேரவை சார்பில் சிறந்த எழுத்தாளர் விருது, நெய்வேலி புத்தகக் கண்காட்சி சிறந்த எழுத்தாளர் விருது, சௌமா இலக்கிய விருது 2021, தமிழ்த்தென்றல் இலக்கிய விருது, சேலம் தாரை புள்ளிக்காரர் அறக்கட்டளை சார்பில் இலக்கிய விருது, நெய்வேலி இலக்கியச் சங்கமம் விருது, பவர் சமூக இயக்க விருது, ஸீரோ டிகிரி பதிப்பகத்தார் 2022ஆம் ஆண்டு நடத்திய சிறுகதைப் போட்டியில் சிறந்த சிறுகதைக்கான விருது ஆகிய விருதுகளைப் பெற்றுள்ளார்.

www.ingramcontent.com/pod-product-compliance
Lightning Source LLC
LaVergne TN
LVHW100239051026
849517LV00006B/1925
* 9 7 8 9 3 9 5 5 1 1 8 1 0 *